AF761296

பஞ்சதந்திரக் கதைகள்

முனைவர் ப. சரவணன்

*14.05.1978*ஆம் நாள் சென்னையில் சு. பழனிசாமி - ப.அனுசுயாதேவி தம்பதியருக்குப் பிறந்து, தமிழ்நாட்டின் பல்வேறு பகுதிகளில் வளர்ந்து, மதுரை அல்-அமீன் மேல்நிலைப் பள்ளியில் *1989-1995*வரை பள்ளிக் கல்வியை முடித்தவர். மேற்படிப்பு மதுரை அமெரிக்கன் கல்லூரியில் *1995-2000*வரை தமிழ் இலக்கியம். பின்னர் சென்னையிலும் திருச்செங்கோட்டிலும் கல்வியியலில் இளங்கலை, முதுகலைப் பட்டங்களைப் பெற்று, மதுரை யாதவர் கல்லூரியில் அ. முத்துலிங்கம் கதைகளை ஆய்வு செய்து முனைவர் பட்டம் பெற்றவர். இதுவரை நான்கு நூல்கள் எழுதியிருக்கிறார். அதிலொன்று கவிதை நூல்.

ஆசிரியரின் பிற நூல்கள்

மழைக்காலப் பாடகனும் மழையிசையும் (கவிதைத் தொகுப்பு), காலச்சுவடு பதிப்பகம்

வெகுஜன இதழியல், சுபமி பதிப்பகம்

இந்திய சுதந்தரப் போராட்ட வீரர்கள், கிழக்கு பதிப்பகம்

சங்க காலம், கிழக்கு பதிப்பகம்

பஞ்சதந்திரக் கதைகள்

முனைவர் ப. சரவணன்

கிழக்கு

பஞ்சதந்திரக் கதைகள்
Panchathanthira Kathaigal
by *P. Saravanan* ©

First Edition: October 2015
160 Pages
Printed in India.

ISBN: 978-93-84149-50-5
Title No: Kizhakku 870

Kizhakku Pathippagam
177/103, First Floor,
Ambal's Building, Lloyds Road
Royapettah, Chennai 600 014.
Ph: +91-44-4200-9603

Email : support@nhm.in
Website : www.nhm.in

Author's Email: tamilwriter.saravanan@gmail.com.

Kizhakku Pathippagam is an imprint of New Horizon Media Private Limited

உள்ளே

முதல் தந்திரம் - மித்திரபேதம் ... 11

இரண்டாம் தந்திரம் - சுகிர்த லாபம் ... 59

மூன்றாம் தந்திரம் - சந்திவிக்கிரகம் ... 79

நான்காம் தந்திரம் - லப்தஹானி ... 111

ஐந்தாம் தந்திரம் - அசம்பிரேக்ஷ்ய காரித்வம் ... 137

கதையின் கதை

கி.மு. 200ஆம் ஆண்டில் தென்னிந்தியாவில் மகிழாரூப்பியம் என்ற நகரத்தை அமரசக்தி என்ற அரசர் ஆண்டார். அவருக்கு பஹூசக்தி, உக்கிரசக்தி, அனந்த சக்தி என்ற பெயர்களில் மூன்று மகன்கள் இருந்தனர்.

அந்த மூவர்க்கும் உலக அறிவு என்பது சிறிதளவும் இல்லை. சுகபோகங் களில் நாட்டம் கொண்டிருந்த அவர்கள் கல்வியின் மீது கொஞ்சமும் நாட்டமில்லாமல் இருந்தார்கள். வருங்காலத்தில் நாட்டை ஆளவேண்டிய தமது மகன்கள் இப்படிப் பொறுப்பில்லாமல் திரிவதைக் கண்டு கவலை கொண்ட அரசர் அமரசக்தி அவர்களுக்கு அறிவொளியை ஊட்டுவதற்காக விஷ்ணு சர்மா என்ற பண்டிதரை நியமித்தார்.

கல்வி என்றாலே வேப்பங்காயாக வெறுக்கும் இளவரசர்களுக்கு ஆர்வ மூட்டும் வகையில் அவர்களுக்கு உலக அறிவையும், நீதி நெறியையும் புகட்டுவதற்காக விஷ்ணு சர்மா ஒரு புதிய வழியைக் கையாண்டார்.

அவர் ஆறு மாதங்கள் அம் மூவருக்கும் உலக அறிவினை வட மொழியில் ஊட்டினார். வெறும் வார்த்தைகளால் அல்ல, அழகிய கதைகளால். அதுவும் அரசியல் தந்திரங்களை மையப்படுத்திப் பறவை, விலங்குகளைக் கதைமாந்தர்களாக அமைத்து, சுவாரஸ்யம் குறையாமல் கதை சொன்னார்.

அவர் கூறிய கதைகளின் தொகுப்பே ‘பஞ்சதந்திரக் கதைகள்’.

மித்திரபேதம், சுகிர்தலாபம், சந்திவிக்கிரகம், அர்த்தநாசம் அல்லது லப்தஹானி, அசம்பிரேக்ஷ்ய காரித்வம் ஆகிய ஐந்தும் இணைந்ததே ‘பஞ்சதந்திரம்’ ஆகும்.

முதல் தந்திரம் - மித்திரபேதம் - நட்பைக் கெடுத்துப் பகையை உண்டாக்குதல்.

இரண்டாம் தந்திரம் - சுகிர்தலாபம் - தமக்கு இணையானவர்களுடன் பகையின்றி வாழ்தல்.

மூன்றாம் தந்திரம் - சந்திவிக்கிரகம் - பகையை உறவாடி வெல்லுதல்.

நான்காம் தந்திரம் - லப்தஹானி எனப்படும் அர்த்தநாசம் - கிடைப்பனவற்றையெல்லாம் அழித்தல்.

ஐந்தாம் தந்திரம் - அசம்பிரேக்ஷ்ய காரித்வம் - எவற்றையும் சிந்திக்காமல் செய்தல்.

மொத்தம் ஐந்து பெருங்கதைகள். அவை ஒவ்வொன்றுக்குள்ளும் உப கதைகள் சில. ஆக மொத்தம் 87 கதைகளைக் கூறினார். அக் கதைகளின் வழியே உலகையும் அரசாட்சியின் சூட்சுமங்களையும் இளவரசர்கள் மூவரும் அறிந்து கொண்டனர்.

இக் கதைகளை நாமும் தெரிந்துகொண்டால் தற்கால அரசியலை மட்டுமல்ல, எக்காலத்தின் அரசியலையும் நம்மால் புரிந்துகொள்ள முடியும். உலகத்தைப் பற்றிப் புரிந்துகொள்ளவும் இக்கதைகள் பேருதவி புரியும்.

பஞ்சதந்திரக் கதைகளைப் பலமொழிகளில் பலரும் எழுதியுள்ளனர். வெளிநாடுகளிலும் இந்தக் கதை பரவலாக உள்ளது. இவை எதிர்காலத்தில் பெரிய ஆளுமைகளாக உருவாகவுள்ள சிறார்களுக்கான கதைகள். பெரியவர்களும் இக் கதைகளைப் படித்து, தங்களின் நிலைப்பாடுகளைச் சீர்செய்து, சிறந்த ஆளுமைகளாக உருமாற முடியும்.

தாண்டவராய முதலியார் 'பஞ்சதந்திரம்' என்ற தலைப்பில் இக் கதைகளைத் தமிழில் எழுதினார். அது 115 பக்கங்களில் புத்தகமாக கி.பி.1963ஆம் ஆண்டு வெளிவந்தது. அவர் சைவ சமயப் பற்றுடையவர். அதனால், 'விஷ்ணு சர்மா' என்ற பெயரை 'சோம சன்மா' என்று பெயர் மாற்றம் செய்தார். 'அமர சக்தி' என்ற அரசனின் பெயரினை 'சுதரிசனன்' என்று மாற்றினார். இவரைப் பின்பற்றித் தமிழில் இக்கதைகளை எழுதியவர்கள் 'வர்த்தகர் வர்த்தமானன்' என்ற பெயரை 'மருதப்பச் செட்டியார்' என்று மாற்றினர். இன்னும் சிலர், கிராமியக் கதைகளையும் இக்கதைகளுடன் இணைத்து எழுதினர். நான் இந்தப் புத்தகத்தைப் பெரும்பாலும் மூலபாடத்தைத் தழுவியே எழுதியுள்ளேன். ஆதலால், இது நம்பகமான 'பஞ்சதந்திரக் கதை' புத்தகம்.

முனைவர் ப. சரவணன்

கதை வழிப் பாடம்

பண்டிதர் விஷ்ணு சர்மாவுக்கு இது சவாலான காரியம்தான்!

அவர் இதுவரை எத்தனையோ அறிவார்ந்த சிறுவர்களுக்கு உலகியல் அறிவினையும் கலை, இலக்கிய அறிவையும் அரசியல் நுணுக்கங் களையும் திறம்படக் கற்றுக்கொடுத்து அவர்களைச் சிறந்த மனிதர் களாக உருவாக்கியுள்ளார். அவர்களுள் யாரும் மன்னராகவில்லையே தவிர, பலர் அரசவையில் பணியாற்றியுள்ளனர். இன்னும் பலர் பெரும் அறிவாளிகளாக, சகலகலா விற்பன்னர்களாக பல நாடுகளையும் சுற்றி வந்து பெயரும் புகழும் பெற்றுத் திகழ்கிறார்கள். அவ்வளவுக்குப் பெருமை பெற்றவர் விஷ்ணு சர்மா.

அந்தப் பெருமைக்கெல்லாம் பெரும் சோதனையாக வந்திருக்கிறார்கள் மகிழாரூப்பியம் மன்னரின் புதல்வர்கள்.

மன்னர் அமரசக்தியிடம் வருங்காலத்தில் மன்னராகவுள்ள அவரது மூன்று அறிவற்ற சிறுவர்களுக்கு வாழ்வியலோடு கூடிய அரசியல் பாடம் கற்றுத் தந்து சிறந்த அறிவாளிகளாக உருவாக்குவதாக வாக்களித்து வந்திருக்கிறார் விஷ்ணு சர்மா.

அதைச் செயல்படுத்துவது எப்படி என்பதுதான் அவரது முதல் யோசனையாக இருந்தது.

கல்வி பயிலுவதில் மூவருக்கும் துளியும் ஆர்வமில்லை. அதைக் கசப்பு மருந்துபோல் பாவித்தார்கள். ஆனால் அந்தக் கசப்பு மருந்தை இவர் கண்டிப்பாக அவர்களுக்குப் புகட்டித்தான் தீரவேண்டும். எனில் கசப்பு மருந்தை எந்த இனிப்புடன் சேர்த்துத் தருவது?

பண்டிதர் ஆழ்ந்து சிந்தித்தார். சிறுவர்களுக்கு என்ன பிடிக்கும்? கதை கேட்கப் பிடிக்கும்! எனில் இளவரசர்கள் கற்றுக் கொள்ள வேண்டிய நீதிகளையும், வாழ்வியல் பாடங்களையும் இவர்களுக்குக் கதையாகவே போதித்தால் என்ன?

கதைகளில் மனிதர்கள் மட்டுமல்லாது விலங்குகளும் பறவைகளும் வந்தால், பேசினால், கருத்துக்களைக் கூறினால் சிறார்கள் மேலும் சுவாரஸ்யமாகக் கேட்பார்களே; விஷ்ணு சர்மாவுக்கு பொறி தட்டியது.

உலகியல், அரசியல் ஆகியவற்றில் உள்ள நுணுக்கங்களை விலங்கினங்கள், பறவையினங்கள் வழியாக மனிதர்களுக்குக் கூறுவது போல, மகா கற்பனைக் கதைகளை ஒரு வரிசையில் தொடர்புபடுத்திக் கூறினால் இளவரசர்கள் ஆர்வமாகக் கேட்பார்கள், தான் சொல்ல வரும் கருத்து அவர்கள் மனத்தில் ஆழமாகப் பதியும் என்று நினைத்தார்.

உலகியல், அரசியல் தொடர்புடைய நீதி, அநீதி சார்ந்த கருத்துகளை மனத்தில் தொகுத்துக்கொண்டார். தன் கற்பனைக் குதிரையைத் தட்டிவிட்டார். அவரின் ஆழ்மனத்திற்குள்ளிருந்து விலங்குகளும் பறவைகளும் பாய்ந்தும் பறந்தும் வந்து அவரின் நாவில் அமர்ந்து குதியாட்டம் போட்டன. பண்டிதர் தன் வெண்தாடியைத் தடவிக் கொண்டு, அந்த மூன்று இளவரசர்களையும் அழைத்தார். பாடத்தை, நல்ல கதைகளின் வழியாகச் சொல்லத் தொடங்கினார்.

முதல் தந்திரம் - மித்திரபேதம்

'யுவராஜர்களே! நமக்குத் தேவையெனில் ஒருவருடன் ஒருவரை நட்புக்கொள்ளச் செய்தலும், நமக்குப் பயன்படாத போது அவர்களின் நட்பினைப் பிரிப்பதும் எளிது. நட்பைக் கெடுத்துப் பகையை உண்டாக்குதல் ராஜதந்திரங்களுள் ஒன்று. பஞ்சதந்திரங்களில் முதல் தந்திரம் அதுதான்! அதாவது 'மித்திரபேதம்' - என்று கூறிய விஷ்ணுசர்மா அந்த மூன்று இளவரசர்களுக்கும் 'நட்பைக் கெடுத்துப் பகையை உண்டாக்குதல்' குறித்த ஒரு நெடுங்கதையினைக் கூறத் தொடங்கினார்.

நட்பைக் கெடுத்துப் பகையை உண்டாக்குதல்

அது ஒரு பெரும் நகரம். அங்கு அழகான குளங்களும் குன்றுகளும் இருந்தன. நிறைய கோயில்களும் மாடவீடுகளும் இருந்தன. அங்கே, ஏழைகளும் பணக்காரர்களும் சம அளவில் வாழ்ந்தனர். எங்கும் பசுமை நிறைந்து, செழிப்புடன் அந்த நகரம் விளங்கியது. அங்கு வாழ்ந்த வணிகர்கள் பலர். அவர்கள் செய்த தொழில்கள் மிகப்பல. அவற்றின் வழியாக அவர்கள் ஈட்டிய செல்வங்களை அளந்தறிய முடியாது.

அவர்களுள் ஒரு வணிகன் மட்டும் சற்று வித்தியாசமாகச் சிந்தித்தான். அவன் பெயர் வர்த்தமானன். அவனிடம் செல்வம் மிகுதியாக இருந்தது. அவன் செய்துவரும் தொழில் சிறப்பாக நடைபெற்றுவந்தது. இந்நிலையில், அவன் மனம் அலைபாயத் தொடங்கியது.

‘இப்போது வைத்திருக்கும் செல்வம் போதுமா? அல்லது இன்னும் வேண்டுமா? ‘போதும்’ என்று முடிவெடுத்துவிட்டால், இனி வணிகம் செய்யவேண்டாமா? ‘இன்னும் வேண்டும்’ என்றால், எப்படி வணிகத்தை விரிவாக்கிக்கொள்வது?’

‘வணிகம் செய்யவில்லை என்றால், இப்போது இருக்கும் செல்வம் அப்படியே குறையாமல் இருக்குமா? செலவு செய்யாமல் இருந்தால் குறையாதுதானே! செலவு செய்யாமல் எப்படி வாழ்வது? ‘இருக்கும் செல்வத்தைப் பிறருடன் பகிர்ந்து வாழ்வதும் இல்லாதவர்களுக்குக் கொடுத்து வாழ்வதும் சிறந்த புண்ணிய வாழ்வு. அத்தகைய வாழ்வினை வாழ்பவனே மேலுலகத்தில் குறையின்றி வாழ்வான்’ என்று சாஸ்திரங்கள் கூறுகின்றன. அப்படியானால், என்னிடம் இருக்கும் செல்வத்தை இல்லாதவர்களுக்குக் கொடுக்கவேண்டும் அல்லவா?’

‘அப்படிக் கொடுத்தால் செல்வம் குறையுமே! குளத்தில் இருக்கும் தண்ணீர் மழை பொழிந்தால்தானே கூடுதலாகும். குளம் நிறைந்து வழியும்! மழை பொழியவில்லையென்றால் குளத்தில் உள்ள நீர் சூரிய

ஒளியாலும் வறண்ட நிலத்தாலும் உறிஞ்சப்பட்டு குளமே வற்றி விடுமே! அதுபோலச் செல்வமும் கரைந்துவிடுமே!'

'செல்வம் இல்லாதவன் இந்த நகரத்தில், ஏன் இந்த உலகத்தில் வாழ்வது சாத்தியமா? பணம் இல்லாதவன் பிணம்தானே! செல்வம் இல்லையென்றால் நான் இறக்கவேண்டியதுதான். அதனால், நிறைய செல்வம் வேண்டும். அதற்கு வணிகத்தை விரிவாக்க வேண்டும்'

'வணிகத்தை விரிவாக்கிப் பெருஞ்செல்வம் சேர்த்தால் மட்டும் போதுமா? சேர்த்த செல்வத்தை எப்படிக் காப்பாற்றுவது? முறையாகச் செல்வத்தைக் காப்பாற்றத் தவறிவிட்டால், ஏதாவது ஒரு வழியில் மொத்தச் செல்வமும் அழிந்துவிடுமே! ஆகையால் எப்படியாவது செல்வத்தைக் காப்பாற்ற வேண்டும்.'

'எப்படி வணிகத்தை விரிவாக்குவது? இப்படியே இந்த நகரத்திலேயே வணிகம் செய்தால், குறிப்பிட்ட அளவில்தான் செல்வம் சேரும். இந்த நகரத்தை விட்டு அருகில் உள்ள காட்டைக் கடந்து வேறு சில நகரங்களுக்குச் சென்று வணிகம் செய்தால் அளவிற்கு அதிகமான செல்வம் வந்து சேரும்.'

'ஆம்! அதுதான் சரியான வழி. வேறு நகரத்திற்குச் சென்று, வணிகம் செய்து, செல்வம் சேர்த்து, அதனைக் கொண்டு செல்வச் செழிப்புடன் இருக்கலாம். ஏழைகளுக்குக் கொடுக்கலாம். அதனால், புண்ணியம் உண்டாகும். அந்தப் புண்ணியத்தை வைத்துக்கொண்டு மேலுலகிலும் நன்றாக வாழலாம். சரி, இன்றே புறப்படலாம்' என்று ஒரு வழியாக முடிவெடுத்தான் வணிகன் வர்த்தமானன்.

அன்று மாலையில், தன்னுடைய வணிகப் பொருள்களை ஓர் இரட்டை மாட்டு வண்டியில் ஏற்றினார் அந்த வணிகர். அந்த மாட்டு வண்டியில் பூட்டப்பட்ட ஒரு மாட்டின் பெயர் சஞ்சீவகன். மற்றொரு மாட்டின் பெயர் நந்தகன். இரண்டு வண்டிச் சரக்குகளை ஒரே வண்டியில் ஏற்றினால் எப்படி யிருக்கும்? அவை என்ன பஞ்சுப் பொதிகளா? தானிய மூட்டைகள் அல்லவா! பாரம் தாங்காமல் சஞ்சீவகனும் நந்தகனும் திண்டாடின.

புறப்படும்போது அந்த இரண்டு மாடுகளும் திடகாத்திரமாகத்தான் இருந்தன. அதனால்தான், அவற்றை நம்பி இத்தனைச் சுமையுடன் நெடுந்தொலைவு செல்வதற்கு வர்த்தமானன் துணிந்தார். அன்று மாலை வரை எல்லாம் சுமுகமாகத்தான் போனது. மாலை மங்கி இருளத் தொடங்கும்போதுதான் அந்த விபத்து நேர்ந்தது.

வண்டி நகரைக் கடந்து, வெகுதூரம் வந்து, காட்டுவழியில், இருட்டில், தட்டுத்தடுமாறிச் சென்றது. அப்போது ஒரு கல் தடுக்கவே சஞ்சீவகன் தடுமாறிவிட்டது. வண்டியின் பாரம் அதன் கணுக்காலை உடைத்தது.

வலியின் காரணமாக அது நொண்டி நொண்டி நடக்கத் தொடங்கி மேலும் வண்டியை இழுக்க முடியாமல் அப்படியே படுத்து விட்டது.

வணிகன் வர்த்தமானனுக்கு வருத்தம் உண்டாகியது. ‘முதன்முதலாக தன் நகரம் விட்டு, வேறு ஒரு நகரம் நோக்கி வாணிகம் செய்யலாம் என்று நினைத்தால், இப்படி ஒரு தடை வந்துவிட்டதே!’ என்று மனங்கலங்கினான்.

காட்டுவழியில் ஓர் அடிமையைத் தேடிப் பிடித்தார். அவனிடம் பணம் கொடுத்து, வேறொரு வண்டி மாட்டினை வரவழைத்தார். அதனை சஞ்சீவகனுக்குப் பதிலாகத் தன் வண்டியில் பூட்டினார். சஞ்சீவ கனுக்குத் துணையாக அந்த அடிமையை நிறுத்திவிட்டு, அவனிடம் சிறிதளவு பணத்தையும் கொடுத்துவிட்டுச் சென்றார்.

இரண்டு நாட்கள் கழித்து அந்த அடிமை வர்த்தமானனைச் சந்தித்து, ‘உங்கள் மாடு கால் உடைந்ததால் ஏற்பட்ட காயத்தாலும் வலியாலும் துடித்துத் துடித்து இறந்துவிட்டது’ என்று ஒரு பொய்யினை உண்மையைப் போலச் சொன்னான்.

உண்மையில், வர்த்தமானனிடம் பணம் பெற்றுக்கொண்ட அந்த அடிமை சஞ்சீவகனுக்குத் துணையாக அந்தக் காட்டில் இருக்காமல், காட்டிற்குள் சஞ்சீவனை அப்படியே விட்டு விட்டு வந்துவிட்டான்.. இரண்டு நாள் கழித்து, வர்த்தமானனைச் சந்தித்துப் பொய் கூறினான்.

‘காட்டிற்குள் நொண்டித் திரிந்த சஞ்சீவகன் உயிர் பிழைத்ததா?’ என்று பண்டிதரிடம் மூத்த இளவரசர் பஹுசக்தி கேட்டார். ‘சஞ்சீவகன் பிழைத்துக்கொண்டது!’ என்று கூறிய பண்டிதரிடம், குட்டி இளவரசர் அனந்த சக்தி, ‘எப்படி?’ என்று கேட்டார். காட்டில் வாழும் சஞ்சீவகன் பற்றி அவர்களுக்கு விரிவாகக் கூறத் தொடங்கினார் பண்டிதர் விஷ்ணு சர்மா.

1. சஞ்சீவகனின் வனவாசம்

காட்டில் தனித்துத் திரிந்த சஞ்சீவகனுக்கு உடைந்த கணுக்கால் குறையைத் தவிர, வேறு எந்தக் குறையும் இல்லை. வலியும் பெருமளவு குறைந்து விட்டதால் மெல்ல காட்டைச் சுற்றி வந்தது. அந்தக் காடானது மிக வளமான பிரதேசமாக இருந்தது. பசும் இலையும் கொழுந்தும் நுனிப்புல்லும் பச்சிலைகளும் ஏராளமாக மண்டிக் கிடக்க, தினம் தினம் வயிறு நிறைய உண்ட சஞ்சீவகன் சீக்கிரத்திலேயே மூன்று சுற்றுகள்

பெருத்துவிட்டது. ஒரு வண்டி மாடு, காட்டு மாடாக திடகாத்திரமாக மாறிவிட்டது. அதன் நடையும் குரலும்கூட மாறிப்போனது. சஞ்சீவகன் காலும் காலப்போக்கில் குணமானது.

காட்டில் பல இடங்களிலும் அலைந்த அந்த சஞ்சீவகன், ஒருநாள், புதிய நீர்நிலைகளைத் தேடிச் சென்றது. யமுனையின் கிளை நதிகள் அந்தக் காட்டிலும் ஓடின. அந்த இடம் வரை சென்ற சஞ்சீவகன், ஒரு புதிய நீர்நிலையைக் கண்டவுடன் மகிழ்ச்சியில் மிகச் சப்தமாகக் குரலெழுப்பி எக்காளமிட்டது. அந்த ஓலத்தால் காடே அதிர்ந்தது. மரங்களில் அமர்ந்திருந்த பறவைகள் திகைத்துத் தம் சிறகுகளைப் படபடத்து விரைந்து பறந்தன.

காட்டின் எல்லாத் திசைகளிலும் பட்டு எதிரொலித்த சஞ்சீவகனின் எக்காளக் குரலினைக் கேட்டு அந்தக் காட்டின் ராஜாவான சிங்கம் திடுக்கிட்டது. அதுவும் அப்போது நீர் அருந்துவதற்காக நதிக்கரைக்குத் தான் வந்து கொண்டிருந்தது. சிங்கத்திற்கு அந்தக் குரல் புதியதாக, அச்சம் தருவதாக இருந்தது. 'இது ஏதோ புதுவிதமான விலங்குபோலத் தெரிகிறதே! அச்சம் தரும் குரலுடைய அந்த விலங்கும், பயத்தைத் தரும் வகையில் கொடூரமான தோற்றத்தில்தானே இருக்கும்' என்று நினைத்துப் பயந்தது. அந்தக் குரல் ஒரு சாதாரண வண்டிமாடான சஞ்சீவகனின் குரல்தான் என்பதனை அறியாத அந்தச் சிங்கம், எதற்கு வம்பு என்று பயந்துகொண்டு, நீர் அருந்தாமல் திரும்பியது.

இது அனைத்தையும் காட்டில் திரிந்து கொண்டிருந்த இரண்டு நரிகள் கவனித்துக் கொண்டிருந்தன. இரண்டும் சிங்க ராஜாவின் முதன்மை மந்திரியான நரியின் புதல்வர்கள். நரிகளுள் ஒன்றின் பெயர் கரடகன், மற்றொன்றின் பெயர் தமனகன்.

சந்தோஷத்தில் எக்காளமிட்ட குரல் வண்டிமாடான சஞ்சீவகனின் குரல்தான் என்பதனையும், அதுமட்டுமல்லாமல், சிங்கராஜா நீர் அருந்தாமல் திரும்பியதன் காரணத்தையும் கூட இரண்டு நரிகளுள் ஒன்றான தமனகன் நரி உணர்ந்து கொண்டது.

தமனகனுக்கு ரொம்ப நாளாகவே 'எப்படியாவது சிங்கராஜாவுடன் நெருங்கிய பழக்கத்தினை ஏற்படுத்திக்கொள்ளவேண்டும்' என்று விருப்பம் உண்டு. ஆனால், மற்றொரு நரியான கரடகனுக்கு அதில் துளியும் விருப்பம் இல்லை.

நடந்தவற்றையெல்லாம் பார்த்துக் கொண்டிருந்த தமனகன், கரடகனைப் பார்த்து, 'நம்முடைய ராஜா, தண்ணீர் அருந்த ஆற்றிற்கு வந்தும் தண்ணீர் அருந்தாமல் ஏன் திரும்பிச் செல்கிறார் என்று உனக்குப் புரிந்ததா'? என்று கேட்டது.

கரடகன், 'ராஜா தண்ணீர் அருந்தினால் என்ன, அருந்தாவிட்டால் நமக்கு என்ன?' என்று வினாக்களையே பதிலாகக் கூறியது.

தமனகன், 'ராஜா தண்ணீர் அருந்தாததற்கான காரணம் ராஜாவுக்கும் எனக்கும் மட்டுமே தெரிந்த ரகசியமாக இப்போது உள்ளது. அந்த ரகசியத்தை வைத்து நாம் ஏதாவது செய்யலாம்?' என்று கரடகனிடம் கூறியது.

கரடகன், 'அந்த ரகசியத்தால் நமக்கு என்ன பயன் கிடைத்துவிடும்? அதனால், நமக்கு உண்ண உணவு கிடைக்குமா?' என்று தமனகனிடம் கேட்டது.

தமனகன், 'ராஜாவிடம் நெருங்கிப் பழகுவதற்கு வாய்ப்புக் கிடைக்கும்' என்றது.

கரடகன் காட்டு வழியில் நிதானமாக நடந்தபடி, தமனகனுக்குப் புத்தி கூறும் விதமாக, 'நான் ஒன்றைச் சொல்கிறேன் கேள்! தனக்குச் சம்பந்த மில்லாத காரியங்களில் தலையிட்டு தகாத செயல்களைச் செய்கிறவன் ஆப்பைப் பிடுங்கிய குரங்கு பட்டபாடு படுவான்' என்று கூறியது.

தமனகனுக்குப் புரியவில்லை. 'அது என்ன, ஆப்பைப் பிடுங்கிய குரங்கு பட்டபாடு?' என்று கேட்டது.

கரடகன் ஆப்பைப் பிடுங்கிய குரங்கின் கதையினை தமனகனுக்குச் சொல்லத் தொடங்கியது.

2. ஆப்பசைத்த குரங்கு

மகத நாட்டில் ஒரு மிகப்பெரிய நந்தவனம் இருந்தது. அந்த நந்தவனத்தில் இல்லாத பூக்களே இல்லையெனலாம். நிறைய மரங்களும் செடிகளும் கொடிகளும் நிறைந்திருந்த அந்த நந்தவனத்தில் ஒரு பழைய கோயில் ஒன்றும் இருந்தது.

அந்த நாட்டில் வாழும் சுதத்தனன் என்பவர் அந்த நந்தவனத்தில் இருந்த அந்தப் பழைய கோயிலைச் சீர்செய்யும் திருப்பணியினை மேற் கொண்டார்.

அதற்காக கோயிலில் உள்ள பழைய மரச் சட்டங்களை நீக்கிவிட்டுப் புதிய மரச் சட்டங்களை அமைப்பதற்காக பெரிய பெரிய மரத்துண்டு களைக் கொண்டுவந்து அந்த நந்தவனத்தில் இறக்கினார். அந்த மரத் துண்டுகளிலிருந்து மரச் சட்டங்கள் செய்வதற்காக மரம் அறுப்போர் இருவரை நியமித்தார்.

அவர்கள் ஒரு பெரிய ரம்ப வாளுடன் நந்தவனத்துக்கு வந்து, அந்த ரம்பத்தை ஆளுக்கு ஒரு பக்கமாகப் பிடித்துக் கொண்டு மரத் துண்டு களை அறுத்துச் சிறிய சிறிய துண்டங்களாக வெட்டிக் கொண்டிருந்தனர்.

இவர்கள் செய்யும் இந்த வேலையினை அருகிலிருந்த மரத்தின் மீது அமர்ந்திருந்த ஒரு குரங்கு வேடிக்கை பார்த்துக்கொண்டிருந்தது. மனிதர்கள் இருப்பதால் பயந்த அந்தக் குரங்கு மரத்திலேயே இருந்தபடி அவர்களின் செயல்களைக் கவனித்துக்கொண்டிருந்தது.

உச்சிவெயில். ஒரு பெரும் மரத்துண்டத்தை நீளவாக்கில் இரு துண்டு களாக அறுத்துக்கொண்டிருந்த மரம் அறுப்பவர்கள் உணவு உண்பதற் காகப் புறப்பட்டார்கள். அப்போது, அதுவரை தாங்கள் அறுத்துக் கொண்டிருந்த மரத்துண்டத்தினை அப்படியே விட்டுவிட்டால், பாதி வெட்டிய நிலையில் உள்ள மரத்துண்டம் மீண்டும் இணைந்து கொள்ளும் என்பதனால் பிளவில் ஆப்பு (முளை) ஒன்றினை அடித்து இறக்கிவிட்டுச் சென்றனர்.

மரத்திலிருந்து அதனைக் கவனித்த குரங்குக்கு அது ஒரு வேடிக்கையாக இருந்தது. அவர்கள் அந்தப் பகுதியைவிட்டுச் சற்றுத் தொலைவிற்குச் சென்றதால், பயம் தெளிந்த அந்தக் குரங்கு மரத்திலிருந்து இறங்கி வந்தது. மரம் வெட்டிகள் மரத்தின் பிளவில் அடித்துச்சென்ற ஆப்பினைத் தொட்டுப் பார்த்தது. அது வலுவாக இறக்கப்பட்டிருந்தது. பொழுது போக்கிற்காக, அந்தக் குரங்கு அந்த மரத்துண்டத்தின் மீது ஏறி அமர்ந்து, தன் இரண்டு கைகளாலும் அந்த ஆப்பினைப் பிடித்து ஆட்டியது. குரங்கின் அசைவுக்கு ஏற்ப அசைந்த அதன் வால், மிகச் சரியாக அந்த மரத்துண்டத்தின் பிளவில் வந்து விழுந்தது. அதனைக் குரங்கு கவனிக்க வில்லை. அது அடிக்கப்பட்ட ஆப்பினை அசைத்துப் பிடுங்குவதி லேயே குறியாக இருந்தது. குரங்கின் பிடி வலுப்பட்டதால் ஆப்பு மெல்ல மெல்ல விலகியது. ஒரு கட்டத்தில் ஆப்பு மரத்திலிருந்து விலகி, குரங்கின் கைக்கு வந்தது. ஆனால் குரங்கின் வால் மரத்தின் பிளவில் சிக்கிக்கொண்டு நசுங்கியது. குரங்கு வலியால் துடிதுடித்து மயங்கி இறந்து போனது.

'தமனகா! அதனால்தான் சொல்கிறேன். நமக்குத் தேவையில்லாத செயலை ஒருபோதும் செய்யக் கூடாது. அப்படிச் செய்தால் ஆப்பினை அசைத்த அந்தக் குரங்கின் நிலைதான் நமக்கு ஏற்படும்' என்று கரடகன் சொல்லி நிறுத்தியது.

தமனகன், 'வேறு நமக்குத் தகுந்த செயல் எது என்று நினைக்கிறாய்?' என்று கரடகனிடம் கேட்டது.

'நமக்குத் தகுந்த ஒரே செயல் இந்தக் காட்டில் யாராவது எதையாவது கொன்று தின்றுவிட்டு மீதம் வைத்திருப்பதனைத் தின்பதுதான். வா! நாம் அதனைச் செய்வோம்' என்றது கரடகன்.

'ஒரு வேலையும் செய்யாமல் வெறும் உணவினை மட்டும் தேடிக் கொண்டிருப்பது சரிதானா?' என்றது தமனகன். இதற்கு கரடகனால் பதில்கூற முடியவில்லை.

மேலும் தமனகன், 'ஒருவர் நண்பர்களுக்கு நன்மையும் பகைவர் களுக்குத் தீமையும் செய்யவேண்டும். அதற்கு இராஜசேவைதான் தகுந்தது. நம் இனம் ராஜாவுக்கு மந்திரியாக இருப்பதால், நாம் இந்தக் காட்டில் வாழும் விலங்குகளுக்கு நன்மை செய்வதும் இராஜசேவை தான். அதனைச் செய்யாமல் உயிர் பிழைத்திருப்பதால் ஏற்படும் நன்மை என்ன?' என்று கரடகனிடம் கேட்டது.

தமனகன் இன்னும் சில உதாரணங்களைக் கூறி, கரடகனுக்குப் புரியவைக்க முயன்றது. 'கரடகா! காக்கை பிறர் எச்சில் உணவைத் தேடி உண்டு பல ஆண்டுகள் உயிருடன் இருக்கிறது. நாய் ஓர் எலும் புத்துண்டைக் கவ்விக் கடித்துச் சுவைத்து மகிழ்கிறது. அது தன் முதலாளியின் கையில் இருக்கும் ஒரு கவள எச்சில் சோற்றைப் பெறுவதற்காக அவரின் காலில் விழுந்து, பணிந்து வாலைக் குழைத்துக் கிடக்கிறது. அதற்கு ஒரு வேளை உணவு கிடைப்பதே அரிது. ஆனால், யானையோ பாகனிடமிருந்து கர்வத்துடன் உணவினைக் கவளம் கவளமாகப் பெற்று, மிக அதிகமாக உண்கிறது. பசியாக இருக்கின்ற ஒரு சிங்கம் தன் அருகில் ஒரு நரியிருந்தாலும் அதனை எளிய விலங்கு என்று கருதி, அதனை அடித்து உண்பது தன் தரத்திற்கு இழுக்கு என்று நினைத்து அதனை விட்டுவிட்டு, ஒரு பெரிய யானையைத் தான் அடித்து உண்ணும். ஆதலால், இந்த உலகத்தில் யார் புகழுடன் வாழ்கிறார்களோ அவர்களே புண்ணியவான்கள்' என்று கூறியது.

இந்த உதாரணங்களைக் கேட்ட பின்னரும் கரடகன், தமனகனின் கருத்தினை ஏற்றுக்கொள்வதாக இல்லை. ஆதலால், தமனகன் தொடர்ந்து பேசியது.

'கரடகா! நிலத்தில் உள்ள சிறிய பள்ளத்தினை மழையின் சில துளிகள் நிறைத்துவிடும். எலியின் பசியானது சிறிய அளவில் தானியத்தை உண்டவுடன் நீங்கிவிடும். முட்டாளாக இருப்பவன் எப்போதும் சிறியவற்றிலேயே கவனமுடன் இருப்பான். அவன் பெரியவற்றைச் சிந்திக்கக்கூட மாட்டான். எனவே நாம் நமது ராஜாவின் சிநேகத்தைப் பெற்று அவருக்குச் சேவை செய்து வாழ்வதே சிறந்த வாழ்வு' என்று தன் கருத்தினை உறுதியாகக் கூறியது.

கரடகன், 'தமனகா! நாம் இப்போது ராஜாவிடம் பணிபுரியவில்லை. நமக்குத் தேவை சிறிய அளவு உணவு. நீ நினைப்பது, முடவன் கொம்புத்தேனுக்கு ஆசைப்படுவதைப் போன்றது. ராஜாவுக்கு உதவி செய்யும் அளவிற்கு நாம் உயர்ந்தவர்கள் அல்லர்' என்று சற்று கோபத்துடன் தமனகனிடம் கூறியது.

ஆனாலும் தமனகன் விட்டுவிடவில்லை. 'யாரும் இயல்பாகவே உயர்ந்தவர்கள் ஆகிவிடமுடியாது. தன் முயற்சியாலும் குணத்தினாலும் தான் உயர்ந்தவர்களாகின்றனர். எப்போதும் பெரிய செயல்களையே செய்ய நினைக்கவேண்டும். அந்தச் செயல் தோல்வியில் முடிந்தாலும் அதனால் பெருமையே வரும். சிறிய செயலை வெற்றியுடன் செய்து முடித்தாலும் அதனால் எந்தப் பெருமையும் கிடைக்காது. புத்தியுடைய வர்கள் பெரிய செயலையே செய்வர். முட்டாள்கள் சிறிய செயல் களைத்தவிர பிறவற்றைச் செய்யமாட்டார்கள். மலையுச்சியிலிருந்து ஒரு கல்லினைத் தள்ளிவிடுவது எளிது. ஆனால், ஒரு கல்லினை மலையுச்சிக்கு உருட்டிச் செல்வது கடினம். ஏரியின் நீரினை வெளியேற்றுவது எளிது. அந்த நீரினைத் தடுத்து நிறுத்துவது கடினம். பெருமையும் சிறுமையும் ஒருவர் செய்யும் செயலைப் பொருத்துத்தான் உள்ளது' என்று கரடகனிடம் கூறியது.

கரடகன் ஒருவழியாக தமனகனின் கருத்துக்களை ஏற்றுக்கொண்டு, 'சரி, இப்போது நீ சிங்கராஜாவிடம் சென்று எதைப் பற்றிப் பேசப் போகிறாய்?' என்று கேட்டது.

'ஒரு சாதாரண மாட்டின் சப்தத்தைக் கண்டு பயந்து நமது சிங்க ராஜா தண்ணீர் அருந்தாமல் சென்றுவிட்டாரே அதைப் பற்றித்தான் அவரிடம் பேசப்போகிறேன். அதனை விளக்கிக் கூறி அவரின் பயத்தைத் தெளிவித்து, அவருடன் நெருங்கிப் பழகப்போகிறேன்' என்று தமனகன் கூறியது.

'தமனகா! அரசன், நெருப்பு, பாம்பு இந்த மூன்றும் அதிகம் நெருங்கக் கூடாதவை என்பார்கள். அப்படியிருக்க, நீ எப்படி நமது ராஜாவுடன் நட்புகொள்வாய்? தவிர எத்தகையவராக இருந்தாலும் ராஜாக் களிடத்தில் மிகவும் நெருங்கினால் அவமானம்தான் மிஞ்சும்' என்று கூறி கரடகன், தமனகனை எச்சரித்தது.

தமனகன் பிடிவாதமாக இருந்தது. 'கரடகா! எப்போதுமே ராஜாவின் பக்கத்தில் இருப்பது நல்லது. யார் தன்னுடன் நெருக்கமாக இருக்கிறார் களோ அவர்களிடம்தான் ராஜா வேலைகளைச் சொல்லுவார். அருகில் இருக்கும் மரத்தில்தான் கொடி படரும். ராஜாவும் சரி, பெண்களும் சரி தம்மிடத்தில் யார் தன்மையாகப் பேசுகிறார்களோ அவர்களிடத்தில் மனத்தைப் பறிகொடுத்துவிடுவார்கள்' என்று தமனகன் கூறியது.

‘சரி, தமனகா! ராஜாவிடம் சென்று எப்படிப் பேசுவாய்?’ என்று கேட்டது கரடகன்.

அதற்குப் பதிலாக, ‘நல்ல மழை பொழிந்திருக்கும்போது எப்படி விதையிலிருந்து முளை புறப்படுகிறதோ அது போல, ராஜாவின் கேள்விகளுக்கு ஏற்ப என் வாயிலிருந்து பதில்கள் புறப்பட்டுவரும். இருந்தாலும் காலமறிந்து பேசினால் அவமானம் வராது என்பது எனக்குத் தெரியும். ராஜாக்கள் தங்களின் காரியங்கள் யாரால் ஆகிறதோ, அவர்கள் குற்றம் செய்தாலும் அவர்களின் குற்றத்தைப் பெரிதுபடுத்த மாட்டார்கள் என்பதும் எனக்குத் தெரியும்.’ என்றது தமனகன்.

இருந்தாலும், கரடகனுக்கு ராஜாக்களின் மீது முழு நம்பிக்கை ஏற்படவில்லை. அதனால், அது மீண்டும் புலம்பியது. ‘ராஜாக்கள் மலையைப் போல. அவர்களை அனுசரித்து நடப்பது கடினம்’ என்றது கரடகன்.

‘ராஜாக்கள் மலைபோலக் கடினமானவர்கள்தான். ஆனாலும், அவர்களின் சுபாவம் அறிந்து பேசி, நம் கைக்குள் அவர்களை வைத்துக்கொள்ள வேண்டும்’ என்று கூறிவிட்டு, தமனகன் தனியாகச் சிங்கராஜாவைப் பார்க்கச் சென்றது.

தமனகன், சிங்கராஜாவின் குகை வாயிலில் வந்து நின்றது. குகையினுள்ளே சிங்கராஜா தாகத்துடன் அமர்ந்திருந்தது. அது மிக ஏளனமாக தமனகன் நரியைப் பார்த்து, ‘யார் அது?’ என்று கேட்டது.

தமனகன், ‘தங்களுக்கு அடியேனின் பணிவான வணக்கம். நான் முதன்மை மந்திரியின் மகன் தமனகன்?’ என்றது.

ராஜா அலட்சியமாக, ‘என்ன விஷயம்?’ என்று கேட்டது. உடனே, குட்டி நரி தமனகன் தன்னுடைய தந்திரமான பேச்சினைத் தொடங்கியது.

‘ராஜாவிடம் பேச பெரிய விஷயம் ஏதும் இல்லாமல் நான் வருவேனோ! ராஜாவுக்கு யாரும் உதவிசெய்ய முடியுமா என்ன? யாராலும் எந்தப் பயனும் ராஜாவுக்கு இல்லை. இருந்தாலும் சின்னத் துரும்பும் கூடப் பல் குத்த உதவுமே என்பது, ராஜாவுக்குத் தெரியாதா என்ன? நல்லவர்களை ராஜா புறக்கணித்தாலும் அந்த நல்லவர்களின் பண்பு மாறிவிடுமா என்ன? நெருப்பினைத் தலைகீழாகப் பிடித்தாலும் அதன் பிழம்பு கீழாகுமா என்ன? ராஜாக்கள் எப்போதுமே நன்கு சோதித்து அறிந்து, நல்லவர்களைத் தங்களின் நல்ல காரியங்களுக்குப் பயன்படுத்திக் கொள்வார்கள் என்பது எனக்கு நன்றாகத் தெரியும். ஆதலால், தாங்கள் என்னைக் குட்டி நரி என ஏளனமாகக் கருதவேண்டாம். விஷ்ணு எடுத்திருந்த வராக அவதாரத்தை உலக மக்கள் பூசிக்கவில்லையா? ஆதலால், வடிவத்தைப் பார்க்காமல் குணத்தைத்தானே பார்க்க வேண்டும்! மலைபோன்ற பெரிய தேர் நிலைபெறுவதற்கும்

உருள்வதற்கும் மிகச் சிறிய அச்சாணிதானே காரணம்! நான், கருவியும் காலமும் அறிந்து காரியம் முடிப்பதில் வல்லவன். என் வல்லமை அனைத்தும் தங்களின் உதவியால்தான் வெளிப்படவேண்டும். வாள் முதலிய ஆயுதங்களும் வீணை முதலிய வாத்தியங்களும் பூமியும் சாஸ்திரங்களும் இவை போன்றனவும் யார் கையாள்கிறார்களோ அவர்களால்தான் சிறப்பு பெறும். அவை மட்டுமா, பெண்களும் நல்லவர்களும்கூட அப்படித்தானே! அருகில் உள்ளவர்களை அரவணைக்காத ராஜாவுக்கு எப்படிப் புகழ் உண்டாகும்?' என்று தமனகன் தந்திரமாகப் பேசியது.

தமனகனின் பேச்சில் மயங்கிய சிங்கராஜா, 'நீ இங்கு வந்ததற்கான காரணத்தைக் கூறு?' என்று இதமாகக் கேட்டது.

தமனகன், 'ராஜா! தாங்கள் ஆற்றுக்குச் சென்று, தண்ணீர் அருந்தாமல் திரும்பியதன் காரணத்தை நான் அறிந்துகொள்ளலாமா?' என்று கேட்டது.

'இத்தனை நாள் நான் இந்தக் காட்டில் மிகவும் இன்பமாக இருந்தேன். என் சுகத்தைக் கெடுக்கும் வகையில் இன்று ஒரு சம்பவம் நடந்தது. நான் இந்தக் காட்டில் இதுவரை கேட்டிராத மேக முழக்கம் போன்றதொரு ஒலியினை இன்று கேட்டேன். அத்தகைய அச்சம் தரும் ஒலியினை எழுப்பும் விலங்கும் மிகுந்த அச்சம் தரத்தக்கதாகத்தானே இருக்கும் என்பது என் எண்ணம். அதனால்தான் நான் நிலைகுலைந்து, ஆற்றில் நீர் அருந்தாமல் குகைக்குத் திரும்பிவிட்டேன். நான் தற்போது அந்த விலங்கு பற்றிய பயத்தில் இருக்கிறேன். தடுக்கி விழுந்த வனுக்குக் கிடைத்த ஊன்றுகோல்போல இப்போது நீ என்னிடம் வந்துள்ளாய். என் குழப்பத்தினை உன்னால் தெளிவுபடுத்த முடியுமா? என்று சிங்கராஜா தமனகனிடம் தன்மையாகக் கேட்டது.

தமனகன் சற்று சிந்திப்பது போலக் காட்டிக்கொண்டு, 'ராஜா! அச்சம் தரும் ஒலியைக் கேட்டதாலேயே நாம் பயந்துவிடக்கூடாது. முன்பு ஒருவன் ஓர் ஒலியைக் கேட்டுப் பயந்தானாம். பின்னர் அவன் அந்த ஒலி வந்த இடத்திற்குச் சென்று பார்த்தானாம். அங்கே ஒரு தோலும் கோலும் இருப்பதனைக் கண்டு தன் பயத்தினை நீக்கிக்கொண்டானாம்' என்று கூறியது.

உடனே, சிங்கராஜா ஆர்வத்துடன், 'அது என்ன தோலும் கோலும்? அந்தக் கதையை எனக்குச் சொல்' என்று கேட்டது.

தமனகன், முரசொலியால் பயந்த நரியின் கதையினைச் சிங்க ராஜாவுக்குச் சொல்லத் தொடங்கியது.

3. முரசொலியால் பயந்த நரி

முன்னொரு காலத்தில் நரி ஒன்று காட்டில் உணவு கிடைக்காததால் அங்கும் இங்குமாக அலைந்து, திரிந்து பின்னர் சமவெளிப் பகுதிக்கு வந்தது. அங்கும் அதற்கு உணவு கிடைக்கவில்லை. மனச்சோர்வுடன் பசி மயக்கத்தில் தட்டுத் தடுமாறி மற்றோர் இடத்துக்கு வந்தது. அதுவொரு போர்க்களம் பூமி. அந்த இடத்திலும் போர் நிகழ்ந்து வெகு நாட்கள் ஆகிவிட்டிருந்ததால் நரிக்கு அங்கும் எந்த உணவும் கிடைக்கவில்லை.

களைப்பின் மிகுதியால் நரி அங்கேயே ஓர் ஓரமாகப் படுத்து உறங்கத் தொடங்கி விட்டது. அப்போது நரியின் செவிகளில் திடீரென்று ஒரு பேரொலி கேட்டது. அந்தச் சப்தம் மிகப் பயங்கரமாக இருந்தது. அதைக் கேட்டு நரி பதறிப் போய், 'ஐயோ நான் செத்தேன்!' என்று அலறி அங்கும் இங்கும் ஓடியது. பிறகு சற்று நிதானித்துக் கொண்டு சப்தம் எங்கிருந்து வருகிறது என்று சுற்று முற்றும் பார்த்தது. சப்தம் வந்த திசையை நோக்கிச் சற்று அச்சப்பட்டவாறே மெல்ல மெல்ல நடந்து சென்றது.

அங்கு சற்றுத் தொலைவில் ஒரு மரம் இருந்தது. நரி அந்த மரத்தினை நெருங்கிப் பார்த்தது. அந்த மரத்தின் கீழ் ஒரு பெரிய போர் முரசு இருந்தது. எப்போதோ போர் நடந்த அந்த இடத்தில் தோற்றுப் போன படைவீரர்கள் அவர்களின் போர் முரசுகளில் ஒன்றினை அங்கேயே விட்டுச்சென்றிருந்தனர்.

'சரி, யாரும் இல்லாதபோது, இந்த முரசு எப்படி ஒலித்தது?' என்று புரியாமல் நரி குழம்பியது. முரசுக்குப் பக்கத்தில் அந்தக் கோலைப் பார்த்தது. அந்தக் கோல் பட்டுப்போன ஒரு மரக்கிளையின் பகுதி.

'ஓஹோ! மரத்திலிருந்து பட்டுப்போன ஒரு கிளை ஒடிந்து கீழேயிருந்த போர்முரசின் மீது பட்டு, அதனை ஒலிக்கச் செய்துள்ளது' என்று நரி ஊகித்துப் புரிந்துகொண்டது. சே! இதற்கா பயந்து போனோம் என்று நினைத்துக் கொண்டு சந்தோஷத்துடன் அங்கிருந்து விலகிப் போனது.

என்று தோலும் கோலும் கதை சொல்லி முடித்த குட்டி நரி தமனகன், 'ராஜா! எப்போதும் ஓர் ஒலியை மட்டும் கேட்டுவிட்டு நாமே பலவாறு கற்பனை செய்துகொண்டு பயப்படுவது சரியல்ல. எனது முன்னோரான நரியைப் போலத் தாங்களும் ஒலி வந்த திசைக்குச் சென்று, ஒலியை எழுப்பியது எது? என்பதனை ஆராய்ந்திருக்கவேண்டும்' என்றது.

'ஆம்! நான் அவ்வாறு செய்யவில்லை' என்றார் சிங்கராஜா.

‘ராஜாவே! தாங்கள் அனுமதியளித்தால் நான் சென்று தாங்கள் கேட்ட ஒலியை எழுப்பியது எது என்பதனை ஆராய்ந்து வருவேன்’ என்று நயமாகக் கேட்டது தமனகன்.

‘நல்லது. அந்த ஒலியை எழுப்பியது யார் என்று நீயே அறிந்து வா’ என்று ராஜா, தமனகனிடம் பொறுப்பினை ஒப்படைத்தது.

ராஜா தமக்கு ஒரு வேலையைத் தந்துவிட்டார் என்று மகிழ்ந்த தமனகன், ராஜாவிடமிருந்து விடைபெற்றுக்கொண்டு அந்த ஆற்றங் கரையை நோக்கிச் சென்றது.

ஆற்றங்கரைக்கு அருகில் புல்மேய்ந்துகொண்டிருந்த வண்டி மாடான சஞ்சீவகனைக் கண்ட தமனகன், தன்னை அறிமுகம் செய்துகொண்டு, அதன் பெயரைத் தெரிந்துகொண்டது.

பின்னர், ‘நீ எவ்வளவு பெரிய தவறுசெய்துவிட்டாய், தெரியுமா?!’ என்று அதட்டலான குரலில் கேட்டது.

திடுக்கிட்ட சஞ்சீவகன், ‘நானா? என்ன தவறு செய்தேன்? எப்போது செய்தேன்?’ என்று கேட்டது.

‘எதற்காக ஆற்றங்கரையில் அப்படியொரு சத்தத்துடன் மிகப்பெரிய ஓலமிட்டாய்?’ என்று தமனகன் விளக்கமாகக் கேட்டது.

‘ஓ! அதுவா, இந்தக் காட்டில் கரைபுரண்டு ஓடும் ஆற்றைப் பார்த்ததும் அதனால் ஏற்பட்ட மகிழ்ச்சியில் சற்று அதிகமாகத்தான் கத்தி விட்டேன். அதனால் என்ன?’ என்று திருப்பிக்கேட்டது சஞ்சீவகன்.

‘அதனால் என்னவா? நீ போட்ட ஓலம் நம் காட்டு ராஜாவுக்குக்கூட கேட்டுவிட்டது’ என்று கூறிய தமனகன், சஞ்சீவகனின் முகத்தில் பயம் தெரிகிறதா என்று பார்த்தது.

‘ஐயோ! ராஜாவுக்குக் கேட்டுவிட்டதா?!’ என்று சற்று அரண்டுபோனது சஞ்சீவகன். சஞ்சீவகன் பயந்துவிட்டதை அறிந்துகொண்ட தமனகன் தன்னுடைய தந்திரப்பேச்சைத் தொடங்கியது.

‘ஆமாம்! நீ போட்ட ஓலத்தை ராஜா கேட்டுவிட்டார். மிகவும் கோபப் பட்டார். இந்தக் காட்டில் என்னைவிட யார் இங்கு அதிக சப்தமாக ஓலமிடுவது? அந்தத் துணிவு யாருக்கு உள்ளது? அந்தச் சப்தத்தை எழுப்பியது யார்? என்று கேட்டு, என்னை விசாரித்து வரச் சொல்லி அனுப்பியுள்ளார்’ என்றது தமனகன்.

தமனகனின் வார்த்தைகளை நம்பிய சஞ்சீவகன் நடுநடுங்கியது. ‘நான் தெரியாமல் ஓலமிட்டுவிட்டேன். நீ தான் எப்படியாவது ராஜாவிடம் கூறி என்னை மன்னித்துவிடும்படிக் கூறவேண்டும்’ என்று கெஞ்சியது.

‘சரி, நான் ராஜாவிடம் பேசிப்பார்த்துவிட்டு வருகிறேன்’ என்று கூறிவிட்டு தமனகன் சென்றது.

தமனகன், குகைக்கு வந்து ராஜாவைச் சந்தித்தது.

‘என்ன தமனகா, ஒலி எழுப்பியது யார் என்பதனை அறிந்து வந்தாயா?’ என்று கேட்டது சிங்கராஜா.

‘ஆம் ராஜா! தாங்கள் இட்ட கட்டளையை நான் நிறைவேற்றி விட்டேன். தாங்கள் அச்சப்பட்டவாறே அந்த விலங்கு மிகவும் பெரிதா கத்தான் இருந்தது. நான் அதனுடன் நயமாகப் பேசினேன். உங்களைப் பற்றி உயர்வாகவும் பேசினேன். அது தங்களைச் சந்திக்க விரும்புகிறது. நான் அதனிடம், ‘என் ராஜாவின் அனுமதி பெற்றுவந்து, உன்னை அவரிடம் அழைத்துச் செல்கிறேன்’ என்று கூறினேன். தாங்கள் அனுமதி யளித்தால், நான் அந்த விலங்கினை அழைத்துவந்து தங்களைச் சந்திக்க ஏற்பாடுசெய்கிறேன்’ என்றது தமனகன்.

‘நல்லது தமனகா. சிறந்த பணியினைச் செய்துள்ளாய். நீ போய் அந்த அந்த விலங்கினை அழைத்து வா!’ என்று அனுமதியளித்தது சிங்கம்.

ராஜா தனக்கு இரண்டாவதாக ஒரு வேலையினைக் கொடுத்துவிட்டாரே என்ற மகிழ்ச்சியில் மீண்டும் ஆற்றங்கரைக்குச் சென்ற தமனகன், ‘சஞ்சீவகா! நான் ராஜாவிடம் ஓலமிட்டது நீதான் என்பதனைக் கூறிவிட்டேன்’ என்றது.

‘ராஜா என்ன சொன்னார்?’ என்று தயங்கியபடியே கேட்டது சஞ்சீவகன்.

‘ராஜா முதலில் மிகவும் கோபப்பட்டார். நான் அவரிடம் நயமாகப் பேசி அவரது கோபத்தைத் தணித்து, உன்னைப் பற்றிக் கூறி, உன்மீது எந்தத் தவறும் இல்லை என்று கூறிவிட்டேன்’ என்றது தமனகன்.

‘மிக்க நன்றி நண்பா! எனக்கு எவ்வளவு பெரிய உதவி செய்துள்ளாய். நீ செய்த இந்த உதவியை நான் மறக்கமாட்டேன்’ என்று மனம் நெகிழ்ந்தது சஞ்சீவகன்.

‘இது என்ன பெரிய உதவி! நான் உன்னை நம் ராஜாவுக்கே நண்பனாக மாற்றிவிடுகிறேன்’ என்றது தமனகன்.

தமனகனின் பேச்சை நம்பமுடியாத சஞ்சீவகன், ‘தமனகா! அது உன்னால் முடியுமா?’ என்று கேட்டது.

தமனகன், ‘என்னால் முடியாதது எதுவும் இல்லை. நான் அவ்வாறு உன்னை ராஜாவுக்கு நண்பனாக மாற்றிவிட்டால் நீயும் ராஜாவும் இணைபிரியாத தோழர்களாக மாறிவிடுவீர்கள். அதன்பின்னர் இந்த எளியவனை மறந்துவிடக்கூடாது’ என்றது.

‘அவ்வாறு நீ செய்துவிட்டால் நான் உன்னை என்றுமே மறக்க மாட்டேன்’ என்றது சஞ்சீவகன்.

தமனகன், சஞ்சீவகனை அழைத்துக்கொண்டு சிங்கராஜாவின் குகைக்குச் சென்றது. சிங்கராஜாவுடன் சஞ்சீவகனை அறிமுகப்படுத்தியது. அவர்கள் இருவரும் முதற்சந்திப்பிலேயே நல்ல நண்பர்களாகி விட்டனர். பின்னர், அவர்கள் இருவரும் தமனகனின் உதவியின்றியே ஒருவரையொருவர் சந்தித்துக்கொண்டனர்.

இவ்வாறே நாட்கள் பல கழிந்தன. சிங்கராஜா, தன் நண்பன் சஞ்சீவகனுக்குத் தன்னுடைய அரசவையில் முதன்மைப் பொறுப்பினை வழங்கித் தனக்குச் சமமானவனாக அதனை மாற்றியது.

குட்டி நரிகளான தமனகனுக்கும் கரடகனுக்கும் ஏமாற்றமாக இருந்தது. சிங்கராஜாவின் நட்பு கிடைத்தால் நல்ல உணவு கிடைக்கும், சுகபோக மாக இருக்கலாம். என்று நினைத்தது எதுவும் நடக்கவில்லை. உண்ண உணவும் கிடைக்காமல் இரண்டும் தாங்கள் செய்துவிட்ட தவறினை நினைத்து வருந்தின.

‘நாம்தான் நமது சிங்கராஜாவுக்கும் மாடான சஞ்சீவகனுக்கும் நல்ல நட்பினை ஏற்படுத்திக்கொடுத்தோம். அது மிகப்பெரிய தவறு என்று இப்போதுதான் புரிகிறது. நமக்குரிய உணவினை நாமே கைநழுவ விட்டுவிட்டோம்’ என்று தமனகன் வருந்திக் கூறியது. கரடகன் அமைதியாக இருந்தது.

‘நாம் செய்த இந்தச் செயல் யானை தன் மத்தகத்தினைக் கொத்து கிறதற்குரிய அங்குசத்தைத் தானே தன் பாகனுக்குக் கொடுத்தது போலாகி விட்டது. இது எப்படி இருக்கிறது என்றால், ஆட்டுக்கடா சண்டையில் நரி உட்புகுந்து இறந்தது போலவும், ஆஷாட பூதியின் நட்பால் சந்நியாசி பொருள் இழந்தது போலவும் இருக்கிறது’ என்றது தமனகன்.

உடனே! கரடகன், ‘அதென்ன ஆட்டுக்கடா சண்டை? சந்நியாசி எப்படிப் பொருள் இழந்தார்?’ என்று கேட்டது.

குட்டிநரி தமனகன் தன் தம்பியான கரடகனுக்குப் பணத்தைப் பறிகொடுத்த சாமியாரின் கதையைக் கூறத் தொடங்கியது.

4. பணத்தைப் பறிகொடுத்த சாமியார்

ஒரு நாட்டில் தேவசன்மா என்ற ஒரு சாமியார் இருந்தார். அவர் தவம் செய்யும் சாமியார் இல்லை. காவியணிந்துகொண்டு ஒரு வேலையும் செய்யாமல் மக்களிடம் பிச்சையெடுத்து உண்ணும் பொய்ச்சாமியார்.

அவர் தான் பிச்சையெடுத்துச் சம்பாதித்த அத்தனை பணத்தையும் தன்னுடைய அழுக்குக் கந்தை உடைக்குள் மறைத்து வைத்திருந்தார்.

அவர் தன் கந்தை உடையில் அதிகளவு பணத்தை மறைத்து வைத்திருப்பதையும், மேலும் மேலும் பிச்சையெடுத்துச் சம்பாதிப்பதனையும் ஒரு திருடன் கண்டுவிட்டான். அவன் பெயர் ஆஷாட பூதி.

எப்படியாவது அந்தச் சாமியாரிடமிருந்து மொத்தப் பணத்தையும் திருடிவிடவேண்டும் என்று ஆஷாட பூதி திட்டம் போட்டான். 'நல்லவன்போல நடித்து, சாமியாரை ஏமாற்றிவிடலாம்' என நினைத்தான்.

மறுநாள் அந்தச் சாமியார் ஓய்வாக இருக்கும்போது, அவரிடம் வந்த அந்தத் திருடன், அவரின் கால்களில் விழுந்து ஆசீர்வாதம் பெற்றான். பின்னர், தந்திரமாகப் பேசினான். 'சாமி! என்னைத் தாங்கள் தான் கடைத்தேற்றவேண்டும். தாங்கள் தவ முனிவர் மட்டுமல்ல தாங்களே தெய்வமும்கூட. தங்களால் தான் என் பாவங்களைப் போக்க முடியும். தாங்கள் எனக்கு மந்திர தீட்க்ஷை அளித்து, என்னை உங்களின் சிஷ்யனாக ஏற்றுக்கொள்ளவேண்டும். இந்தப் பாவிக்கு இரக்கம் காட்டுங்கள்' என்று கெஞ்சினான்.

'இவனை சிஷ்யனாக ஏற்காவிட்டால் நாம் பொய்யான சாமியார் என்பது இவனுக்குத் தெரிந்துவிடுமே! என்ன செய்யலாம்?' என்று நினைத்த சாமியார், வேறு வழியில்லாமல் அவனைத் தன் சிஷ்யனாக ஏற்க முடிவுசெய்தார்.

அவன் தலைமீது கைவைத்து, 'கலங்காதே! நான் உன்னை ஆசீர்வதித்து, என் சிஷ்யனாக ஏற்றுக்கொள்கிறேன். உன் பாவங்கள் இன்றோடு கழியட்டும்' எனக் கூறினார்.

சாமியார் நம்மை நம்பிவிட்டார் என்ற மனநிறைவோடு அந்தத் திருடன், பின்னர், சாமியாரது நிழல்போல அவருடனே இருந்தான். அவர் கூறும் அனைத்து வேலைகளையும் கண்ணுங் கருத்துமாகச் செய்து முடித்தவனின் கண்கள், எப்போதும் சாமியாருடைய கந்தையாடையின் மீதே இருந்தன. 'தக்க சமயத்தில் அந்தக் கந்தையிலுள்ள பணத்தைத் திருடவேண்டும்' என்று நினைத்துக் கொண்டிருந்தான். அதற்கான சமயமும் வந்தது.

இந்தப் பொய்ச் சாமியாரையும், திருடன் ஆஷாடபூதியையும் நல்ல குரு-சிஷ்யர் என்று நம்பிய ஓர் அந்தணர், இவர்களுக்குத் தன் வீட்டில் விருந்து படைத்தார். விருந்துண்ட பின்னர் இருவரும் மெதுவாக நடந்து வந்தனர்.

வழியில் கிடந்த ஒரு துரும்பினைச் சாமியாருக்குத் தெரியாமல் எடுத்துத் தன் தலையின் மீது வைத்துக்கொண்ட திருடன், 'ஐயோ! நான் மிகப்பெரிய தவறினைச் செய்துவிட்டேன்' என்று சாமியாரிடம் கூறினான்.

'நீயா! என்ன தவறு செய்தாய்?' என்று கேட்டார் சாமியார்.

'நமக்கு விருந்து படைத்த அந்த அந்தணர் வீட்டிலிருந்து ஒரு துரும்பு என் தலையில் விழுந்துவிட்டது. நான் அதனை அறியாமல் அதனைச் சுமந்தபடி அவர் வீட்டைவிட்டு இவ்வளவு தொலைவு வந்து விட்டேன். நமக்கு உணவிட்ட, அதுவும் ஓர் அந்தணர் வீட்டில் நான் திருடிவிட்டதாகத்தானே என்மீது பழிவரும்! ஐயோ! நான் இப்போது என்ன செய்வேன்?' என்று பொய்யாக அழுதான் அந்தத் திருடன்.

தன் சிஷ்யன் எவ்வளவு நியாயவானாக, நல்லவனாக இருக்கிறான் என்று உள்ளம் உருகிய சாமியார், 'கவலைப்படாதே! நீ அறியாமல் அது உன்னுடன் வந்துவிட்டதால் ஒரு பாவமும் உனக்கு வராது. நீ வேண்டு மானால் அந்தத் துரும்பினை அவர் வீட்டிற்குச் சென்று போட்டுவிட்டு வா' என்று தன் சிஷ்யனிடம் கூறினார்.

அவன், 'குருவே! நான் அடைய இருந்த இந்தப் பாவத்தைப் போக்கச் சரியான தீர்வினைக் கூறிவிட்டீர்கள். நான் உடனே சென்று அந்த அந்தணர் வீட்டில் இந்தத் துரும்பினைப் போட்டுவிட்டு, அவரிடம் மன்னிப்புக்கேட்டுவிட்டு வருகிறேன்' என்று கூறினான்.

பிறர் பொருளுக்கு ஆசைப்படாத தன் சிஷ்யனின் வெள்ளை மனத்தை எண்ணி மகிழ்ந்த சாமியார், தன் சிஷ்யன் திரும்பி வரும்வரை அங்கேயே அமர்ந்திருந்தார்.

திருடன் ஆஷாடபூதி, அந்த அந்தணர் வீட்டிற்குச் செல்வதுபோலச் சென்றுவிட்டு, ஒரு புதர் மறைவில் சிறிது நேரம் அமர்ந்திருந்தான். பின்னர், அந்தத் துரும்பினை அங்கேயே போட்டுவிட்டுச் சாமியாரிடம் வந்தான். பின்னர் இருவரும் இணைந்து வெகு தூரம் நடந்து வந்தனர்.

அவர்கள் செல்லும் வழியில் ஒரு குளம் இருந்தது. சாமியார் தன்னுடைய மொத்தப் பணமும் உள்ள கந்தையாடையைக் கழற்றித் தன் சிஷ்யனிடம் ஒப்படைத்துவிட்டு, குளத்திற்குச் சென்று தன் கை, கால்களை நீரில் நனைத்துத் தூய்மைசெய்துகொண்டார்.

அப்போது அந்தக் குளத்தின் மறுகரையில் இரண்டு ஆட்டுக்கடாக்கள் ஒன்றையொன்று முட்டி, மோதிச் சண்டையிட்டுக் கொண்டிருந்தன. அதனை அவர் வேடிக்கை பார்த்துக் கொண்டிருந்தார்.

இதுதான் தக்க தருணம் என்று எண்ணிய அந்தத் திருடன் சாமியாரின் மொத்தப் பணமும் உள்ள அந்தக் கந்தையாடையோடு எங்கோ ஓடிச் சென்று தலைமறைவானான்.

அந்த இரண்டு ஆட்டுக்கடாக்களும் தங்களின் தலையில் இரத்தம் பெருக்கெடுத்து ஓடும் அளவிற்குச் சண்டையிட்டுக் கொண்டிருந்தன.

அவற்றின் சண்டையைப் புதர் மறைவிலிருந்து பார்த்துக்கொண்டிருந்த ஒரு நரி, அவற்றின் புது இரத்தத்தைச் சுவைக்கலாம் என்று நினைத்து, ஓடிச் சென்று ஆடுகளுக்கு இடையில் பாய்ந்தது. அப்போது ஆட்டுக் கடாக்களின் கொம்புகளுக்குள் நரி அகப்பட்டுக்கொண்டது. அவற்றின் கொம்புகள் நரியின் வயிற்றைக் கிழித்தன. நரி இறந்தது.

தன்னுடைய பணமுள்ள கந்தையை சிஷ்யனிடம் கொடுத்ததை மறந்து சாமியார், இந்தக் காட்சியை வேடிக்கை பார்த்துக் கொண்டிருந்தார்.

பின்னர், குளக்கரைக்கு வந்த சாமியார் தன் சிஷ்யனைத் தேடினார். அவனைக் காணவில்லை. அவன் தன்னிடம் நல்லவன்போல நடித்துத் தன்னை ஏமாற்றிவிட்டதை அவர் உணர்ந்தார். தான் ஏமாந்ததைப் பற்றி அவர் யாரிடமும் கூறவில்லை. இவ்வாறு, தமனகன் பணத்தைப் பறிகொடுத்த சாமியாரின் கதையினை கரடகனுக்குக் கூறிமுடித்தது.

கதையினைக் கேட்ட கரடகன், 'சரி, இனி நாம் செய்யவேண்டியது என்ன?' என்று தமனகனிடம் கேட்டது.

'கரடகா! எது நம்மை விட்டுச் சென்றதோ நாம் அதனை மீண்டும் பெறவேண்டும். எதனை நாம் சம்பாதிக்கவில்லையோ நாம் அதனைச் சம்பாதிக்கவேண்டும். அதற்குத் தடையாக வருவனவற்றைத் தகர்க்கவேண்டும். சிந்தித்துச் செயல்படுபவன்தானே மந்திரி! நாம் மந்திரியின் பிள்ளைகள் அல்லவா? சிங்கராஜா பிங்களனுக்கும் மாடான சஞ்சீவகனுக்கும் இடையே ஏற்பட்ட நட்பால்தான் நமக்கு உணவு கிடைக்கவில்லை. இவர்களின் நட்பை நாம் பிரித்துவிட்டால், நமக்கு உணவு கிடைத்துவிடும்' என்று தமனகன் கூறியது.

'அது எப்படி முடியும் தமனகா? ஒளிதரும் மாணிக்கக் கல்லிலிருந்து எப்படி ஒளியை மட்டும் பிரிக்க முடியும்? சிங்கராஜாவிடமிருந்து சஞ்சீவகனைப் பிரிக்க முடியுமா? அது என்ன சிறிய காரியமா? நம்மால் முடியுமா?' என்று கரடகன் கேட்டது.

'முடியும் கரடகா! நம்மால் முடியும். காகம், தங்கச் சங்கிலியால் பாம்பைக் கொன்றது உனக்குத் தெரியாதா?' என்று கேட்டது தமனகன்.

'அது எப்படி சாத்தியமாயிற்று?' என்று கேட்டது கரடகன்.

குட்டிநரி தமனகன் தன் தம்பி கரடகனுக்குப் பாம்பைக் கொன்ற காகத்தின் கதையினைக் கூறத் தொடங்கியது.

5. பாம்பைக் கொன்ற காகம்

புதர்கள் மண்டிய ஒரு சோலைவனம். அதில் உள்ள ஒரு பெரிய மரத்தின் சிறிய கிளையில் ஓர் ஆண் காக்கையும் ஒரு பெண் காக்கையும் இணைந்து கூடுகட்டி வாழ்ந்துவந்தன.

அதே சோலைவனத்தில் காக்கைகள் வசித்த மரத்தின் அடியிலேயே பாம்புப் புற்று ஒன்று இருந்தது. அந்தப் புற்றில் ஒரு நாகப்பாம்பு தங்கியிருந்தது.

நாள்தோறும் ஆண் காக்கை இரைதேடி நெடுந்தொலைவு சென்று விடும். பெண் காக்கை தினமும் முட்டையிட்டுவிட்டுச் சற்று தூரம் பறந்து சென்று இரைதேடும்.

இதனைக் கண்காணித்த அந்த நாகப்பாம்பு, காக்கையின் முட்டைகளை உண்ண நினைத்தது. இரண்டு காக்கைகளும் இல்லாத நேரத்தில் மரத்தில் ஏறிய அந்த நாகப்பாம்பு, காகத்தின் முட்டைகளை உடைத்துக் குடித்துவிட்டது.

இரைதேடித் திரும்பிய பெண் காக்கை தன் முட்டைகள் உடைக்கப் பட்டு, உண்ணப்பட்டிருப்பதனைப் பார்த்து மிகவும் மனம்வருந்தியது. இதனை அறிந்த ஆண் காக்கையும் மனம்வெதும்பியது.

இவ்வாறு செய்தது யாராக இருக்கும்? என்பதனை அறிவதற்காக பெண் காக்கை, ஒருநாள் முட்டையிட்டுவிட்டு, வழக்கம்போல இரைதேடிச் செல்வதைப் போலத் தன் கூட்டைவிட்டு வெளியே சென்றது. பின்னர், அது பக்கத்து மரத்தின் கிளையில் மறைந்து அமர்ந்தபடி, தன் கூட்டைக் கவனித்தது.

அப்போது, அந்தப் புற்றுக்குள்ளிருந்த நாகப்பாம்பு வெளியே வந்து, மரத்தில் ஏறி காக்கையின் கூட்டினுள் இருந்த புதிய முட்டைகளை உடைத்துக் குடித்தது. தன் கண் முன்னே தன் முட்டை அழிக்கப் படுவதைப் பார்த்த காக்கை பதறியது. ஆனாலும், அதனால் அந்த நாகப்பாம்பினை ஒன்றும் செய்யமுடியவில்லை. தன்னுடைய இணையான ஆண் காக்கை கூடுதிரும்பியதும் நடந்ததைக் கூறியது.

'இந்த நாகப் பாம்பினை எப்படித் தடுப்பது? தங்களது முட்டைகளை அதனிடமிருந்து எப்படிப் பாதுகாப்பது?' ஆண் காக்கைக்கு ஒரு யோசனையும் தோன்றவில்லை. உடனே, அதற்கு தன்னுடைய அறிவாளி நண்பனான நரியின் ஞாபகம் வந்தது. அதனிடம் சென்று இதற்கு ஒரு யோசனையைக் கேட்கலாம் என்று நினைத்து நரியிடம் சென்றது. அதனிடம் தங்கள் பிரச்னையை கூறியது.

‘நரி நண்பா முட்டையைத் திருட்டுத்தனமாக உடைத்துக் குடிக்கும் அந்த நாகப்பாம்பிடமிருந்து எங்களது முட்டைகளைக் காப்பாற்றிக் கொள்ள நீதான் எனக்கொரு வழி சொல்லவேண்டும்’ என்று கேட்டது.

‘நண்பனே கலங்காதே! இதற்கொரு வழி இருக்கிறது!’ என்று ஆண் காகத்திற்கு ஆறுதல் கூறிய நரி, ‘ஒரு நண்டு பேராசை காட்டி கொக்கைக் கொன்றது போலத்தான் நாமும் ஒரு தந்திரத்தால் அந்த நாகப்பாம் பினைக் கொல்ல வேண்டும்’ என்று கூறியது. ஆண் காகத்திற்குப் புரியவில்லை.

‘அது என்ன கதை? நண்டு எப்படிக் கொக்கைக் கொன்றது?’ என்று அது நரியிடம் கேட்டது.

நரி, ஆண் காக்கைக்கு நண்டு கொக்கைக் கொன்ற கதையினைக் கூறத் தொடங்கியது.

5.1. கொக்கைக் கொன்ற நண்டு

ஓர் அழகான குளம் ஒன்றில் மீன்கள் ஏராளமாக இருந்தன. அந்தக் குளத்தின் மீன்களை அவ்வப்போது சாப்பிட்டு ஜீவித்து வந்த வயதான கொக்கொன்று அன்றும் அந்தக் குளக்கரையில் வழக்கம் போல அமர்ந்திருந்தது. ஆனால், அன்று அது தன் மனத்தினுள் ஒரு திட்டத் தோடு அமர்ந்திருந்தது. அத் திட்டத்தை நிறைவேற்றுவதற்காக அது தன் முகத்தினைச் சோகமாக வைத்துக்கொண்டு துயரமாக இருப்பது போல நடித்தது.

குளத்திலிருந்த மீன்களுக்கு ஒன்றும் புரியவில்லை. அவைகள் தங்களுக்குள் ஒன்றுகூடி, ‘வழக்கமாக நம்மில் சிலரை இந்தக் கொக்கு இன்னேரம் சாப்பிட்டுத் தீர்த்திருக்குமே! ஏன் இன்று சோகமாக இருக்கிறது?’ என்று பேசிக் கொண்டன,

அவற்றில் ஒரு தைரியமான மீன், கொக்கிடம் தங்களது சந்தேகத்தைக் கேட்டே விட்டது. ‘என்ன கொக்கே! இன்று என்னாயிற்று? எங்களில் யாரையுமே உண்ணாமல் சோகமாகக் குளக்கரையிலேயே உட்கார்ந் திருக்கிறாயே?’ என்றது. கொக்கு தந்திரமாகப் பதில் கூறத் தொடங்கியது.

‘காலையில் நான் பக்கத்து ஊர் வழியாகப் பறந்து வரும்போது வழியில் ஒரு மீன்பிடிப்பவன், தன் தோழனிடம் பேசிக்கொண்ட செய்தியைக் கேட்டேன். அதனால்தான் நான் சோகமாக இருக்கிறேன்’ என்றது.

‘என்ன பேசினான்?’ என்றது மீன்.

‘இன்று மாலை அவன் இந்தக் குளத்திலுள்ள அனைத்து மீன்களையும் வலைபோட்டுப் பிடித்துச் செல்லப் போவதாகக் கூறினான்’ என்றது கொக்கு.

‘ஐயோ! அப்படியா? அப்படியானால் எங்கள் வாழ்க்கை இன்றோடு முடியப்போகிறதா?’ என்று அஞ்சியது மீன்.

‘ஆம்! நீங்கள் அனைவரும் அந்த மீன் பிடிப்பவனால் இன்று இறக்கப் போகிறீர்கள்! அதன் பின்னர், எனக்கு இரைகிடைக்காது என்பதற்காக நான் வருத்தப்படவில்லை. உங்கள் அனைவரையும் நான் இன்றோடு பிரியப் போகிறேனே என்பதால்தான் நான் வருத்தப்படுகிறேன். உங்களைக் காப்பாற்ற ஏதாவது வழி இருக்கிறதா என்று யோசித்துக் கொண்டிருக்கிறேன்’ என்று வஞ்சகமாகக் கூறியது கொக்கு.

கொக்கு சொன்ன செய்தியை அந்த மீன் குளத்திலிருந்த மற்ற அனைத்து மீன்களிடமும் கூறியது. எல்லா மீன்களும் பயந்துபோய் கொக்கிடம், ‘கொக்கே! நாங்கள் அனைவரும் உயிர்ப்பிழைக்க நீங்கள்தான் ஏதாவது ஒரு வழிசொல்ல வேண்டும்’ என்று கெஞ்சின.

‘இந்த ஊருக்கு வெளியே காட்டுக்குள் ஒரு மிகப்பெரிய குளம் உள்ளது. அங்கு மீன்கள் பல மகிழ்ச்சியாக வாழ்ந்து வருகின்றன. மீன்பிடிப்ப வர்கள் அந்தக் குளத்திற்குச் செல்வதே இல்லை. நீங்கள் அனைவரும் அந்தக் குளத்திற்குச் சென்றுவிட்டீர்கள் என்றால், ஆபத்திலிருந்து தப்பி விடலாம்!’ என்று கொக்கு யோசனை கூறியது.

‘நாங்கள் எப்படி அந்தக் குளத்திற்குச் செல்வது? அதற்கு நீங்கள்தான் வழி கூறவேண்டும்’ என்றன மீன்கள்.

‘நான் எனது அலகால் உங்கள் ஒவ்வொருவரையும் கவ்விக் கொண்டு அந்தப் பெரிய குளத்திற்குச் சென்று விட்டுவிடுகிறேன். இன்று மாலைக்குள் உங்கள் அனைவரையும் என்னால் அந்தக் குளத்திற்கு அழைத்துச் சென்றுவிட முடியும்’ என்றது கொக்கு.

கொக்கின் தந்திரத்தை அறியாத அனைத்து மீன்களும் கொக்கின் திட்டத்திற்கு ஒப்புக்கொண்டன. கொக்கு ஒவ்வொரு மீனாகக் கவ்விக் கொண்டு பறந்து சென்றது. செல்லும் வழியிலேயே சில மீன்களை உண்டுவிட்டது. சில மீன்களைப் பாறையின் மீது உலர்த்தி வைத்தது. கொக்கின் இந்தச் செயல்களை அறியாத மீன்கள், ‘கொக்கு நம்மைக் காப்பாற்றுகிறது’ என்று நம்பி கொக்கிடம் அகப்பட்டு இறந்து கொண்டிருந்தன.

அந்தக் குளத்தில் அந்த மீன்களுடன் விளையாடிவந்த ஒரு நண்டு, இந்தச் செய்தியை அறிந்தது.

'மீன்கள் வேறு குளத்திற்குச் சென்றுவிட்டால் நாம் யாருடன் விளையாடுவது?' என்ற சிந்தித்த அந்த நண்டு, 'என்னையும் அந்தப் புதிய குளத்திற்குக் கொண்டு செல்வாயா?' என்று கொக்கிடம் கேட்டது.

இதுவரை மீன் கறி உண்ட கொக்கிற்கு நண்டுக் கறி உண்ண ஆசை பிறந்தது. உடனே, 'சரி' என்றது கொக்கு.

நண்டினைத் தன் சொண்டில் கவ்விச் செல்வது கொக்கிற்கு வசதிப்படவில்லை. அதனால், அது நண்டினைத் தன் முதுகில் சுமந்துகொண்டு செல்ல நினைத்தது. நண்டு, கொக்கின் முதுகில் அமர்ந்து, அதன் கழுத்தினைப் பிடித்துக் கொண்டு சவாரிசெய்தது.

பறந்து செல்லும் வழியில், தரையில் பாறைகளின் மீது மீன்கள் கிடப்பதையும் மீன் முட்கள் சிதறிக் கிடப்பதையும் நண்டு பார்த்து விட்டது. கொக்கின் சூழ்ச்சியைப் புரிந்து கொண்ட நண்டு, 'எப்படி இந்தக் கொக்கிடமிருந்து தப்பிப்பது?' என்று சிந்தித்தது.

'பறந்துகொண்டிருக்கும் போதே நாம் கொக்கைக் கடித்துக் கொன்றால், நாம் உயரத்திலிருந்து தரையில் விழுந்து இறந்துவிடுவோமே! நாம் இறக்காமல் இந்தக் கொக்கினை எப்படிக் கொல்வது?' என்று யோசித்தது.

உடனே, நண்டு அந்தக் கொக்கிடம், 'கொக்கே! நீ எவ்வளவு நல்லவனாக இருக்கிறாய். நீ எவ்வளவு மீன்களைக் காப்பாற்றியிருக்கிறாய். இப்போது என்னையும் காப்பாற்றியுள்ளாய். இதுபோலவே நீ என் நண்பர்களையும் காப்பாற்ற வேண்டும்' என்று கேட்டுக்கொண்டது.

கொக்குக்கு எச்சில் ஊறியது. 'ஆகா! ஒரு நண்டு கிடைத்தது என்று நினைத்தோம். இப்போது ஒரு நண்டுக் கூட்டமே நமக்குக் கிடைக்கப் போகிறதே! என்று நினைத்து கொக்கு மகிழ்ந்தது.

அது நண்டிடம், 'உன் நண்பர்கள் எங்கே இருக்கிறார்கள் என்று எனக்குக் காட்டு. அவர்களையும் நான் காப்பாற்றுகிறேன்' என்று சந்தோஷமாகச் சொன்னது.

'என்னை மீண்டும் அந்தப் பழைய குளத்திற்கே அழைத்துச் செல். நான் என் நண்பர்களை உனக்கு அறிமுகம் செய்துவைத்து, உன்னுடன் அனுப்பிவைக்கிறேன்' என்று நயமாகப் பேசியது நண்டு.

நண்டின் வார்த்தைகளை நம்பிய கொக்கு, மீண்டும் பழைய குளத்திற்கே அந்த நண்டினை அழைத்துச் சென்றது. குளத்திற்கு மேல் கொக்கு

பறக்கும்போது, நண்டு கொக்கின் கழுத்தைக் கடித்துக் கொன்றது. பின்னர், நண்டு அந்தக் குளத்திற்குள்ளே விழுந்து உயிர் பிழைத்தது.

'இவ்வாறு, நாமும், அந்த தந்திரக்கார நண்டினைப் போல பாம்பைக் கொன்று நாமும் பிழைத்துக் கொள்ளவேண்டும்' என்று நரி அந்த ஆண் காகத்திடம் கூறியது. பாம்பைக் கொல்ல திட்டத்தையும் வகுத்தது.

அது ஆண் காகத்திடம், 'காகமே! நீ நம் நாட்டில் உள்ள ராஜகுமாரி தங்கியிருக்கும் அந்தப்புரத்திற்குச் செல். அங்கு ராஜகுமாரி குளிக்கும் முன்னதாக தன்னுடைய நகைகளைக் கழற்றி வைப்பார். நீ அந்த நகைகளுள் ஒன்றினை உனது அலகால் கொத்தி எடுத்துக்கொண்டு, வீரர்கள் பார்க்குமாறு பறந்து வா. அவர்கள் உன்னைத் துரத்தி வருவார்கள். அவர்களிடம் சிக்காமல் வீதி வழியாகப் பறந்துவந்து, சோலைவனத்தில் உனது மரத்தின் கீழ் அந்தக் கொடிய பாம்பு வசிக்கும் புற்றுக்குள் அந்த நகையினைப் போட்டுவிட்டுப் பறந்து சென்றுவிடு' என்று கூறியது.

'அந்தப்புரத்திற்குச் சென்று நகையினைத் திருடுவதா!' என்று நினைத்தவுடன் காகத்திற்கு வியர்த்துவிட்டது. இருந்தாலும் அந்த நாகப் பாம்பினைக் கொல்லவேண்டுமே! தம் முட்டைகளைக் காப்பாற்ற வேண்டுமே! ஆதலால், நரி கூறிய திட்டத்திற்குச் சம்மதித்தது காகம்.

காகம், அரண்மனையின் அந்தப்புரத்திற்குச் சென்றது. குளிக்கச்சென்ற ராஜகுமாரியின் நகைகளுள் ஒன்றினை தனது அலகால் கொத்தியெடுத்துக் கொண்டு பறந்தது. நரி சொன்னது போலவே தன்னைத் துரத்தி வந்த வீரர்கள் பார்க்கும்படியாக நகர வீதி வழியாகத் தாழ்வாகப் பறந்தபடியே சோலைக்குள் புகுந்தது. அந்தப் பாம்புப் புற்றுக்குள் போட்டுவிட்டுப் பறந்து சென்று மறைந்துகொண்டது.

காகத்தைத் துரத்திவந்த வீரர்கள் காகத்தின் வாயிலிருந்து புற்றுக்குள் விழுந்த நகையினை எடுப்பதற்காக, வேல்கம்பினைப் புற்றுக்குள் நுழைத்தனர். 'தம்மை யாரோ வேல்கம்பால் தாக்குகிறார்களே!' என்று நினைத்த நாகப்பாம்பு கோபத்துடன் சீறிக்கொண்டு புற்றுக்கு வெளியே வந்தது. 'நாகப்பாம்பு நம்மைக் கொத்திவிடுமே!' என்று பயந்த வீரர்கள் அதனை அடித்துக் கொன்றனர். பின்னர், புற்றை உடைத்து, ராஜகுமாரியின் நகையினை எடுத்துச் சென்றனர்.

நாகப்பாம்பும், புற்றும் அழிந்ததால், இரண்டு காகங்களும் நிம்மதியாக முட்டைகள் இட்டு, குஞ்சுகள் பொறித்து, தமது குழந்தைகளை வளர்த்து நெடுநாள் வாழ்ந்தன.

'புத்தியுடன் கூடிய முயற்சியிருந்தால் நமக்கு எல்லாமே கைவசப்படும். புத்தியுடையவனே பலம் வாய்ந்தவன். புத்தி இல்லாதவனுக்குப்

பலமிருந்தும் பயனில்லை' என்று கூறிய தமனகன், 'ஒரு முயல் தன் புத்தியால் ஒரு சிங்கத்தைக் கொன்றது உனக்குத் தெரியுமல்லவா?' என்று கரடகனிடம் கேட்டது.

'எனக்குத் தெரியாது. ஒரு சிறு முயலால் எப்படி சிங்கத்தைக் கொல்லமுடிந்தது?' என்று தமனகனிடம் கேட்டது.

குட்டிநரி தமனகன் தன் தம்பி கரடகனுக்குச் சிங்கத்தைக் கொன்ற முயலின் கதையினைக் கூறத் தொடங்கியது.

6. சிங்கத்தைக் கொன்ற முயல்

அழகான பெரிய காடு அது. அந்தக் காட்டில் பல வகையான விலங்குகளும் வசித்து வந்தன. கூடவே அந்தக் காட்டில் ஒரு சிங்கமும் இருந்தது. அதுதான் அந்தக் காட்டின் ராஜா.

காட்டு ராஜாவாகிய சிங்கம் மற்ற மிருகங்களையெல்லாம் தொடர்ந்து வேட்டையாடி நன்கு கொழுத்துத் திரிந்தது. இதன் காரணமாக, அந்தக் காட்டில் விலங்குகளின் எண்ணிக்கை வெகு வேகமாகக் குறைந்து வந்தது.

இதனால் மனம் வருந்திய அந்த விலங்குகள் தங்களுக்குள் ஒன்றுகூடிப் பேசிக் கொண்டன. 'சிங்கராஜா இதுபோன்றே நாள்தோறும் மிக அதிக எண்ணிக்கையில் நமது இனத்தை வேட்டியாடிவந்தால் நம் விலங்கினம் முழுவதுமாக அழிந்துவிடும். இதற்கு ஒரே வழிதான் உள்ளது. சிங்கராஜா அதன் இஷ்டத்துக்கு வேட்டையாடாமல், நாமே நமது இனத்தில் நாளொன்றுக்கு ஒருவரைத் தேர்ந்தெடுத்து, சிங்கராஜாவுக்கு உணவாக அனுப்பிவிட்டால் என்ன?' என்று சிந்தித்தன. இதுவே சரியான வழியாக இருந்ததால், அனைத்து விலங்குகளும் இதனை ஏற்றுக்கொண்டன.

பின் எல்லா மிருகங்களும் கூட்டமாக சிங்கத்தின் குகைக்குச் சென்றன. தங்களது முடிவை சிங்கராஜாவிடம் தெரிவித்தன. சிங்கராஜா யோசித்தது.

'நாமும் அலைந்து திரிந்து வேட்டையாடாமல் குகையிலேயே இருக்கலாம். நமக்குத் தேவையான உணவு நம்மைத் தேடி இங்கேயே வந்துவிடும். இது நன்றாகத்தானே இருக்கிறது!' என்று நினைத்த சிங்கராஜா விலங்குகளின் திட்டத்துக்கு ஒப்புக் கொண்டது. ஆனால், ஒரு நிபந்தனை மட்டும் விதித்தது.

‘எனக்குப் பசியெடுக்கும் முன்பாக எனக்கான இரை என்னிடம் வந்துவிடவேண்டும்’ என்றது. இது நியாயமான நிபந்தனைதானே! என்று நினைத்து அனைத்து விலங்குகளும் இந்த நிபந்தனையை ஏற்றுக்கொண்டன.

அதன்படியே ஒரு நாளுக்கு ஒரு விலங்கினம் என்று முறைவைத்துக் கொண்டு, அந்த இனத்தில் ஒரு நபரை மட்டும் தேர்ந்தெடுத்து, மதிய வேளைக்கு முன்பாக சிங்கத்தின் குகைக்கு அனுப்பிவைத்தன. நாட்கள் கடந்தன.

ஒருநாள் சிங்கராஜாவுக்கு உணவாக முயல் ஒன்று செல்லவேண்டிய முறை வந்தது. அந்த முயல் மிகுந்த புத்திசாலி. அதற்கு தன் உயிரை இழப்பதில் விருப்பமில்லை. அது யோசித்தது.

‘இந்த சிங்கராஜா உயிரோடு இருப்பதால்தானே ஒவ்வொருநாளும் ஒரு விலங்கு இறக்கவேண்டிவருகிறது. அதை இல்லாமல் செய்து விட்டால் என்ன?’ என்று எண்ணியது. சிங்கத்தை எப்படி தீர்த்துக்கட்டலாம் என்று திட்டமிட்டது. அதனைச் செயல்படுத்த முனைந்தது.

சிங்கராஜாவின் குகைக்கு சரியான நேரத்துக்குச் செல்லாமல் வேண்டுமென்றே தாமதமாகச் சென்றது.

மதியவேளை கடந்துவிட்டதால் சிங்கராஜாவுக்குப் பசி அதிகமாகிவிட்டது. ‘தனக்கான இரை ஏன் இன்னமும் வரவில்லை?’ என்று யோசித்தவாறே குகையின் வாசலைப் பார்த்தபடி மிகுந்த கோபத்துடன் காத்திருந்தது.

அப்போது முயல் குகையை நோக்கி அரக்கப் பரக்க ஓடிவந்தது. சிங்கராஜா கோபத்துடன் அதைப் பார்த்து, ‘ஏய் சிறு முயலே! உனக்கு என்ன துணிச்சல்? பெரிய யானைகூட சரியான நேரத்தில் என் குகைக்கு வந்து, எனக்கு இரையாக அமர்ந்துகொள்கிறது. நீ ஒரு பொடிப் பயல். என்னைக் காக்க வைத்து விட்டாயே!’ என்று சீறியது.

‘மன்னிக்கவேண்டும் ராஜாவே! நான் உங்களுக்கு இரையாகவேண்டும் என்பதற்காகத்தான் சீக்கிரமாகவே புறப்பட்டுவிட்டேன். ஆனால்...’ என்று சொல்லி முடிப்பதற்குள் சிங்கராஜா, ‘என்ன ஆனால்? சீக்கிரம் புறப்பட்டவன் நேரத்தோடு வந்திருக்க வேண்டியதுதானே!’ என்று குறுக்கிட்டுக் கேட்டது.

‘ஆனால், ராஜா, வரும்வழியில் ஒரு பெரிய சிங்கம் என்னை வழிமறித்து விட்டது. அதனை ஏமாற்றிவிட்டுத் தப்பியோடி வருவதற்குச் சற்று நேரமாகிவிட்டது’ என்று பொய்கூறியது.

முயலின் வார்த்தைகளை நம்பிய சிங்கராஜா, ‘என்ன? இந்தக் காட்டில் இன்னொரு சிங்கமா?’ என்று கடுமையாகக் கோபப்பட்டது. அதற்கு

இப்போது பசியே போய்விட்டது. தனக்குப் போட்டியாக இன்னொருவனா என்று கோபம் தலைக்கேறியது.

'அந்தச் சிங்கம் எங்கே இருக்கிறது? உடனே அதை எனக்குக் காட்டு' என்று கூறி முயலுடன் புறப்பட்டது சிங்கராஜா.

சிங்கராஜாவை வெகுதூரம் அழைத்துச் சென்ற முயல் ஒரு பழைய கிணற்றினைக் காட்டியது. அந்தக் கிணறு மிகவும் ஆழமானது. அதனுள் விழுந்துவிட்டால் மரணம்தான்.

'ராஜா! அந்தச் சிங்கம் இதற்குள்தான் உள்ளது' என்று முயல் கூறியதை நம்பிய சிங்கராஜா, கிணற்றை எட்டிப் பார்த்தது. நீரின் நிழலில் தெரிந்த தனது பிம்பத்தை அந்த மற்றொரு சிங்கம் என்று நினைத்துக் கொண்டது. காட்டில் தனக்குப் போட்டியாக வந்துள்ள அந்தச் சிங்கத்தைக் கடித்துக் கொன்றுவிட வேண்டும் என்ற வெறியில், சற்றும் யோசிக்காமல் கிணற்றுக்குள் பாய்ந்தது. தண்ணீரில் மூழ்கி இறந்தது.

புத்திசாலி முயலின் சூழ்ச்சி பலித்தது. அந்த முயல் மட்டுமல்ல, அந்தக் காட்டில் உள்ள அனைத்து விலங்கினங்களும் உயிர் தப்பி விட்டன. எல்லா மிருகங்களும் அந்த முயலைப் பாராட்டி மகிழ்ந்தன.

●

'புத்திசாலியான முயல் பலம்மிக்க சிங்கத்தை இப்படித்தான் கொன்றது' என தமனகன் கூறியது.

'சரி தமனகா! நீ நமது சிங்கராஜாவிடம் சென்று உன் புத்திசாலித் தனத்தால் அதனை வென்றுவிடு. உனக்கே வெற்றி உண்டாகட்டும்!' என்று வாழ்த்தியது கரடகன்.

தமனகன் சிங்கராஜாவின் குகைக்குச் சென்றது. அங்கு சிங்கராஜா தனியாகத்தான் இருந்தது. இதுதான் தக்க சமயம் என்று நினைத்த தமனகன், 'வணக்கம் ராஜா! தங்களுக்கு ஓர் ஆபத்து வந்துள்ளது. அதனைத் தங்களிடம் தெரிவிக்கவே நான் இப்போது வந்துள்ளேன்' என்று தந்திரமாகப் பேசத் தொடங்கியது.

'என்ன? எனக்கு ஆபத்தா? யாரால்? எப்படி?' என்றது சிங்கராஜா.

'நான் கூறவுள்ள செய்தியைத் தாங்களால் நம்பமுடியாமல் இருக்கலாம். தாங்கள் என் மீது கோபிக்கவும் வாய்ப்புள்ளது. ஆனால், நான் அதைப் பற்றிக் கவலைப்படவில்லை. தன் ராஜனுக்கு ஏற்படவுள்ள துன்பத்தை, வரும்முன் கண்டறிந்து அறிவிப்பதும் ஆலோசனை தருவதும் மந்திரிகளின் கட்டாயப்பணி. நான் மந்திரியின் மகன் என்பதாலும் ராஜாவிடம் மிகுந்த விசுவாசமுள்ளவன் என்பதாலும் நான் அறிந்த

செய்தியை அப்படியே தங்களிடம் தெரிவிக்கும் பொறுப்பு எனக்குள்ளது' என்று கூறியது.

'நான் உன்னை நம்புகிறேன். என்ன விஷயம் சொல்?' என்றது சிங்கராஜா.

'ராஜா! தங்களின் நண்பரான சஞ்சீவகன் தங்களின் ராஜ்ஜியத்தைப் பறித்துக்கொண்டு, இந்தக் காட்டுக்கு தானே ராஜாவாகத் திட்ட மிட்டுள்ளார்' என்று தமனகன் கூறியது.

இந்தச் செய்தியை சிங்கராஜாவால் நம்பமுடியவில்லை. 'சஞ்சீவகன் என் நண்பன். அவன் மிகவும் நல்லவன். அவன் என் ராஜ்ஜியத்தைப் பறிக்கத் திட்டமிடமாட்டான். நீ அறிந்த செய்தி பொய்யாக இருக்கும்' என்றது சிங்கராஜா.

'ராஜா! நான் அறிந்த செய்தி பொய் அல்ல. மெய்தான். நீங்கள் அந்த சஞ்சீவகனுக்குத் தங்களின் நண்பன் என்ற நிலையை வழங்கினீர்கள். அதில் தவறு இல்லை. ஆனால், ராஜ்ஜியத்தில் முதன்மைப் பொறுப் பினையும் தங்களுக்குச் சமம் என்ற நிலையினையும் வழங்கினீர்கள். அதில்தான் தவறு. முதன்மைப் பொறுப்பிலிருப்பவர்களுக்கு கர்வம் கூடிவிடும். அதுவுமில்லாமல் தங்களுக்குச் சமமான நிலையினைத் தாங்கள் வழங்கியுள்ளதால், அவன் உங்களை அழித்துவிட்டு, இந்த ராஜ்ஜியத்துக்கு, தான் ஒருவனே ராஜாவாக இருக்க ஆசைப்பட்டு விட்டான். அவனுடைய பேராசையால்தான் அவன் உங்களை அழிக்கத் திட்டமிட்டுள்ளான்' என்று தமனகன் கூறியது.

'இருந்தாலும் என் நண்பன் சஞ்சீவகன் இப்படி நினைப்பான் என்று நான் எதிர்பார்க்கவில்லை. சரி! நான் இதுகுறித்து அவனிடம் நேரிடை யாகவே பேசி விடுகிறேன்.' தீர்க்கமாகச் சொன்னது சிங்கராஜா.

உடனே தமனகன், 'வேண்டாம் ராஜா! நீங்கள் இதுபற்றி அவனிடம் பேசினால், அவன் தன் திட்டத்தினை மாற்றிக்கொள்வான். பின்னர் அவனுடைய புதிய திட்டம் எதுவென்று நமக்குத் தெரியாமல் போய்விடும். ராஜாவாகிய தாங்கள் எடுக்கும் முடிவுகள், தங்களின் செயல்பாடுகள் அனைத்தும் ரகசியமாகவே இருக்கவேண்டும்' என்று கூறி சிங்கராஜாவைத் தடுத்தது.

'சரி! அவனால் என்னை என்னதான் செய்துவிடமுடியும்? என்னை எப்படி அவனால் அழித்துவிடமுடியும்? அவனுக்கு என்ன திறமை உள்ளது? என்ன பலம் உள்ளது?' என்று கேட்டது சிங்கராஜா.

'ராஜா! அவனுடைய திறமையும் பலமும் எனக்குத் தெரியாது. ஒருவரின் குணத்தை அறியாமல் அவருடன் நட்புகொள்ளுதல் கூடாது. அப்படிச்

சேர்ந்தால், மூட்டைப் பூச்சியுடன் நட்புகொண்டதால் சீலைப் பேன் இறந்த கதை போலாகிவிடும்' என்றது தமனகன்.

'அது என்ன கதை?' என்று கேட்ட சிங்கராஜாவுக்குக் குட்டிநரி தமனகன், மூட்டைப்பூச்சியுடன் நட்புகொண்டதால் சீலைப் பேன் இறந்த கதையினைக் கூறத் தொடங்கியது.

7. மூட்டைப்பூச்சியால் உயிரிழந்த சீலைப்பேன்!

ஒரு நாட்டில் ராஜா ஒருவர் இருந்தார். அவரது அந்தப்புரத்தில் மிகப்பெரிய, அழகிய பஞ்சணை ஒன்று இருந்தது. ராஜா நாள்தோறும் அந்தப் பஞ்சணையில்தான் படுப்பார்.

அந்தப் பஞ்சணையில் ஒரு சீலைப் பேன் குடியிருந்தது. அதன் பெயர் மந்தவிசர்ப்பணி.

ராஜா எப்போது அந்தப்புரத்துக்கு வருவார், எப்போது அவர் இந்தப் பஞ்சணையில் படுப்பார், அவர் எப்போது தூங்குவார், எப்போது விழிப்பார் என்பதெல்லாம் அந்தச் சீலைப் பேனுக்கு அத்துப்படி.

ராஜா நன்றாகத் தூங்கிய பின்னர்தான் சீலைப் பேன், தன்னுடைய உணவாக ராஜாவின் சில துளி ரத்தத்தை மிகவும் மெதுவாக, அவரது தூக்கம் கெடாத வகையில் உறிஞ்சிக் கொள்ளும்.

நன்றாகத் தூக்கத்தில் இருக்கும் ராஜாவுக்குத் தன் ரத்தத்தை இந்தச் சீலைப் பேன் நாள்தோறும் உறிஞ்சி வருவது தெரியாது. அதனால், இந்தச் சீலைப் பேன் இதுநாள்வரை எந்தவிதச் சிக்கலும் இல்லாமல் ராஜாவின் பஞ்சணையில் ராஜரத்தம் குடித்துக் குடியிருந்து வந்தது.

ஒருநாள் பகல்பொழுதில், அந்தப் பஞ்சணைக்கு ஒரு மூட்டைப்பூச்சி குடிவந்தது. அதன் பெயர் டிண்டிபன்.

அதனைக் கண்ட சீலைப் பேனுக்கு அதிர்ச்சியாக இருந்தது. பதறியடித்துக்கொண்டு அதன் அருகில் சென்ற சீலைப் பேன், 'நீ ஏன் இங்கு வந்தாய்? இது ராஜா படுக்கும் பஞ்சணை என்பது உனக்குத் தெரியாதா?' என்றது.

உடனே மூட்டைப்பூச்சி, 'அது உனக்கும் தெரியும்தானே! பிறகு எதற்கு நீ இங்கு இருக்கிறாய்?' என்று கேட்டது.

‘அது எனக்கும் தெரியும். ராஜா எப்போது தூங்குவார் என்பதும் எனக்கும் தெரியும். அதனால்தான் நான் இன்றுவரை இங்கு உயிர் வாழ்ந்து வருகிறேன்’ என்றது சீலைப்பேன்.

‘சரி நண்பா! ராஜா எப்போது தூங்குவார் என்பதனை எனக்கு நீயே சொல்லிவிடு’ என்றது மூட்டைப்பூச்சி.

‘அது மட்டும் தெரிந்தால் போதாது. நான் என்னுடைய சிறிய வாயை வைத்து, மிக மெதுவாக அவரது தூக்கம் கலையாதவாறு அவர் ரத்தத்தை உறிஞ்சுவேன். ஆனால், நீயோ உன்னுடைய முள்போன்ற பற்களால் வேகமாகக் கடித்துவிடுவாய். அதனால் ராஜாவின் தூக்கம் கலையும். நாமும் இங்கு வாழமுடியாது. அதனால் நீ வேறு எங்காவது சென்று பிழைத்துக்கொள்’ என்றது சீலைப் பேன்.

‘இல்லை நண்பா! நீ தான் எனக்கு அடைக்கலம் தரவேண்டும். நீ கூறுவது போலவே நான் நடந்துகொள்வேன்’ என்றது மூட்டைப்பூச்சி.

மூட்டைப்பூச்சியின் குணம்தெரியாமல் சீலைப் பேன் அதற்கு அடைக்கலம் கொடுத்தது. இரவு வந்தது. ராஜா வந்தார். பஞ்சணையில் படுத்தார். அவர் தூங்கவில்லை.

மூட்டைப்பூச்சிக்குப் பசி. சீலைப் பேன் கூறியிருந்ததைப் பொருட் படுத்தாமல் வெடுக்கென ராஜாவைக் கடித்தது. வலியில் துள்ளி யெழுந்த ராஜா, கடுங்கோபங்கொண்டார்.

ராஜாவின் ரத்தத்தை உறிஞ்சிவிட்ட மூட்டைப்பூச்சி பஞ்சணையின் இடுக்கில் சென்று ஒளிந்துகொண்டது. மூட்டைப்பூச்சி ராஜாவைக் கடித்துவிட்ட விஷயம் தெரியாத சீலைப்பேன் பஞ்சணையின் மீது உலாவிக் கொண்டிருந்தது.

‘யாரங்கே! இந்தப் பஞ்சணையில் என்னைக் கடித்தது எது என்று கண்டுபிடித்து அதனைக் கொல்லுங்கள்’ என்று ராஜா உத்தரவிட்டார்.

சேவகர்கள் ஓடி வந்தனர். பஞ்சணையில் ஏதாவது பூச்சி இருக்கிறதா என்று தேடினர். அகப்பட்டது சீலைப் பேன். இதுதான் ராஜாவைக் கடித்திருக்கும் என்று நினைத்து, அதனை நசுக்கிக் கொன்றனர்.

‘ஆதலால், ஒருவரின் குணம் தெரியாமல் அவருடன் நட்புகொள்வது ஆபத்து’ என்று சிங்கராஜாவுக்கு அறிவுரை கூறியது தமனகன்.

தமனகனின் அறிவுரையை ஏற்றுக்கொள்ளாத சிங்கராஜா, ‘சஞ்சீவகனின் தீய குணம் எனக்குத் தெரியும்வரை நான் அவனை நம்புவேன். அவனுடைய தீய குணம் எனக்கு எப்போது தெரிய வருகிறதோ நான் அவனை நம்பமாட்டேன்’ என்றார்.

'நாம் இவ்வளவு சொல்லியும் ராஜா நம்ப மறுக்கிறாரே' என்று நினைத்த தமனகன், 'சஞ்சீவகன், தன் கூரிய கொம்புகளால் உங்களைக் குத்திக் கொல்வதற்காக அது உங்கள் குகையின் வாசலுக்கு வரும்போதுதான் தாங்கள் அதன் தீயகுணத்தை அறிந்துகொள்வீர்கள்!' என்று சிங்க ராஜாவிடம் கூறிவிட்டுச் சென்றது.

சிங்கராஜாவிடமிருந்து புறப்பட்ட தமனகன் நேராக சஞ்சீவகனைத் தேடிச் சென்றது. சஞ்சீவகன் நிம்மதியாகப் புல்மேய்ந்து கொண்டிருந்தது. அது தமனகனைப் பார்த்ததும், 'என்ன தமனகா நலமா?' என்று அன்புடன் கேட்டது.

அதற்கு தமனகன் 'நான் நலம்தான். ஆனால்...' என்று இழுத்தபடி பேச்சை நிறுத்தியது.

'என்ன தமனகா? எதுவானாலும் என்னிடம் கூறு!' என்றது சஞ்சீவகன்.

'நீயோ ராஜாவுக்கு மிகவும் நெருக்கமான நண்பன். இந்த ராஜ்ஜியத்தில் முதன்மைப் பொறுப்பில் இருக்கிறாய்' என்றது தமனகன்.

'அதெல்லாம் உன்னால் ஏற்பட்டதுதானே தமனகா! நீதானே என்னை சிங்கராஜாவோடு நட்புகொள்ளச் செய்தாய். அதன் பின்னர்தானே எனக்கு நன்மைகளும் பதவியும் கிடைத்தன. உன் உதவியை நான் என்றும் மறக்கமாட்டேன்' என்றது சஞ்சீவகன்.

'நான் உனக்கு முன்பு செய்த உதவி, இன்று உனக்கே ஆபத்தாக முடிந்து விட்டது!' என்று தமனகன் தந்திரமாகக் கூறியது.

'நீ என்ன சொல்கிறாய்?' என்றது சஞ்சீவகன்.

'இந்த ராஜாக்களே இப்படித்தான். சொல்வது ஒன்று செய்வது வேறு. அவர்களின் பேச்சில் ஒன்று இருக்கும். அவர்களின் செயலில் ஒன்று இருக்கும். அவர்களை நெருங்குவதும் ஆபத்து. விலகுவதும் ஆபத்து. ஒரே நேரத்தில் நட்பாகவும் இருக்கிறார்கள். பகைவராகவும் மாறிவிடு கிறார்கள். நீ அவருக்கு எவ்வளவு நெருக்கமான நண்பன். உன்னையே அவர் கொல்ல நினைத்துவிட்டாரே!' என்று தந்திரமாகக் கூறியது தமனகன்.

'என்ன? ராஜா என்னைக் கொல்ல நினைத்துள்ளாரா?' என்று அதிர்ச்சியடைந்தது சஞ்சீவகன்.

'ஆமாம்! உன்னைக் கொன்று தன்னுடைய படையினருக்கு விருந்து வைக்கத் திட்டமிட்டுள்ளார். நீ என் நண்பன் என்பதால் இந்தச் செய்தியை உன்னிடம் கூற இங்கு வந்தேன்' என்றது தமனகன்.

'ராஜா ஏன் என்னைக் கொல்ல நினைத்தார்? நான் அவருக்கு எந்தத் தீங்கு செய்யவில்லையே!' என்று நினைத்த சஞ்சீவகன், 'அவர் அந்த முடிவு எடுக்க என்ன காரணம்?' என்று தமனகனிடம் கேட்டது.

‘இப்போது காரணத்தைத் தேடிப் பயனில்லை. அடுத்து என்ன செய்யலாம் என்று யோசிக்கவேண்டும்.’ என்றது தமனகன்.

தமனகனின் பேச்சினைக் கருத்தில் கொள்ளாத சஞ்சீவகன், ‘ராஜாக்கள் எப்போதும் நல்லவர்களைத் தங்கள் அருகில் வைத்துக்கொள்வதில்லை. சந்தனமரத்தில் எப்படி பாம்பு குடியிருக்கிறதோ, தாழைச் செடி எப்படி முட்களுடன் இருக்கிறதோ அப்படித்தான், ராஜாவைச் சுற்றித் தீயவர்களே இருக்கிறார்கள்’ என்று மனம் வருந்திக் கூறியது.

சஞ்சீவகனுக்கு ஆறுதலாக, ‘இருளை நீக்குவதற்காகத்தான் விளக்கைப் படைத்தான் ஆண்டவன். யானையை அடக்க அங்குசத்தைப் படைத்தான். ஆனால், தீயவர்களின் மனத்தைத் திருத்த எதையுமே ஆண்டவன் படைக்கவில்லை’ என்று தமனகன் கூறியது.

‘ராஜாவின் கோபத்திற்கு ஆளாகிவிட்டேன். இனி, நான் என்ன செய்யமுடியும்? எமன் வாயில் அகப்பட்டவன் எப்படித் தப்பிப்பான்? அவரிடமிருந்து தப்பிக்கும் திறமையும் வலிமையும் எனக்கில்லை. குற்றமற்ற ஒட்டகத்தை காகம் முதலானவை ஒன்றுகூடிக் கொலை செய்ததைப்போலத் தீயவர்களின் கூட்டால் ராஜா, குற்றமற்ற என்னைக் கொலை செய்யவுள்ளாரே’ என்றது சஞ்சீவகன்.

‘அது எப்படி காகம், ஒட்டகத்தைக் கொலைசெய்யமுடியும்?’ என்று தமனகன் கேட்டது.

சஞ்சீவகன் என்ற மாடு, குட்டிநரி தமனகனுக்கு ‘ஒட்டகத்தைக் கொன்ற காகம்’ கதையினைக் கூறத் தொடங்கியது.

8. ஒட்டகத்தைக் கொன்ற காகம்

ஒரு சிறிய காட்டில் மதோற்கடன் என்ற பெயரையுடைய சிங்கராஜா தனக்கு மந்திரிகளாக நரி, புலி, காகம் ஆகிய மூன்றையும் வைத்துக் கொண்டு அரசாட்சி நடத்தி வந்தார்.

ஒருநாள் அந்தக் காட்டு வழியாக ஓர் ஒட்டகம் வந்தது. அது தானாக விரும்பி காட்டுக்குள் வரவில்லை. அது தன்னுடைய ஊரைவிட்டு, வேறு இடத்துக்குச் சென்றுகொண்டிருக்கும்போது வழிதவறி இந்தக் காட்டுக்குள் நுழைந்துவிட்டது.

காட்டில் இந்த ஒட்டகத்தைக் கண்ட மந்திரியான காகம், ‘ஏய்! நில் அங்கே! யார் நீ?’ என்று மிகுந்த அதிகாரத்துடன் கேட்டது.

ஒட்டகம் பயந்தபடியே, ‘நான் வழி தவறி இங்கு வந்துவிட்டேன். என்னைக் காப்பாற்றுங்கள்’ என்று காகத்திடம் வேண்டியது.

‘சரி! கவலைப்படாதே. உன்னை எங்கள் ராஜாவிடம் அழைத்துச் செல்கிறேன்.’ என்று கூறிய காகம், அந்த ஒட்டகத்தை சிங்கராஜாவிடம் அழைத்துச் சென்றது.

ஒட்டகத்தைப் பார்த்த சிங்கராஜா, ‘பயப்படாதே! நான் உனக்கு இந்தக் காட்டில் அடைக்கலம் கொடுக்கிறேன். இனி நீயும் இந்தக் காட்டிலேயே வசிக்கலாம். உன்னையும் என் மந்திரிகளுள் ஒருவராக நான் சேர்த்துக் கொள்கிறேன். இனிமேல் உன்னுடைய பெயர் மந்தானகன்’ என்றார்.

காட்டில் வாழும் உரிமையையும் மந்திரி பதவியையும் புதிய பெயரினையும் பெற்றுவிட்ட ஒட்டகம் மிகவும் மகிழ்ந்தது. இப்படியே நாட்கள் கழிந்தன.

ஒருநாள் சிங்கராஜாவுக்கு உடல்நலம் சரியில்லை. அது தன் மந்திரி மார்கள் நால்வரையும் அழைத்து, ‘இன்று என்னால் வேட்டைக்கு வர முடியாது. உடல்நலம் சரியில்லை. இன்று நீங்கள் நால்வரும் சென்று வேட்டையாடி எனக்கு உணவு கொண்டு வாருங்கள். நான் உண்ட பின்னர் மீதமுள்ள உணவினை நீங்கள் உண்ணுங்கள்’ என்று கட்டளையிட்டது.

காகம், நரி, புலி, ஒட்டகம் ஆகிய நான்கும் ராஜாவுக்கு உணவுதேடி காட்டுக்குள் அலையோ அலை என்று அலைந்தன. ஆனால் ஓர் இரையும் அவைகளுக்கு அகப்படவில்லை.

உடனே, காகம் ஒரு திட்டம் போட்டது. ‘இந்த ஒட்டகம் சைவம். இதனால் நமக்கு ஒரு பயனும் இல்லை. நாம் ஏன் இந்த ஒட்டகத்தையே இன்றைய இரையாக வைத்துக்கொள்ளக்கூடாது?’ என்று யோசித்தது.

பின் ஒட்டகத்தை மட்டும் ஒரு வேலை கொடுத்துத் தனியே அனுப்பி விட்டு, காகம், நரியிடமும் புலியிடமும் தன் திட்டத்தைக் கூறியது.

இத்திட்டத்தைக் கேட்டவுடன், நரி, ‘இது நல்ல யோசனைதான்’ என்றது.

ஆனால், புலியோ, ‘இதற்கு ராஜா சம்மதிப்பாரா?’ என்று கேட்டது.

‘ஏன் சம்மதிக்கமாட்டார்?’ என்றது நரி.

அதற்கு புலி, ‘நம் ராஜா இந்த ஒட்டகத்துக்கு அடைக்கலம் கொடுத்துள்ளார். அப்படி இருக்கும்போது அதனைக் கொல்ல அவர் சம்மதிக்கமாட்டார்’ என்று கூறியது.

‘அவரை நான் சம்மதிக்கவைக்கிறேன்’ என்றது காகம்.

ஒட்டகம் திரும்பி வருவதற்குள் காகமும் நரியும் புலியும் சிங்க ராஜாவிடம் சென்றன.

‘ராஜா! இன்று இந்தக் காட்டுக்குள் எங்குதேடியும் எந்த இரையும் கிடைக்கவில்லை’ என்றது காகம்.

‘அப்படியா? இன்று நான் பசியுடன்தான் இருக்கவேண்டுமா?’ என்று பரிதாபமாகக் கேட்டது சிங்கராஜா.

‘இல்லை ராஜா! தங்களுக்கு இன்று உணவு கிடைக்கும். கையில் வெண்ணெயை வைத்துக்கொண்டு யாராவது நெய் தேடுவார்களா?’ என்றது காகம்.

‘வெண்ணெயா? எங்கே?’ என்றார் சிங்கராஜா.

‘நமது புதிய மந்திரியான ஒட்டகம்தான் அது!’ என்றது காகம்.

‘ஆ! அது எப்படி முடியும்? அது என்னுடைய அடைக்கலப் பொருள். நான் அதற்கு அடைக்கலம் தந்துள்ளேன். அடைக்கலமாக வந்தவனைக் கொல்வது பாவம். அதுமட்டுமல்ல, ‘பசு, பூமி, தானியம் ஆகியவற்றின் தானத்தைக் காட்டிலும் ‘அபயதானம்’ என்பது, அசுவமேத புண்ணி யத்தைவிட மிகுதியான புண்ணியம் உடையது’ என்று சாஸ்திரங்கள் சொல்லியுள்ளன’ என்றது சிங்கராஜா.

‘ராஜா! ஒரு குடும்பத்தைக் காப்பாற்ற அந்தக் குடும்பத்தில் உள்ள ஒரு நபரை இழக்கலாம். ஒரு கிராமத்தைக் காப்பாற்ற அந்தக் கிராமத்திலுள்ள ஒரு குடும்பத்தை இழக்கலாம். ஒரு நாட்டைக் காப்பாற்ற அந்த நாட்டிலுள்ள ஒரு கிராமத்தை இழக்கலாம். ஆதலால், இது தவறில்லை என்று அதே சாஸ்திரங்கள்தான் சொல்லியுள்ளன!’ என்றது காகம்.

சிங்கராஜா காகத்தின் கருத்துக்களை ஏற்றுக்கொள்ளவில்லை. ஒட்டகத்தைக் கொல்ல சம்மதிக்கவில்லை.

உடனே, காகம் ‘என்னிடம் ஒரு திட்டம் உள்ளது. தாங்கள் சம்மதித்தால் அதனைச் செயல்படுத்தித் தங்களுக்கு என்னால் உணவுதர முடியும்’ என்றது.

‘என்ன திட்டம்?’ என்றார் சிங்கராஜா.

‘அந்த ஒட்டகமே தங்களிடம் வந்து, ‘என்னைக் கொல்லுங்கள்’ என்று கூறினால், தாங்கள் அதனைக் கொல்லச் சம்மதிப்பீர்கள்தானே!’ என்றது காகம்.

‘ஆமாம்’ என்றார் சிங்கராஜா.

அப்போது, இவர்களைத் தேடி அந்த ஒட்டகம் வந்தது. ஒட்டகம் அருகில் வந்ததும் காகம் தந்திரமாக, ‘ராஜா! இன்று உங்களுக்கு எங்குமே இரை கிடைக்கவில்லை. தாங்கள் இன்று பசியுடன் இருப்பதை என்னால் பார்த்துக்கொண்டு சும்மா இருக்கமுடியாது. ஆதலால், தாங்கள் என்னைக் கொன்று தங்களின் பசியினைப் போக்கிக்கொள்ளுங்கள்’ என்று பொய்யாகக் கூறி தழுதழுத்தது.

‘நீ எனக்கு ஒருவாய் உணவாக அல்லவா அமைந்துவிடுவாய்’ என்றது சிங்கராஜா.

உடனே, நரி, ‘ராஜா அப்படியானால், தாங்கள் என்னைக் கொல்லுங்கள்’ என்று போலிப் பணிவு காட்டியது.

‘மிகவும் சிறியவன். என் பசிக்கு நீ பயனற்றவன்’ என்று அதையும் மறுத்தது சிங்கராஜா.

உடனே, புலி, ‘அப்படியானால் ராஜா, தாங்கள் என்னைக் கொல்லலாமே!’ என்று நடித்தது.

‘நீ பருத்தவனாக இல்லை. ஆதலால், நீயும் என் பசிக்கு ஏற்றவனில்லை’ என்றது சிங்கராஜா.

மூவரும் ராஜாவுக்காக போட்டி போட்டுக்கொண்டு தங்கள் உயிரைத் தர முன் வந்ததில் மனம் நெகிழ்ந்து போன ஒட்டகம், ‘ராஜா! இந்தக் காட்டில் நான்தான் உயரமானவன். பருத்தவன். நான் உங்களின் பசிக்கு ஏற்றவன். தாங்கள் தான் இந்தக் காட்டில் எனக்கு அடைக்கலம் கொடுத்தீர்கள். தங்களின் பசியைப் போக்கும் நல்ல காரியத்தை, நான் என் உயிரைக்கொடுத்தாவது செய்வேன். ஆதலால், தாங்கள் என்னைக் கொல்லுங்கள்’ என்றது.

உடனே, நரியும் புலியும் ஒட்டகத்தின்மீது பாய்ந்து அதனைக் கொன்றன.

இவ்வாறு கதையைக் கூறி முடித்த சஞ்சீவகன், ‘எது ஒன்று மிகவும் கீழ்நிலையில் இருக்குமோ அது எப்போதும் இன்பமாக இருக்காது. அதன் உயிருக்கு எப்போதும் ஆபத்து இருக்கும். தீயவர்களின் கைகளில் அகப்பட்டுக் கிடப்பதைக் காட்டிலும் அதனோடு சண்டையிட்டு மடிவதே சிறந்தது. ஒருவன் போர்முனையில் நின்று வெற்றிபெற்றால் ராஜ்ஜியத்தை அடையலாம். தோல்வியடைந்தால் வீரசொர்க்கம் பெறலாம். ஆதலால், வீரர்களுக்கு வாழ்தலும் இறத்தலும் சமமானதே!’ என்று அரசநீதியைக் கூறியது.

இதனைக் கேட்ட தமனகன், 'பகைவரின் பலத்தை அறியாமல் எவன் ஒருவன் பகைத்துக்கொள்கிறானோ அவன், சிட்டுக்குருவியால் கடல் அவமானமடைந்ததைப்போல அவமானம் அடைவான்' என்றது.

'கடல் எப்படி சிட்டுக்குருவியால் அவமானமடைந்தது?' என்று சஞ்சீவகன் மாடு கேட்டது.

குட்டிநரி தமனகன், மாடாகிய சஞ்சீவகனுக்குச் சிட்டுக்குருவியால் அவமானப்பட்ட கடலின் கதையினைக் கூறத் தொடங்கியது.

9. சிட்டுக்குருவியால் அவமானப்பட்ட கடல்

ஒரு கடற்கரையின் அருகில் உள்ள ஒரு செடியில் இரண்டு சிட்டுக்குருவிகள் கூடுகட்டி வாழ்ந்துவந்தன. முட்டையிடும் பருவம் வந்ததும் பெண் சிட்டுக்குருவி, ஆண் சிட்டுக்குருவியிடம், 'இதே கூட்டில் முட்டையிடலாமா? இது பாதுகாப்பானதுதானா?' என்று கேட்டது.

'இந்தக் கூட்டிற்கு என்ன? இது பாதுகாப்பானதுதான்' என்றது ஆண் சிட்டுக்குருவி.

'அருகில் கடல் இருக்கிறதே! அது பொங்கிவந்தால் நம் முட்டைகள் அழிந்துவிடுமே!' என்றது பெண் சிட்டுக்குருவி.

'இந்தக் கடலுக்கு என்னிடம் பகைகொள்ளும் அளவுக்குத் துணிவில்லை' என்றது கர்வமாக.

அதற்கு அறிவுரை கூறும்வகையில் பெண் சிட்டுக்குருவி, 'உனக்கும் கடலுக்கும் வேறுபாடு இருக்கிறது. அதன் வலிமையை உன் வலிமை யோடு ஒப்பிடுவது தவறு. எவன் ஒருவன் தன் வலிமையையும் மாற்றானின் வலிமையையும் ஒப்பிட்டுப் பார்க்கிறானோ அவன் துன்பப்படுவதில்லை. அவ்வாறு ஒப்பிட்டுப் பார்க்காதவன் அழிவையே சந்திக்கிறான். அது மட்டுமல்ல, தனக்கு நன்மை செய்யும் நண்பனின் பேச்சை மதிக்காதவன் ஆமை, கழியை (குச்சியை) விட்டு விட்டதால் இறந்ததுபோல மரணமடைவான்' என்று கூறியது.

'ஆமை எப்படிக் கழியை விட்டதால் இறந்தது?' என்று கேட்டது ஆண் சிட்டுக்குருவி.

ஆண் சிட்டுக்குருவிக்கு, ஆமை கழியை விட்டதால் இறந்த கதையினைப் பெண் சிட்டுக்குருவி கூறத் தொடங்கியது.

9.1. கழியை விட்டதால் இறந்த ஆமை

ஓர் அழகிய குளம் ஒன்றில் இரண்டு அன்னப் பறவைகள் வாழ்ந்து வந்தன. ஒன்றின் பெயர் விகடம். மற்றொன்றின் பெயர் சங்கடம். அதே குளத்தில் கம்புக்கிரீவன் என்ற ஆமையும் வாழ்ந்துவந்தது.

விகடம், சங்கடம், கம்புக்கிரீவன் ஆகிய மூவரும் நல்ல நண்பர்கள். காலப்போக்கில் மழைப்பொழிவு குறைந்ததால், குளத்தின் நீரளவு குறையத் தொடங்கியது.

இதனைக் கவனித்த அன்னப் பறவைகள், 'இனியும் இந்தக் குளத்தை நம்பி வாழ்வது பயனற்றது. இனி நாம் வேறொரு குளத்திற்குச் செல்வோம்' என்று முடிவுசெய்தன. தங்களின் இந்த முடிவைத் தங்கள் நண்பனான ஆமையிடமும் கூறின.

'நண்பர்களே! நீங்கள் பறந்து சென்று வேறு ஒரு குளத்தினை அடைந்துவிடுவீர்கள். நான் எப்படி வேறு குளத்திற்குச் செல்வது? எனக்கு ஏதாவது வழி சொல்லுங்களேன்!' என்றது ஆமை.

தங்களின் நண்பனான ஆமையைக் காப்பாற்ற நினைத்த அன்னப் பறவைகள், ஒரு திட்டத்தை உருவாக்கின.

அதன்படி அன்னப் பறவை விகடன், ஆமையிடம் 'நண்பா! நாங்கள் ஒரு நீண்ட கழியினைக் கொண்டுவருகிறோம். அதன் ஒரு முனைப் பகுதியை நானும் மற்றொரு முனைப் பகுதியை சங்கடனும் வாயால் கவ்விப் பிடித்துக்கொள்வோம். நீ அந்தக் கழியின் நடுப்பகுதியில் உன் வாயால் கவ்விக்கொள்ள வேண்டும். நாங்கள் இருவரும் கழியால் உன்னைத் தூக்கிக் கொண்டு பறந்து சென்று வேறு ஒரு குளத்தினை அடைவோம்' என்று தங்கள் திட்டத்தினைக் கூறியது.

'நண்பா! இதில் ஒரு சிக்கல் இருக்கிறது. பறந்து செல்லும்போது நீ எதுவும் பேசக்கூடாது. அவ்வாறு பேசினால் வாயால் கழியைப் பிடித்துக் கொண்டிருப்பதை விட்டுவிட்டு நீ கீழே விழுந்துவிடுவாய். பிறகு உன்னை எங்களால் காப்பாற்ற முடியாது' என்று சங்கடன் கூறியது.

'நண்பர்களே! கவலை வேண்டாம். நான் இந்தக் குளத்தைவிட்டு வேறு குளம் செல்லும் வரையில் பேசவே மாட்டேன். கழியினை உறுதியாகக் கவ்விப் பிடித்துக்கொள்வேன்' என்று உறுதியளித்தது ஆமை.

விகடன் ஒரு கழியினைக் கொண்டுவந்தது. அதன் ஒரு முனையினைத் தானும் மற்றொரு முனையினை சங்கடனும் பிடித்துக்கொள்ள, கழியின் நடுப்பகுதியை ஆமை தன் வாயால் கவ்விக்கொண்டது. அன்னப் பறவைகள் பறக்கத் தொடங்கின.

இவை ஓர் ஊரின் வழியாகப் பறந்து செல்லும்போது, ஊர் மக்கள் இந்த அதிசயமான காட்சியைப் பார்த்து வியந்தனர். அவர்கள் கூவி ஒலியெழுப்பினர். 'எங்கிருந்து இந்தச் சப்தம் வருகின்றது?' என்று நினைத்த ஆமை, அன்னப் பறவைகளிடம் கேட்க நினைத்துத் தன் வாயைத் திறந்தது. உடனே, ஆமையின் பிடி கழியிலிருந்து நழுவியது. ஆமை கீழே விழுந்து இறந்தது.

'ஆதலால், நாம் நமக்கு நன்மை செய்கின்றவர்களின் பேச்சை நாம் மதிக்கவேண்டும்' என்று பெண் சிட்டுக்குருவி, ஆண் சிட்டுக் குருவிக்குக் கூறியது. ஆனாலும், அதன் சொல்லை ஆண் சிட்டுக்குருவி கேட்பதாகத் தெரியவில்லை.

உடனே, பெண் சிட்டுக்குருவி, 'எந்தச் செயலினைச் செய்வதற்கு முன்னும் சிந்தித்துச் செயல்படவேண்டும். ஒரு சிக்கல் வருவதற்கு முன்னும் அல்லது வருகிறபோதும் அது பற்றிச் சிந்தித்துச் செயல் படுகின்றவர்கள் நன்மையடைவார் கள். எச் சிக்கல் வந்தாலும் வரட்டும், அச் சிக்கல் வந்த பின்னர் பார்த்துக்கொள்ளலாம் என்று நினைப்பவன் மூன்று மீன்கள் கதையில் வரும் ஒரு மீனைப் போலத் துன்பமடைவான்' என்று கூறியது.

'அது எந்த மீன்? அது அடைந்த துன்பம் என்ன?' என்று கேட்டது ஆண் சிட்டுக்குருவி.

ஆண் சிட்டுக்குருவிக்கு, மூன்று மீன்களின் கதையினைப் பெண் சிட்டுக்குருவி கூறத் தொடங்கியது.

9.2. மூன்று மீன்கள்

ஒரு சிறிய குளத்தில் மூன்று மீன்கள் வாழ்ந்துவந்தன. அவற்றில் முதலாவது மீன் எப்போதும் தனக்குத் துன்பம் வரும் முன்பே அதிலிருந்து தப்பித்துக்கொள்ள விரும்பும். இரண்டாவது மீன் தனக்குத் துன்பம் வரும்போது அதிலிருந்து தப்பித்துக்கொள்ள வழிதேடும். மூன்றாவது மீன் தனக்குத் துன்பம் வந்தபின்னர் இது விதிவசத்தால் வந்தது என்று நினைத்து அந்தத் துன்பத்தை ஏற்றுக்கொள்ளும்.

இத்தகைய மூன்று மனநிலைகளை உடைய மீன்களும் நண்பர்களாக வாழ்ந்து வந்தன.

ஒருநாள் மீனவர்கள் இருவர் அந்தக் குளத்தின் கரைக்கு வந்தனர். ‘இந்தக் குளத்தில் நீர் குறைவாக உள்ளது. நாளை வந்து இந்தக் குளத்திலுள்ள மீன்களையெல்லாம் பிடித்துச் செல்லலாம்’ என்று தங்களுக்குள் பேசிக்கொண்டனர்.

அந்த மீனவர்களின் பேச்சைக் கேட்டுக்கொண்டிருந்த முதலாவது மீன், ஓடிச் சென்று தன் நண்பர்கள் இருவரிடமும் அதைப் பற்றிக் கூறி எச்சரிக்கை செய்தது. பின்னர், அந்தக் குளத்தை விட்டு ஒரு வாய்க்காலின் வழியே வெளியேறி வேறு இடத்துக்குச் சென்று விட்டது.

இரண்டாவது மீன், ‘நாளைதானே அவர்கள் வருகிறார்கள். அவர்கள் வரட்டும் அப்புறம் பார்த்துக்கொள்ளலாம்’ என்று அமைதியாக இருந்தது.

மூன்றாவது மீன், ‘வருவது வரட்டும். எது நடந்தாலும் அது விதிவசம் தான்’ என்று தனக்குள் கூறிக்கொண்டு சும்மா இருந்தது.

மறுநாள் மீன்பிடிப்பவர்கள் வந்தனர். குளத்திற்குள் வலையினை வீசினர். இரண்டாவது மீனும் மூன்றாவது மீனும் வலையில் அகப்பட்டன.

இரண்டாவது மீன் மீனவர்களிடமிருந்து தப்பிப்பதற்காகத் தான் இறந்து விட்டது போல நடித்தது. அதனைப் பார்த்த மீனவர்கள், ‘இறந்த மீன் நமக்கு எதற்கு?’ என்று நினைத்து, அதனை வலையிலிருந்து எடுத்து மீண்டும் குளத்திற்குள்ளேயே எறிந்துவிட்டனர். அந்த மீன் குளத்திற்குள் ஓடிச் சென்று ஒளிந்துகொண்டது.

மூன்றாவது மீன் வலைக்குள்ளேயே துள்ளிக்கொண்டிருந்தது. அதனை அவர்கள் பிடித்துச் சென்றனர். ஆக, முதலாவது மீனும் இரண்டாவது மீனும் தப்பித்தன.

‘ஒரு சிக்கல் வரும்முன்னர் தப்பித்துக்கொள்பவரும் சிக்கல் வருகின்ற போது தப்பித்துக்கொள்பவரும் எப்போதுமே இன்பமடைவார்கள்’ என்று கூறிய பெண் சிட்டுக்குருவி, தன் கணவனாகிய ஆண் சிட்டுக் குருவியின் பிடிவாதத்தால் வேறு வழியின்றி அந்தக் கூட்டிலேயே முட்டைகளிட்டது.

இரண்டொரு நாட்களில் கடல் பொங்கிவந்தது. கூட்டிலிருந்த முட்டை களை அடித்துக்கொண்டு சென்றது. இதனைக் கண்ட பெண் சிட்டுக் குருவிக்குப் பதறியது.

அதற்கு ஆறுதல் கூறிய ஆண் சிட்டுக்குருவி, 'நீ கவலைப்படாதே! முட்டைகளை நான் மீட்டுக் கொண்டுவருவேன்' என்று உறுதியளித்தது.

ஆண் சிட்டுக்குருவி, பறவைகளின் ராஜாவான கருடனிடம் சென்று முறையிட்டது. கருடராஜா தன் இறைவனான ஸ்ரீ விஷ்ணுவிடம் அறிவித்தார். ஸ்ரீ விஷ்ணு சிட்டுக்குருவியின் முட்டைகளைத் திருப்பிக் கொடுத்துவிடுமாறு கடலுக்குக் கட்டளையிட்டார். இறைவனின் கட்டளைக்குப் பணிந்த கடல், அந்தச் சிட்டுக்குருவியின் முட்டைகளை மீண்டும் அதன் கூட்டில் கொண்டுவந்து வைத்தது.

ஆக, பகைவரின் வீரம், தீரம் தெரியாமல் அவர்களைப் பகைத்துக் கொள்வது நல்லதல்ல. அந்த விஷயம் அகங்காரம்கொண்ட நமது ராஜாவுக்குத் தெரியவில்லை' என்றது சஞ்சீவகன்.

'நண்பா! எனக்கு ஓர் உதவிசெய். சிங்கராஜா சண்டையிடுவதற்கு முன்பு அது சண்டைக்கு வருகிறது என்பதனை எப்படித் தெரிந்துகொள்வது? அதன் சண்டைக்குறிப்பு எப்படி இருக்கும்? என்று சஞ்சீவகன் மாடு கேட்டது.

'ராஜா எப்போது தன் காதுகளை நெறித்துக்கொண்டு வாலைத் தூக்குகிறாரோ அப்போது அவர் உன்னைக் கொல்ல வருகிறார் என்று நீ அறிந்துகொள்ளலாம்' என்றது தமனகன்.

'நல்லது நண்பா! நீ எனக்கு பெரிய உதவியினைச் செய்துள்ளாய்' என்றது சஞ்சீவகன்.

'ராஜா அவ்வாறு செய்யும்போது நீயும் உன் காதுகளையும் வாலையும் அவ்வாறே வைத்துக்கொள்' என்று தந்திரமாக அறிவுறுத்தியது குட்டி நரி தமனகன்.

பின்னர் தமனகன், சிங்கராஜாவின் குகைக்குச் சென்று, 'ராஜா, சஞ்சீவகன் தங்களை எதிர்கொள்ளும்போது அவன் தன் காதுகள் நெறித்துக்கொண்டும், வால் தூக்கிக்கொண்டும் இருப்பான். அதுதான் சண்டைக்கான அறிகுறி. நீங்களும் உங்களின் காதுகளை நெறித்துக் கொண்டும் வாலைத் தூக்கிக்கொண்டும் அவன் மீது பாய்ந்து, அவனைத் தாக்கிக் கொன்றுவிடுங்கள். தவறினால் அவன் உங்களைத் தாக்கி அழித்துவிடுவான்' என்று எச்சரித்தது.

தமனகனை வழியில் பார்த்த கரடகன், 'நீ சென்ற காரியம் நல்லபடியாக முடிந்ததா?' என்று கேட்டது. 'ஆமாம். நல்லபடியாக முடிந்துள்ளது. ராஜா-சஞ்சீவகன் நட்பு இன்றோடு முடியப்போகிறது' என்று மகிழ்ச்சியாகக் கூறியது.

சஞ்சீவகன், சிங்கராஜாவின் குகைக்குச் சென்றது. குகைக்குள் இருந்து வெளியே வந்த ராஜா சஞ்சீவகனைப் பார்த்ததும் தன் காதுகளை நெறித்துக்கொண்டு, தன் வாலைத் தூக்கினார்.

'தமனகன் கூறியபடியே ராஜா சண்டைக்குத் தயாராகிவிட்டார்' என்று நினைத்த சஞ்சீவகன், தானும் அவ்வாறே தன் காதுகளையும் வாலையும் வைத்துக்கொண்டு, தன் கூரிய கொம்புகளை முன்னே நீட்டி ராஜாவைத் தாக்கத் தொடங்கியது. ராஜாவுக்கும் சஞ்சீவகனுக்கும் போர் மூண்டது.

இவர்களின் சண்டையினைத் தொலைவிலிருந்து வேடிக்கை பார்த்த தமனகனிடம் கரடகன், 'அட தமனகா! உன்னால்தானே இந்த இனிய நண்பர்களுக்கிடையே இன்று போர் மூண்டுவிட்டது. உன்னுடைய பேச்சைக் கேட்டதனால்தான் ராஜா இப்போது சஞ்சீவகனுடன் போரிட்டுக் கொண்டிருக்கிறார். ராஜ நீதியில் சாம, தான, பேத, தண்டம் என்ற நான்கு வழிகள் உள்ளன. அவற்றில் முதன்மையானது சாமம் என்னும் வழி. அதுவே ஒரு காரியத்தைச் சாதிக்கும் வழிகளில் சிறந்த வழி. நீ இப்போது ராஜாவை மிகப் பெரிய சிக்கலில் அல்லவா மாட்டி விட்டிருக்கிறாய்?. ராஜாக்கள் சில நேரங்களில் தீயவர்களின் சொல்லைக்கேட்டுத் துன்பத்தில் சிக்கிக்கொள்கிறார்கள். ஆதலால் தான், 'நல்லோரின் நட்பு ராஜாக்களுக்கு வேண்டும்' என்று சாஸ்திரங்கள் சொல்லியுள்ளன. மந்திரி எவ்வளவு புத்திசாலியாக இருந்தாலும் அவன் தீயவனாக இருந்தால் அவனைத் தன் அருகில் ராஜா வைத்துக் கொள்ளக்கூடாது. தன்னைவிட வேறு யாரும் ராஜாவுக்கு அருகில் நெருக்கமாக இருக்கக் கூடாது என்று நினைப்பவனை ராஜா தன்னை விட்டு விலக்கியே வைக்கவேண்டும். தன்னுடைய எஜமானர்களின் தயவு கிடைக்கப்பெற்ற சேவகர்கள் தன்னடக்கத்துடன் இருக்க வேண்டும். ஆனால், நீ கர்வப்பட்டு மிகவும் தீயவனாக நடந்துகொள் கிறாய். நம் தந்தை எவ்வளவு நல்லவர். ஆனால், நீயோ 'தந்தையைப் போன்றே மகனும் இருப்பான்' என்ற பழமொழியினைப் பொய்யாக்கி விட்டாய். கொக்கு ஒரு குரங்குக்கு அறிவுரை கூறியதால் எப்படி இறந்ததோ அதுபோலவே நான் உனக்கு அறிவுரை கூறுவதால் இறந்துவிடுவேன் என்று நினைக்கிறேன்' என கரடகன் வருத்தப்பட்டுக் கூறியது.

'குரங்குக்குக் கொக்கு என்ன அறிவுரை கூறியது? ஏன் கொக்கு இறந்தது?' என்று தமனகன் கேட்டது.

குட்டிநரி கரடகன், தன் சகோதரன் தமனகனுக்குக் 'குரங்குக்கு அறிவுரை கூறிய கொக்கின் கதை'யினைக் கூறத் தொடங்கியது.

10. குரங்குக்கு அறிவுரை கூறிய கொக்கு

அது ஒரு குளிர்காலம். இரவு நேரம். காட்டில் இருந்த ஒவ்வொரு விலங்கும் குளிரைத் தாங்கிக்கொள்ள முடியாமல் கூனிக்குறுகித் தவித்தன.

அப்போது ஒரு மரத்தில் தங்கியிருந்த குரங்குக் கூட்டம் ஒன்று தொலைவில் உள்ள ஒரு குளத்தின் கரையில் நெருப்புப் பொறிகள் பறப்பதனைக் கண்டன. 'ஆகா! அங்கே நெருப்பு உள்ளது. நாம் அனைவரும் அங்கு சென்று நெருப்பில் குளிர்காயலாம்' என்று நினைத்து அந்த இடத்துக்கு விரைந்தன.

அந்தக் குளத்தின் கரையில் சுமுகன் என்ற ஒரு கொக்கு இருந்தது. அதற்கு நன்றாகவே தெரியும், குளக்கரையில் பறக்கும் பொறிகள் நெருப்புப்பொறிகள் அல்ல அவை மின்மினிப்பூச்சிகள்தான் என்று.

குரங்குக் கூட்டம் குளக்கரைக்கு வந்ததும், நெருப்புப் பொறிகள் என்றெண்ணி மின்மினிப் பூச்சிகளை நெருங்கி குளிர்காய முயற்சிக்க, இதனைக் கண்ட சுமுகன், அந்தக் கூட்டத்திலிருந்து ஒரு குரங்கிடம், 'நீங்கள் நினைப்பது போல இவை நெருப்புப்பொறிகள் அல்ல. இவை மின்மினிப்பூச்சிகள்' என்று அறிவுரை கூறியது.

உடனே, அந்தக் குரங்கு கோபப்பட்டு, 'நீ யார்? எனக்குப் புத்திசொல்ல? உனக்கு என்ன தகுதி இருக்கிறது?' என்று கேட்டு, அந்தக் கொக்கின் கழுத்தைப் பிடித்து, நெறித்து அருகில் இருந்த பாறையில் அடித்துக் கொன்று விட்டது.

'ஆதலால், தீயவர்களுக்குப் புத்திகூறுவது நமக்கே துன்பமாக முடிந்து விடும்' என்று நரியாகிய கரடகன் கூறியது. இதனைக் கேட்ட வருந்திய சகோதர நரி தமனகன், 'ஆம்! நான் தவறுசெய்துவிட்டேன்' என்று துக்கப்பட்டது.

'இப்போது நீ வருந்தி என்ன பயன்? உன் தீய புத்தியால் நீ அழியப் போகிறாய். எப்படித் தெரியுமா? நல்லவனும் தீயவனும் கண்டெடுத்த புதையல் கதைபோலத்தான்' என்றது கரடகன்.

'நல்லவனும் தீயவனும் எந்தப் புதையலைக் கண்டெடுத்தனர்?' என்று கேட்ட தமனகனுக்கு, கரடகன் அந்தக் கதையினைக் கூறத் தொடங்கியது.

11. இரண்டு நண்பர்கள் கண்டெடுத்த புதையல்

ஓர் ஊரில் இரண்டு நண்பர்கள் இணைபிரியாமல் வாழ்ந்து வந்தனர். அவர்களுள் ஒருவன் நல்லவன். மற்றொருவன் தீயவன். அவர்கள் இருவரும் வணிகம் செய்வதற்காக வேறு ஓர் ஊருக்குச் சென்றனர். செல்லும் வழியில் ஒரு புதையலைக் கண்டெடுத்தான் நல்லவன். அதனை அவன் தீயவனான தன் நண்பனிடம் தெரிவித்தான்.

தீயவன், 'நண்பா! இந்தப் புதையலை நாம் இப்போது நமது ஊருக்குக் கொண்டு செல்லவேண்டாம். இதில் உள்ள பணத்தில் சிறிதளவு மட்டும் நமது செலவுகளுக்காக எடுத்துக்கொண்டு, மற்றவற்றை இங்குள்ள ஒரு மரத்தடியில் புதைத்து வைத்துவிட்டுச் செல்லலாம்' என்று தந்திரமாகக் கூறினான்.

தீயவனின் பேச்சை நம்பிய நல்லவன், அதுபோலவே செய்யலாம் என்று கூற, இருவரும் அந்தப் புதையலில் இருந்து சிறிதளவு பணத்தை மட்டும் எடுத்துக்கொண்டு, புதையலை ஒரு மரத்தடியில் புதைத்து வைத்துவிட்டு ஊருக்குத் திரும்பினர்.

மறுநாள் தீயவன் மட்டும் அந்த மரத்தடிக்குச் சென்று அந்தப் புதையலை எடுத்து வந்து வேறிடத்தில் ஒளித்துவைத்துவிட்டான்.

சில நாட்கள் கழித்து தீயவன் தன் நண்பனிடம் சென்று, 'நாம் ஒளித்து வைத்த புதையலை எடுத்துவருவோம் வா!' என்று தந்திரமாகக் கூறி, அவனையும் அழைத்துக்கொண்டு மரத்தடிக்குச் சென்றான்.

நல்லவன் அந்த இடத்தினைத் தோண்டினான். புதையல் இல்லை.

உடனே, தீயவன் தன் நண்பனைப் பார்த்து, 'நீதான் எனக்குத் தெரியாமல் இங்கு வந்து இந்தப் புதையலை எடுத்துக்கொண்டு விட்டாய். எனவே எனக்குரிய பங்கினை உடனே தந்துவிடு. என்னை ஏமாற்ற நினைக்காதே!' என்று கூறிச் சண்டையிட்டான்.

நல்லவன் எவ்வளவோ எடுத்துக் கூறியும் தீயவன் சமாதானமாக வில்லை. தீயவன் ராஜாவிடம் சென்று தனக்கு நீதிவேண்டும் என்று முறையிட்டான்.

ராஜா, நீதிபதியை அழைத்து இவர்களை விசாரித்து, இந்தச் சிக்கலுக்குத் தீர்வுகூறுமாறு கட்டளையிட்டார். நீதிபதி தாம் ஐந்து நாட்களுக்குள் இந்தச் சிக்கலுக்குத் தீர்வுகூறுவதாக ராஜாவிடம் வாக்களித்துவிட்டு, இருவரையும் அழைத்துச் சென்று விசாரித்தார்.

இருவரும் நடந்தவற்றை நீதிபதியிடம் கூறினர். தீயவன், தன்னிடம் ஒரு சாட்சி இருப்பதாகக் கூறினான். நாளை அந்த சாட்சியை அழைத்து வருமாறு கூறிய நீதிபதி, இருவரையும் அனுப்பிவைத்தார்.

தன் வீட்டிற்கு வந்த தீயவன், தந்தையிடம் சென்று, ‘அப்பா! நீங்கள் நாளை எனக்காகப் பொய்சாட்சி கூறினால் எனக்குப் பெரிய புதையல் சொந்தமாகிவிடும்’ என்றான்.

‘எவ்வாறு பொய்சாட்சி சொல்லவேண்டும்?’ என்று கேட்ட தந்தைக்கு அவன் தன் திட்டத்தைக் கூறினான். ‘நீங்கள் நாளை அந்த மரத்தடியில் உள்ள ஒரு பொந்தில் சென்று மறைவாக அமர்ந்திருங்கள். நான் அந்த நீதிபதியையும் என் நண்பனையும் மற்றும் சிலரையும் அழைத்துக் கொண்டு அங்கு வருவேன். நீதிபதி அந்த மரத்திடம், ‘அந்தப் புதையலை யார் கொண்டு சென்றது?’ என்று விசாரிப்பார். அப்போது நீங்கள், அந்த மரம்பேசுவதுபோலவே ‘என் நண்பன்தான் எடுத்துச் சென்றான்’ என்று கூறவேண்டும்’ என்று அந்தத் திட்டத்தினை எடுத்துக் கூறினான்.

அதற்கு அவனின் தந்தை, ‘தகாத காரியம் செய்து சுகமாக இருக்க வேண்டும் என நினைத்து, கொக்கு செய்த முட்டாள்தனமான காரியம் போலவே, நீ செய்யும் காரியமும் இருக்கிறது’ என்று கூறினார்.

‘அப்படி கொக்கு செய்த முட்டாள்தனமான காரியம் என்ன?’ என்று கேட்ட தன் மகனுக்குத் தந்தை அந்தக் கொக்கின் கதையினைக் கூறத் தொடங்கினார்.

11.1 . முட்டாள் கொக்கு

ஓர் அழகான ஏரிக்கரையில் இரண்டு கொக்குகள் வாழ்ந்து வந்தன. பெண் கொக்கு முட்டையிட்டுப் பொரிக்கும் குஞ்சுகளையெல்லாம் ஒரு பாம்பு விழுங்கிவந்தது. அந்தப் பாம்பினைத் தடுக்கும் வலிமையும் அறிவும் இல்லாத முட்டாளாகிய ஆண் கொக்கு வருத்தத்தோடு இருந்தது.

‘இனிமேல் முட்டையிட்டுப் பொரிக்கும் குஞ்சுகளையாவது காப்பாற்றி விட வேண்டும்’ என்று உறுதியெடுத்துக்கொண்டது.

நாட்கள் கடந்தன. பெண் கொக்கு புதிதாக முட்டையிட்டுக் குஞ்சுகள் பொரித்தது. ‘அவற்றைக் காப்பாற்ற வழியுண்டா?’ என்று ஆண் கொக்கும் பெண் கொக்கும் ஆலோசித்தன. அப்போது, ஆண் கொக்கின் நண்பனான குளிரன் என்ற நண்டு அங்கே வந்தது.

நண்டு குளிரன், அந்த இரண்டு கொக்குகளையும் பார்த்து, 'என்ன ஆழ்ந்த யோசனையில் இருக்கிறீர்கள்?' என்று விசாரித்தது. ஆண் கொக்கு நடந்தவற்றை அதனிடம் தெரிவித்து, 'எப்படியாவது இம்முறை எங்களின் குஞ்சுகளைக் காப்பாற்றவேண்டும். ஆனால் என்ன வழி என்றுதான் புலப்படவில்லை!' என்று கவலையுடன் கூறியது.

அதற்கு குளிரன் சற்று யோசித்துவிட்டு, 'பாம்பைக் கொல்கிற வழியினை நான் உங்களுக்குச் சொல்லுகிறேன்' என்று கூறியது. இரண்டு கொக்குகளும் ஆர்வத்தோடு, 'என்ன வழி?' என்று கேட்டன.

'நமது ஏரிக்கரையில் உள்ள கீரிப்பிள்ளையின் வளை முதல், பாம்பின் புற்று வரை மீன்களை இறைத்து வைத்துவிடவேண்டும். அவ்வாறு செய்துவிட்டால் பாம்பு இறந்துவிடும்' என்று தன் திட்டத்தினைக் கூறியது குளிரன்.

இந்தத் திட்டத்தினைக் கேட்ட கொக்குகள் மிகவும் மகிழ்ந்தன. ஆண்கொக்கு உடனே செயலில் இறங்கியது.

அது ஏரியிலிருந்து மீன்கள் பலவற்றைப் பிடித்துக் கொண்டு வந்து கீரிப்பிள்ளையின் வளை முதல் பாம்பு இருக்கும் புற்றுவரை தொடர்ந்து இறைத்து வைத்தது.

மீன் வாசத்தை நுகர்ந்த கீரிப்பிள்ளை தன் வளையை விட்டு வெளியே வந்தது. வரிசையாக இருந்து மீன்களைத் தின்றுகொண்டே பாம்பின் புற்று வரை வந்தது. புற்றிலிருந்து வெளியே வந்த பாம்பினையும் கடித்து, அதனைக் கொன்றது. பின்னர் கொக்கின் குஞ்சுகள் இருக்கும் பகுதிக்கும் வந்தது. கொக்கின் குஞ்சுகளையும் பிடித்துத் தின்றது.

'ஓர் எதிரியை அழிக்கத் திட்டமிட்டு, புதிதாக ஓர் எதிரியை உருவாக்கிக்கொண்ட முட்டாள் கொக்கைப்போல நீ திட்டமிடுகிறாய்' என்று தன் மகன் தீயவனுக்கு அவனது தந்தை அறிவுரை கூறினார்.

தீயவன் அவர் சொன்னதைக் கேட்கவில்லை. வலுக்கட்டாயமாக அவரை இழுத்து வந்து அந்த மரப் பொந்தில் மறைவாக உட்காரவைத்தான்.

மறுநாள், அந்தத் தீயவன் நீதிபதி முதலானவர்களையும் தன் நண்பனையும் அழைத்துக்கொண்டு அந்த மரத்தடிக்கு வந்தான்.

எல்லோரிடமும் அந்த மரத்தைக் காட்டி, இதுதான் எனக்குச் சாட்சி என்றான். நீதிபதி அந்த மரத்தினை 'தெய்வீக மரம்' என்று நினைத்து, அதனிடம் விசாரித்தார்.

மரப்பொந்தில் ஒளிந்திருந்த தந்தை, 'தீயவனின் நண்பன்தான் புதையலைக் கொண்டு சென்றான்' என்று மரம்போலவே பேசிச் சாட்சியளித்தார். நீதிபதி மரத்தின் சாட்சியை ஏற்றுக்கொண்டார்.

ஆனால், நல்லவனோ அந்த மரத்தில் ஏதோ சூழ்ச்சி உள்ளதாக நம்பினான். அவன் மரத்தைச் சுற்றிவந்து ஆராய்ந்தான். அதில் ஒரு பொந்து இருப்பதனைக் கண்டான். உடனே, அந்த மரப்பொந்தில் தீயை வைத்தான்.

தீயவனின் தந்தை தீயின் வெப்பத்தைப் பொருத்துக்கொண்டு சிறிது நேரம் அந்தப் பொந்திலேயே அமைதியாக இருந்தார். பின்னர் வெப்பம் அதிகமானவுடன் அவர் உடல் தீப்பற்றிக் கொண்டது. வேறு வழியின்றி அலறியடித்துக்கொண்டு, பொந்தைவிட்டு வெளியே வந்தார்.

அவர் நீதிபதியிடம் உண்மையைக் கூறினார். உடலில் தீக்காயம் அதிகமாக ஏற்பட்டதால் இறந்துவிட்டார்.

நடந்த விஷயங்களை நீதிபதி மன்னனிடம் கூறினார். மன்னன் தானே நேரடியாக அந்தத் தீயவனை விசாரித்தார். அவன் தன் குற்றத்தை ஒப்புக்கொண்டான். புதையலைத் தன் நண்பனிடம் ஒப்படைத்தான். ராஜா தீயவனுக்கு மரணதண்டனை விதித்தார்.

இவ்வாறு இரண்டு நண்பர்கள் கண்டெடுத்த புதையல் கதையினைக் கூறிய கரடகன், தமனகனைப் பார்த்து, 'பாம்பினை எவ்வளவு நாட்கள் பாலூற்றி வளர்த்தாலும் அது தன்னை வளர்த்தவரையும் இரக்கமின்றிக் கொத்தத்தான் செய்யும். அதுபோலத்தான் நீயும். உன்னுடன் இருக்க எனக்கு பயமாகவே உள்ளது. இனிமேல் நான் உன்னிடம் தேவதத்தனைப் போலத்தான் நடந்துகொள்ள வேண்டும்' என்றது.

'யார் அந்த தேவதத்தன்? அவன் எப்படி நடந்துகொள்வான்?' என்று தமனகன் கேட்க, கரடகன் தேவதத்தன் கதையைச் சொல்லத் தொடங்கியது.

12. தேவதத்தனின் புத்திசாலித்தனம்

ஒரு நகரத்தில் தேவதத்தன் என்ற இரும்பு வியாபாரி ஒருவர் வாழ்ந்து வந்தார். அவரது வியாபாரத்தில் மிகுந்த நஷ்டம் ஏற்பட்டது. எனவே இந்த இரும்புத் தொழிலை விட்டுவிட்டு வேறொரு நகரத்துக்குச் சென்று ஏதாவது ஒரு புதிய தொழிலைத் தொடங்கலாம் என்று திட்டமிட்டார்.

அப்படிச் செல்வதற்கு முன்பாகத் தன்னிடம் மீதமிருந்த இரும்புகளைத் தன் நெருங்கிய நண்பரிடம் ஒப்படைத்துவிட்டு, பிறகு வந்து பெற்றுக் கொள்வதாகச் சொல்லி விடைபெற்றுக் கொண்ட தேவதத்தன்,

பக்கத்திலிருந்த வேறு ஒரு நகரத்திற்குச் சென்றார். அங்கு ஒரு புதிய தொழிலினைத் தொடங்கி நடத்தினார்.

ஆனால் தேவதத்தனின் துரதிஷ்டம், அந்தத் தொழிலிலும் நஷ்டம் ஏற்பட்டது. ஆதலால், அவர் மீண்டும் தன்னுடைய பழைய நகருக்கே திரும்பினார்.

மீண்டும் தன்னுடைய பழைய தொழிலையே தொடங்க விரும்பிய தேவதத்தன், தன் நண்பரிடம் சென்று தாம் முன்பு கொடுத்து வைத்திருந்த இரும்புகளைத் திரும்பத் தருமாறு கேட்டார்.

அதற்கு அவரது நண்பர், 'உங்கள் இரும்புகளையெல்லாம் என் வீட்டில் சுற்றித் திரிந்த எலிகள் தின்றுவிட்டன' என்று கூறி அவரை ஏமாற்றினார்.

'எலிகள் எப்படி இரும்பை உண்ணும்?' என்று அவரிடம் தேவதத்தன் கேட்டதற்கு, அவர் 'என் வீட்டு எலிகள் இரும்பை உண்ணும்' என்று உறுதிபடக் கூறினார்.

தனது நண்பர் தன்னை ஏமாற்றுகிறார் என்பதைப் புரிந்துகொண்ட தேவதத்தன் அவரிடமிருந்து தன்னுடைய இரும்புகளை மீட்க வழியில்லாமல் தவித்தார். மனத்தில் கோபம் எழ, 'தன்னை ஏமாற்றிய நண்பரைத் தானும் ஏமாற்ற வேண்டும்' என்று முடிவுக்கு வந்தார்.

ஒருநாள், தனது நண்பருக்குத் தெரியாமல் அவரின் பிள்ளைகளை அழைத்துக்கொண்டு வேறு ஒரு வீட்டிற்குச் சென்ற தேவதத்தன், அவர்களை அங்கேயே விளையாடச்செய்து விட்டு தனது வீட்டுக்குத் திரும்பினார்..

அப்போது தன்னுடைய பிள்ளைகளைக் காணாமல் அவர்களைத் தேடி அலைந்த தேவதத்தனின் நண்பர், தேவதத்தனின் மீது சந்தேகப்பட்டு அவரின் வீட்டிற்கு வந்து விசாரித்தார்.

தேவதத்தன், 'ஆமாம்! உனது பிள்ளைகள் இங்குதான் விளையாடிக் கொண்டிருந்தார்கள். அப்போது உன் பிள்ளைகளைப் பறவையொன்று தூக்கிச் சென்றுவிட்டது' என்று கூறினார்.

'என்ன விளையாடுகிறாயா? அது எப்படி பிள்ளைகளைப் பறவை தூக்கிச் செல்லும்?' என்று கேட்ட நண்பரிடம் தேவதத்தன், 'அது அப்படித்தான். சில பறவைகள் பிள்ளைகளைத் தூக்கிச் செல்லும்' என்று உறுதிபடக் கூறினார்.

தேவதத்தன் தன்னை ஏமாற்றுகிறார் என்பதனை உணர்ந்த அவரது நண்பர், ஊர்த்தலைவரிடம் சென்று முறையிட்டார். ஊர்த் தலைவர் அழைத்து விசாரித்தார். அவரிடம் அதே பதிலையே கூறினார் தேவதத்தன்.

அதற்கு ஊர்த் தலைவர், 'இது என்ன அதிசயம்? பிள்ளைகளைப் பறவை தூக்கிச் செல்லுமா?' என்றார். அதற்கு தேவதத்தன், 'இது ஒன்றும் அதிசயம் இல்லை. இரும்பை எலி தின்பதுதான் அதிசயம்' என்று கூறினார்.

'இரும்பை எலி உண்ணுமா?' என்று கேட்ட ஊர்த்தலைவரிடம் தேவதத்தன், 'இரும்பை எலி தின்றதாகத்தான் என் நண்பர் கூறினார். நீங்கள் வேண்டுமானால் அவரிடமே விசாரியுங்கள்' என்றார்.

உடனே, தேவதத்தனின் நண்பர் தன்னுடைய தவறினை ஊர்த் தலைவரிடம் ஒப்புக்கொண்டார். தேவதத்தனின் இரும்பினைத் திருப்பிக் கொடுத்துவிடுவதாக உறுதியளித்தார். உடனே, தேவதத்தன் தன் நண்பரின் பிள்ளைகள் விளையாடிக்கொண்டிருக்கும் இடத்தினைத் தெரிவித்தார்.

இவ்வாறு அந்தக் கதையினைச் சொல்லி முடித்த கரடகன், தமனகனைப் பார்த்து, 'கூறிய பொருளைத் தெரிந்துகொள்ளாதவன் கல்லுக்குச் சமம். அவனுக்கு அறிவுரை கூறுவதில் எந்தப் பயனும் இல்லை' என்று கூறியது.

பின்னர் இருவரும் சிங்கராஜாவின் குகைக்குச் சென்றனர். அங்கு சஞ்சீவகன் பிணமாகக் கிடந்தான். அதன் அருகில் சிங்கராஜா கவலையோடு அமர்ந்திருந்தார். இந்தக் காட்சியைப் பார்த்த கரடகனுக்கு அழுகை வந்தது.

ஆனால், தமனகனோ மகிழ்வோடு, 'ராஜா! ஏன் வருத்தப்படுகிறீர்கள்? தாங்கள் தங்களின் எதிரியைத்தான் கொன்றுள்ளீர்கள். எதிரியைக் கொல்லவேண்டும் என்று சாஸ்திரங்கள் சொல்லியுள்ளன. ராஜாவைக் கொல்லத் துணிந்தவன் யாராக இருந்தாலும் அவர்களைக் கொல்லும் உரிமை ராஜாவுக்கு உள்ளது. ராஜாவுக்கும் ராஜாங்கத்துக்கும் துரோகம் செய்கிறவர்களை ராஜா கொலை செய்யலாம். அதில் தவறில்லை. இதற்காகத் தாங்கள் கவலைப்படவேண்டியதில்லை. மெய், பொய், கடுமை, மென்மை, கொலை, இரக்கம் போன்ற அனைத்தும் ராஜாவுக்கு இருக்கவேண்டும் என்று ராஜநீதி கூறியுள்ளது' என்று கூறி தமனகன் ராஜாவை மகிழ்வித்தது.

சிங்கராஜாவும் தமனகனின் கருத்தினை ஏற்றுக்கொண்டு தன் கவலையைவிட்டார். முன்புபோலவே மகிழ்வுடன் தன் ராஜாங்கத்தை அந்தக் காட்டில் நடத்தினார்.

இரண்டாம் தந்திரம் - சுகிர்த லாபம்

முதல் தந்திரமாகிய 'நட்பைக் கெடுத்துப் பகையை உண்டாக்குதல்' பற்றிக் கதைகள் மூலம் பாடம் புகட்டிய பண்டிதர் விஷ்ணுசர்மா அடுத்தபடியாக, இரண்டாம் தந்திரமாகிய, 'தமக்கு இணையானவர்களுடன் பகையின்றி வாழ்தல்' குறித்த ஒரு நெடுங்கதையினை அந்த மூன்று இளவரசர்களுக்கும் கூறத் தொடங்கினார்.

'புத்திசாலியான நண்பர்கள் தங்களிடம் பணம் முதலியன எவையும் இல்லையென்றாலும்கூட அவர்கள் காகம், எலி, ஆமை, மான் ஆகிய நான்கு நண்பர்கள் ஒன்றையொன்று காப்பாற்றிக்கொண்டு வாழ்ந்ததைப் போலத் தங்களுக்குள் உதவி வாழ்வார்கள்' என்று விஷ்ணுசர்மா கூறினார்.

'அதெப்படி? என்ன கதை அது?' என்று அந்த மூன்று இளவரசர்களும் கேட்க, அந்த நான்கு நண்பர்களின் கதையினை விஷ்ணுசர்மா கூறத் தொடங்கினார்.

தமக்கு இணையானவர்களுடன் பகையின்றி வாழ்தல்

கோதாவரி ஆற்றங்கரையில் ஒரு பெரிய வன்னிமரம் இருந்தது. அந்த மரத்தில் இலகுபதனன் என்ற காகம் குடியிருந்தது.

ஒரு நாள் விடியற்காலையில் வேடன் ஒருவன் அங்கு வந்தான். அவனைக் கண்டதும் இலகுபதனன், 'இன்று இந்த வேடன் யாருடைய உயிரைப் பறிக்கப் போகிறானோ?' என்று நினைத்துப் பயந்தது.

வேடன் தான் கொண்டு வந்த வலையினை கீழே விரித்தான். அதன்மீது தானியங்களைப் பரப்பி வைத்து விட்டு அருகே இருந்த புதருக்குள் சென்று மறைந்துகொண்டான். பறவைகள் வலையில் வந்து சிக்குவதற்காகக் காத்திருந்தான். வெகுநேரம் வரை எந்தப் பறவைகளும் அங்கே வரவில்லை. வேடன் ஏமாற்றத்துடன் வேறு இடத்துக்குச் செல்லலாம் என்றெண்ணிப் புறப்பட நினைத்தபோது, புறாக்கூட்டம் ஒன்று பறந்து வருவதைக் கண்டான். மீண்டும் ஒளிந்து கொண்டான்.

அந்தப் புறாக்கூட்டத்துக்கு ராஜா சித்திரக்கிரீவன் என்ற புறா. அது தன்னுடைய பணியாளர்களோடு அந்தப் பக்கம் பறந்துவந்தது. அவை இரை தேடி காட்டுப் பகுதியில் சுற்றிவிட்டு எங்கும் இரை கிடைக்காததால் ஆற்றங்கரைப் பக்கமாக வந்தன. தரையில் தானியங்கள் பரப்பியிருப்பதனைப் பார்த்தன. உடனே, ஒட்டுமொத்தமாக அனைத்தும் தரையிறங்கின. தானியங்களை உண்பதற்காக நெருங்கின.

அப்போது புறாக்களின் ராஜாவான சித்திரக்கிரீவன், எல்லாப் புறாக்களையும் தடுத்து, 'சற்றுப் பொறுங்கள். இந்தப் பகுதியில் இவ்வளவு தானியங்களை ஒரே இடத்தில் யாரோ பரப்பியுள்ளனர். இது இயல்புக்கு மாறானது. இவை எதற்காக இவ்வாறு வைக்கப்பட்டிருக்கின்றன என்பதனை அறியாமல் நாம் இவற்றை உண்பது ஆபத்து' என்று கூறி எச்சரித்தது.

இதனை அந்த மரத்திலிருந்த காகமாகிய இலகுபதனன் கவனித்துக் கொண்டிருந்தது.

புறாக்கள் தமது ராஜாவிடம், 'மன்னா! நமக்கு காட்டில் ஏதும் உணவு கிட்டவில்லை. ஆதலால்தான் நாம் இந்த ஆற்றங்கரைப் பகுதிக்கு வந்திருக்கிறோம். இதோ நமக்கு இங்கே இரை கிடைத்துள்ளது. இறைவன் நமக்கு இவற்றைக் கொடுத்துள்ளார் என்று நினைத்து இவற்றை உண்ண வேண்டியதுதானே!' என்று கூறின. அதற்கு புறாக்களின் ராஜாவாகிய சித்திரக்கிரீவன், 'உணவுக்கு ஆசைப்பட்டு நாம் ஆராயாமல் இந்தத் தானியங்களை உண்டால், ஒரு பிராமணன் தங்கக் காப்புக்கு ஆசைப்பட்டு புலியால் கொல்லப்பட்டதைப்போல நாமும் ஆபத்தில் சிக்கிக்கொள்வோம்' என்று கூறினார்.

'தங்கக் காப்புக்கு ஆசைப்பட்ட பிராமணன் புலியால் கொல்லப் பட்டானா! எப்படி?' என்று கேட்ட தன் பணியாளர்களுக்கு ராஜா சித்திரக்கிரீவன் அந்தக் கதையினைச் சொல்லத் தொடங்கியது.

1. புலியால் கொல்லப்பட்ட பிராமணன்

ஓர் அழகான ஏரிக்கரையில் ஆபத்தான கிழட்டுப்புலி ஒன்று தங்கியிருந்தது. அதற்கு மிகவும் வயதாகிப் போனதால் முன்பு போல அதனால் ஓடியாடி வேட்டையாட முடியவில்லை. அதன் பற்களும் விழுந்துவிட்டன. கால் நகங்களும் மழுங்கிவிட்டன. உடலில் வலு இல்லை. ஆனால், மூளை மட்டும் தந்திரமாக வேலைசெய்தது. இருந்த இடத்திலிருந்தே தனக்கான இரையினைப் பெற அது ஒரு திட்டமிட்டது.

ஒருநாள் ஏரிக்குள் இறங்கி நீராடியது. கையில் ஒரு தருப்பை புல்லினை வைத்துக்கொண்டது. மிகவும் சாதுபோலத் தன் முகத்தை வைத்துக் கொண்டு அமர்ந்திருந்தது.

அந்த ஏரிக்கரையின் வழியாக ஒரு பிராமணன் சென்றுகொண்டிருந்தான். புலி அவனை அழைத்தது. அவன் புலியைப் பார்த்ததும் பயந்து ஓட நினைத்தான்.

உடனே, அந்தப் புலி, 'ஏய் பிராமணனே! ஓடாதே, நில். உனக்காக ஒரு தங்கக் காப்பு வைத்திருக்கிறேன். வந்து வாங்கிச்செல்' என்று அன்புடன் அவனை அழைத்தது.

'தங்கக் காப்பு' என்ற சொல் அவனை நிறுத்தியது. பிராமணன் நின்றான். இருந்தாலும் புலியின் மீது அவனுக்கு பயம் தணியவில்லை.

‘தங்கக் காப்பு வேண்டுமென்றால் நாம் அந்தப் புலியிடம் சென்றாக வேண்டும். நாம் அருகில் சென்றதும் அது நம்மீது பாய்ந்து கடித்து விட்டால் ஆபத்து. மரணம் என்பது இப்போது இல்லையென்றால் எப்போதாவது வரத்தான் செய்யும். ஆனால், தங்கக் காப்பு?’ என்று தன் மனத்துக்குள் ஆலோசனை செய்தபின்னர், புலியிடம் தொலைவி லிருந்தே பேசினான்.

‘புலியே முதலில் அந்தத் தங்கக் காப்பினை எனக்குக் காட்டு?’ என்று புலியிடம் கூறினான்.

புலி தங்கக் காப்பைக் காட்டியது. ‘சரி, நான் உன்னை நம்புகிறேன். இருந்தாலும் எனக்கு உன் மீது முழு நம்பிக்கை ஏற்படவில்லை’ என்றான்.

‘பிராமணனே! நானும் உன்னைப்போலத்தான் அதிகாலையில் எழுந்து, நீராடி, இறைவனை வணங்கி, என்னால் முடிந்த தரும காரியங்களைச் செய்து வருகிறேன். எனக்கு வேட்டல், ஓதல், கொடுத்தல், தபம், சத்தியம், உறுதி, பொறாமை, ஆசையின்மை ஆகிய எட்டு தருமங்களும் தெரியும். உன்னைப் பார்த்தால் வறுமையில் உள்ளதுபோலத் தெரிகிறது. அதனால்தான் இந்தத் தங்கக் காப்பினை உனக்குத் தரலாம் என்று நினைத்தேன். ஏழைகளுக்குக் கொடுக்கவேண்டும் என்றும் செல்வந்தர்களுக்குக் கொடுக்கலாகாது என்றும் தர்ம சாஸ்திரம் கூறியுள்ளதே! காரணம், நோயாளிக்குத்தான் மருந்து தேவை. நோயில்லாதவனுக்கு மருந்தைக் கொடுத்தால் அதனாலேயே அவன் நோய்வாய்ப்பட வாய்ப்புள்ளது. நீ என்னுடைய நல்ல குணத்தினைப் புரிந்துகொள்!’ என்று புலி அவனிடம் ஆசை வார்த்தைகள் பேசியது.

‘புலி மனிதர்களைத் தாக்கிக் கொல்லும் என்று உலகத்தார் பேசிக்கொள் கிறார்களே, அதனால்தான் நான் உன்னை நெருங்க யோசிக்கிறேன்’ என்றான் பிராமணன்.

‘நான் தரும சாஸ்திரம் அறிந்தவன். என் உயிர் எனக்கு எப்படி முக்கிய மானதோ அதுபோலவே ஒவ்வொருவருக்கும் அவரவரது உயிர் முக்கியமானது என்பதனை நான் நன்கு அறிவேன். சாதுக்கள் எப்படி பிற உயிர்கள்மீது மிகவும் இரக்கக் குணத்தோடு இருக்கிறார்களோ அவ்வாறே நானும் மனித உயிர்களின் மீது இரக்கத்தோடு இருக்கிறேன். என்னால் உனக்கு ஒரு துன்பமும் வராது. நானோ வயதானவன். எனக்குப் பல்லுமில்லை நகமும் இல்லை. அவ்வளவு ஏன்? என் உடலில் வலுவும் இல்லையே. என்னால் எப்படி உன்னைக் கொல்லமுடியும்? என்னை நம்பு’ என்றது அந்தத் தந்திரக்காரப் புலி.

புலியின் பேச்சினை நம்பிய பிராமணனின் கவனம் முழுவதும் அந்தத் தங்கக் காப்பின்மீதுதான் இருந்தது. அவன் ஏரிக்குள் இறங்கினான். புலியை நெருங்கினான். அதற்குள் அவன் கால்கள் ஏரியில் இருந்த சகதிக்குள் சிக்கிக்கொண்டது.

‘என்ன பிராமமணனே! சகதிக்குள் சிக்கிக்கொண்டாயா? நான் வந்து உன்னைக் காப்பாற்றுகிறேன்’ என்று கூறி புலி அவனருகில் வந்தது.

அவனுக்குப் புலியின் திட்டம் புரிந்தது. ‘தீயவர்கள் தரும சாஸ்திரம் படித்திருந்தாலும் வேதத்தின் மீது சத்தியம் செய்தாலும் அவர்களின் வார்த்தைகளை நம்புவது எப்போதுமே ஆபத்துதான்’ என்பதனை அந்தப் பிராமணன் உணர்ந்தான். புலி அவன் மீது பாய்ந்தது. அவனைக் கொன்று, உண்டது.’

ஆகையால் எதையும் மிகவும் ஆழ்ந்து யோசித்த பின்னரே செயலில் இறங்கவேண்டும். அவ்வாறு செயல்படுபவர்கள் நன்மையடைவர் என்று கூறியது புறாக்களின் ராஜாவான சித்திரக்கிரீவன்.

அப்போது கூட்டத்திலிருந்த இளம் புறா ஒன்று, ‘இப்படியெல்லாம் யோசித்துக்கொண்டே இருந்தால் நமக்கு இரையே கிடைக்காது மகாராஜா! வெட்கப்படுகின்றவன், பொறாமையுள்ளவன், மகிழ்ச்சியடையாதவன், தீராத சந்தேகப் புத்தியுள்ளவன், பிறர் பொருளைக் கொண்டு வாழ்பவன் போன்றவர்கள் பெரும் துன்பத்தையே அனுபவிப்பார்கள்.’ என்று கர்வமாகக் கூறியது.

உடனே, அனைத்துப் புறாக்களும் அந்தத் தானியத்தை உண்ணச் சென்றன. ஒட்டுமொத்தமாக வேடன் விரித்திருந்த வலையில் அகப்பட்டுக்கொண்டன.

இதனை அந்த மரத்திலிருந்த காகமாகிய இலகுபதனன் வருத்தத்தோடு பார்த்தது.

புறா ராஜா சித்திரக்கிரீவன் சிக்கிக் கொண்ட புறாக்களைப் பார்த்து,, ‘என் சொல்லை மீறி நடந்ததால் இப்படி ஆபத்தில் சிக்கிக் கொண்டீர்களே! நான் மட்டும் தனியாக வலையில் சிக்காமல் இருந்து என்ன செய்யப்போகிறேன். உங்களுக்கு நேரும் ஆபத்து எனக்கும் நேரட்டும்’ என்று கூறி அதுவும் அந்த வலையில் வலியப் போய் அகப்பட்டுக்கொண்டது.

அனைத்துப் புறாக்களும் ராஜா சித்திரக்கிரீவனிடம் மன்னிப்புக் கேட்டன. சித்திரக்கிரீவன், ‘சரி, பரவாயில்லை. நடந்தது நடந்துவிட்டது. இனி இதிலிருந்து தப்பிக்க வழி தேடுவோம்’ என்று ஆறுதலாகக் கூறியது.

புதருக்குள் ஒளிந்திருந்த அந்த வேடன் மெல்ல எட்டிப்பார்த்தான். எல்லாப் புறாக்களும் வலையில் அகப்பட்டுக்கொண்டதைப் பார்த்து மகிழ்ந்தான்.

இதையெல்லாம் காகமாகிய இலகுபதனன் கவனித்துக்கொண்டிருந்தது.

புறா சித்திரக்கிரீவன் யோசித்தது. அது தனது பணியாளர்களிடம் ‘இப்போது நாம் இந்த ஆபத்திலிருந்து தப்ப வேண்டுமானால் ஒரேயொரு வழி இருக்கிறது. நாம் எல்லோரும் ஒருசேர இந்த வலையைத் தூக்கிக்கொண்டு, நம்மால் எவ்வளவு வேகமாகப் பறக்க முடியுமோ அவ்வளவு வேகமாகப் பறந்து சென்று வேறு ஒரு பாதுகாப்பான இடத்தில் தரையிறங்கவேண்டும்’ என்றது.

இந்த யோசனை அனைத்துப் புறாக்களுக்கும் பிடித்திருக்க, சித்திரக் கிரீவன் சொன்னதும் எல்லாம் ஒன்று சேர்ந்து வலையுடன் பறந்தன.

மிகுந்த ஆச்சரியத்துடன் புறாக்களின் பின்னாலேயே இலகுபதனனும் பறந்து சென்றது.

புறாக்கூட்டம் வலையோடு பறந்து செல்வதைக் கண்ட வேடன், புதருக்குள்ளிருந்து வெளிப்பட்டு அந்தப் பறவைகளின் பின்னாலேயே ஓடினான். பறவைகள் விடாப்பிடியாக ஆற்றையும் தாண்டிப் பறந்ததால் தொடர்ந்து துரத்த முடியாமல் மனம் சோர்ந்து நின்றுவிட்டான்.

வானத்தில் பறந்துகொண்டிருக்கும்போதே புறா ராஜா சித்திரக்கிரீவன் மற்ற புறாக்களிடம், ‘இன்னமும் வேகமாகச் செல்லுங்கள்! நாம் செல்லும் வழியில் கண்டகி என்ற ஒரு நதி இருக்கிறது. அதன் கரையில் உள்ள சித்திரவனத்தில் என் நண்பர் எலி ராஜா இரணியகன் என்பார் வளையமைத்து வாழ்ந்து வருகிறார். அவர் நம் கால்களில் சிக்கியுள்ள வலையினைத் தன் கூரிய பற்களால் கடித்து அறுத்துவிடுவார்’ என்று கூறியது. அதுபோலவே அனைத்துப் புறாக்களும் வேகமாகப் பறந்து, எலிராஜா இரணியகனுடைய வளையின் வாசலில் வந்திறங்கின. அவற்றின் பின்னாலேயே வந்த காக்கை இலகுபதனும் அருகில் இருந்த ஒரு மரத்தில் வந்து அமர்ந்துகொண்டது.

பறவைகளின் சப்தம் கேட்ட எலிராஜா, ‘ஏதோ ஆபத்து’ என்று பயந்து, தன்னுடைய நூற்றுக்கும் மேற்பட்ட வாசல்களையும் குறுக்கு வழிகளையும் உடைய மிகப்பெரிய வளைக்குள் சென்று ஒளிந்துகொண்டது.

உடனே, புறா ராஜா சித்திரக்கிரீவன், ‘இரணியகா!’ என்று அன்போடு குரல் கொடுத்து அழைத்தது.

‘அட இது நம் நண்பன் சித்திரக்கிரீவன் குரல் அல்லவா!’ என்று அடையாளம் கண்டு கொண்ட எலிராஜா, உடனே தன் வளையிலிருந்து வெளியே வந்தது. வலையில் சிக்கி நின்ற புறாக்களின் நிலையைப் பார்த்து துயரம் கொண்டது.

புறாக்களின் ராஜாவிடம், ‘என்ன சித்திரக்கிரீவா! நீ மிகவும் புத்திசாலி யாயிற்றே! எப்படி இந்த மாதிரியான ஆபத்தில் சிக்கிக்கொண்டாய்?’ என்று ஆச்சரியத்துடன் விசாரித்தது.

அதற்கு சித்திரக்கிரீவன், 'எந்தக் காலத்தில் எது நடக்க வேண்டுமோ அது எப்படியும் நடந்தேவிடுகிறது. விதி வலிமையுடையது. விதியின் முன் யாருடைய உதவியும் பயன்படுவதில்லை. கடல் சீற்றம் கொண்டு பொங்கி எழுந்தால் அதற்கு ஏது கரை?' என்று கவலையுடன் கூறியது.

'நீ கூறுவது உண்மைதான். நெடுந்தொலைவில் உள்ள பொருட்களைக்கூட மிகத் துல்லியமாகக் கணித்துவிடும் திறமை படைத்தவன் நீ. அப்படியிருந்தும் நீ வேடனின் வலையில் சிக்கிக்கொண்டது விதியின் காரணம்தானே! சந்திரனுக்கும் சூரியனுக்கும் ராகுவாலும் கேதுவாலும் துன்பம் ஏற்படுகிறது. யானையும் பறவைகளும் பாம்புக்குக் கட்டுப்பட்டுவிடுகின்றன. புத்திசாலிகளுக்கு வறுமை பீடிக்கிறது. இவையெல்லாம் இறைவனின் செயல்கள்தான்!' என்று கூறியவாறே வந்த எலிராஜா இரணியகன், புறா ராஜாவின் அருகில் வந்து அவரின் கால்களில் சிக்கியுள்ள வலையினைத் தன் கூரிய பற்களால் கடித்து விடுவிக்க வந்தது.

இரணியகனைத் தடுத்த புறாராஜா, 'நண்பா! முதலில் என் பணியாளர்களை விடுவித்துவிடு. இறுதியாக என்னை இந்த வலையிலிருந்து விடுவி' என்றார்.

'சித்திரக்கிரீவன் தற்போது என் பற்களுக்கு அவ்வளவாக வலிமை இல்லை. ஆதலால், முதலில் உன்னை விடுவித்துவிடுகிறேன்' என்றது இரணியகன்.

'இல்லை நண்பா! முதலில் தன்னை நம்பியுள்ள பணியாளர்களைக் காப்பாற்றுவதுதான் ஒரு ராஜாவின் கடமை' என்றது சித்திரக்கிரீவன்.

'இல்லை நண்பா! முதலில் தன்னைக் காப்பாற்றிக்கொண்ட பின்னர் தான் நாம் நம்மை நம்பியுள்ளவர்களைக் காப்பாற்றவேண்டும். அறம், பொருள், இன்பம், வீடுபேறு ஆகிய நான்கினுக்கும் முதன்மைத்தேவை உயிர்தான். ஆதலால், உயிரைக் காப்பாற்றிவிட்டால் மற்றவற்றை அடைந்துவிடலாம்' என்றது எலிராஜா.

'நண்பா! நீ கூறுவது சரிதான். ஆனால், இப்படிப்பட்ட தருணத்தில் இவர்களைக் காப்பாற்றுவதால்தானே இவர்கள் என்ன ராஜாவாக நினைக்கிறார்கள். ஆதலால், முதலில் இவர்களை வலையிலிருந்து விடுவி' என்றது சித்திரக்கிரீவன்.

'சித்திரக்கிரீவா! நீ மிகவும் நல்லவனாக இருக்கிறாய். அடுத்தவர்களை ஆதரித்துக்கொண்டிருக்கிறாய். முதலாளியிடம் விசுவாசமாக இருக்கிற வேளைக்காரர்களும் வேலைக்காரர்களிடம் அன்பாயுள்ள முதலாளியும் எப்பொழுதும் இன்பத்தையே அடைவர்' என்று கூறிய எலிராஜா, முதலில் மற்ற புறாக்களை வலையிலிருந்து விடுவித்துவிட்டு, இறுதியாகப் புறாராஜாவை விடுவித்தது.

எலிராஜாவுக்கு நன்றி கூறிவிட்டு, அனைத்துப் புறாக்களும் புறா ராஜாவின் தலைமையில் தங்களின் இருப்பிடம் நோக்கிப் புறப்பட்டன.

இவற்றையெல்லாம் மரத்திலிருந்தபடியே கவனித்துவந்த காகமாகிய இலகுபதன், எலியாகிய இரணியகனிடம், 'நீ மிகவும் நல்லவனாக இருக்கிறாய்' என்றது. நிமிர்ந்து பார்த்த எலிராஜா பதறிவிட்டார். எலிக்குக் காகம்தானே பரம எதிரி! உடனே, தன் வளைக்குள் நுழைந்து தப்பிக்க நினைத்தார் எலிராஜா.

'என்னைப் பார்த்து பயப்படவேண்டாம். நான் உன் நண்பனாக இருக்க விரும்புகிறேன்' என்று இலகுபதன் எலியைத் தன் வார்த்தைகளால் தடுத்து நிறுத்தியது.

'நண்பராக இருப்பதா? இந்த உலகத்தில் சமமானவர்களுக்கிடையில் தான் நட்பு உண்டாகிறது. நீ காக்கை இனம். நான் எலி இனம். நான் உனக்கு இரை. நீ என்னை உண்பவன். ஆதலால், நீ எனக்குப் பகை. அப்படியிருக்க நாம் எப்படி நண்பர்களாக இருக்க முடியும்?' என்று கேட்டது எலிராஜா.

'நான் உன்னை ஒன்றும் செய்யமாட்டேன். நாம் நல்ல நண்பர்களாக இருக்கமுடியும். வேடர்களின் வலையில் அந்தப் புறாக்கூட்டம் அகப்பட்டுக்கொண்டபோது அவற்றுக்கு என்னால் ஏதும் உதவிசெய்ய முடியவில்லை. ஆதலால்தான் நானும் அவற்றுடனேயே பறந்துவந்து இங்குள்ள மரத்தில் அமர்ந்தேன். நீ அப்புறாக்களுக்கு உதவியதனைக் கண்டு மகிழ்ந்தேன். எனவேதான் உன்னுடைய நண்பனாக இருக்க விரும்புகிறேன்' என்றது இலகுபதன்.

'இல்லை. உன்னுடைய நட்பு எனக்கு ஆபத்தாக முடிந்துவிடும். நரியின் நட்பால் மான் வலையில் அகப்பட்டதுபோல நானும் துன்பப்பட வேண்டிவரும்' என்றது எலியாகிய இரணியகன்.

'நரியின் நட்பால் மான் வலையில் அகப்பட்டதா? எப்படி?' என்று இலகுபதன் கேட்டவுடன், எலிராஜா அந்த மானின் கதையினைச் சொல்லத் தொடங்கியது.

2. நரியால் மான்பட்ட துன்பம்

மகதநாட்டில் உள்ள சண்பகவனத்தில் புத்தி என்ற காகமும் ஒரு மானும் நட்பாக இருந்தன. மான் அந்தக் காட்டில் இருந்த நல்ல புற்களை நாள்தோறும் சாப்பிட்டு மற்ற மான்களைவிட வளமாகக் கொழுத்துப்

பெருத்திருந்தது. அப்படிக் கொழுத்துப் பெருத்திருந்த மானைத் தந்திரமாக வேட்டையாடி உண்டுவிடவேண்டும் என்று அதே காட்டில் வசித்த சம்புகன் என்கிற சிறு நரி ஒன்று திட்டமிட்டது.

ஒருநாள் புற்களை மேய்ந்துகொண்டிருந்த மானிடம் நெருங்கிவந்த நரி, 'நண்பா! நலமா?' என்று கேட்டது. நரியைப் பார்த்து மருண்ட மான், அது சிறிய நரி என்பதால் அதிகம் பயப்படாமல், 'நீ யார்? உன்னை இந்தக் காட்டில் நான் பார்த்ததில்லையே!' என்றது. 'நான் இந்தக் காட்டில் யாருடைய நட்பும் இன்றித் தனித்துத் திரிகின்றேன். உன்னைப் பார்த்ததில் எனக்கு மிகுந்த மகிழ்ச்சி. உனக்கு உதவிசெய்துகொண்டு உன்னுடன் நட்பாக இருக்க விரும்புகிறேன்' என்று வஞ்சகமாகப் பேசியது நரி.

நரியின் வார்த்தையை நம்பிய மான், அதனுடன் நட்புகொண்டது. மாலையில், இருவரும் ஒரு மரத்தடியில் வந்து நின்றனர். அப்போது அந்த மரத்திலிருந்த புத்தியாகிய காகம், 'என்ன நண்பா! உன் அருகில் இருக்கும் புதியவர் யார்?' என்று விசாரித்தது

'இவன் பெயர் சம்புகன். இவன் என்னுடைய புதிய நண்பன்' என்றது மான்.

'நண்பா! நீ வெள்ளைமனம் படைத்தவன். வெளுத்ததெல்லாம் பால் என்று நினைத்துவிடாதே! முன்பின் தெரியாதவனை உன் நண்பனாக ஏற்றுக்கொள்ளாதே! அவனைப் பற்றி ஒன்றுமே தெரியாமல், அவனது நடத்தையைப் பற்றி ஏதும் அறியாமல், நீ அவனுக்கு உன் அருகில் இடம்கொடுத்தால், பூனைக்கு இடம் கொடுத்து இறந்த கழுகைப் போல் நீயும் இறந்துவிடுவாய்' என்று கூறி மானை எச்சரித்தது காகம்.

'பூனைக்கு இடம்கொடுத்ததால் கழுகு எப்படி இறந்தது?' என்று கேட்ட மானுக்குக் காகம் அந்தக் கழுகின் கதையினைக் கூறியது.

2.1. பூனையால் இறந்த கழுகு

பாகீரதி என்ற இடத்தில் உள்ள திரிகூடமலையில் ஒரு பழைய அத்திமரம் இருந்தது. அந்த மரத்தில் இருந்த ஒரு பொந்தில் சரற்கவன் என்ற ஒரு முதிய கழுகு வசித்து வந்தது. அதற்கு நகங்கள் இல்லை. கண்பார்வையும் குறைந்துவிட்டது. அதனால் பறப்பது கூட கடினம்தான். இவ்வாறு இருந்த அந்தக் கழுகுக்கு மற்ற பறவைகள் தங்களின் உணவினைச் சிறிதளவு அளித்துவந்தன. பிரதிபலனாக அந்தப்

பறவைகள் இரைதேடி வெளியில் செல்லும்போதெல்லாம் அவற்றின் முட்டைகளையும் குஞ்சுகளையும் பத்திரமாகப் பார்த்துக்கொண்டு இந்த முதிய கழுகு பாதுகாவலாக இருந்துவந்தது.

ஒருநாள் பகற்பொழுதில் நெடுஞ்செவியன் என்ற பூனை ஒன்று அந்தப் பக்கம் வந்தது. அப்போது அந்த அத்திமரத்திலிருந்த பறவைக் குஞ்சுகளின் கீச்சுக்குரல்களைக் கேட்டது. 'ஆகா! இன்று நமக்கு நல்ல வேட்டை' என்று நினைத்து, அந்த மரத்தில் ஏறியது.

பூனை வருவதைப் பார்த்த குஞ்சுகள் அதிகமாக ஒலியெழுப்பின. 'இவை ஏன் இப்படிக் கத்துகின்றன?' என்று நினைத்த கழுகு தன் பொந்தினைவிட்டு வெளியே வந்தது.

கழுகு வருவதைப் பார்த்த பூனை உடனே அந்தக் குஞ்சுகளைப் பார்த்து, 'ஏன் இப்படி பயப்படுகிறீர்கள்? என்னைத் தெரியவில்லையா?' என்று தந்திரமாகப் பேசியது.

பின் கோபத்துடன் தன்னை முறைத்துப் பார்த்த கழுகிடம், 'கழுகு நண்பா! என்னைப் பார்த்ததும் இந்தக் குஞ்சுகள் ஏன் இப்படிக் கத்துகின்றன? நீங்களாவது இவற்றுக்கு தைரியம் சொல்லக்கூடாதா!' என்று நல்லவனைப் போலக் கேட்டது.

கழுகு, பூனையைப் பார்த்து, 'நீ இப்போதே மரத்தைவிட்டுக் கீழே இறங்கிவிடு. இல்லையென்றால், உன்னைக் கொன்றுவிடுவேன்' என்று மிரட்டியது.

'நண்பா, கோபப்படாதீர்! முதலில் என்னைப் பற்றி நான் கூறுவதைக் கேளுங்கள். அதன்பின்னர் தாங்கள் என்னைக் கொல்வதா, கொல்ல வேண்டாமா என்று தீர்மானியுங்கள். நான் உங்களின் எதிரி இனம் என்பதாலேயே என்னைக் கொல்ல நினைப்பது சரியல்ல. முதலில் ஒருவனின் நடத்தையைப் பார்த்துவிட்டுத்தான் அவனை என்ன செய்யலாம் என்று தீர்மானிக்கவேண்டும். நான் உங்களுடன் நட்புகொள்ளவே இங்குவந்தேன்' என்றது அந்தத் திருட்டுப் பூனை.

பூனையின் திருட்டு முழியைப் பார்த்த கழுகு, அதன் வார்த்தைகளை நம்பவில்லை. உடனே, பூனை 'நான் கங்கைநதியில் குளித்து விரதம் இருப்பவன். நீங்கள் மிகவும் தருமவான் என்று மற்ற பறவைகள் கூறியதை நான் கேட்டேன். வயதில் முதிய உங்களுடன் தங்கியிருந்து நல்ல அறிவுரைகளைக் கேட்டுவாழ்வதற்காகவே நான் உங்களைத் தேடி வந்தேன்' என்று நயமாகப் பேசியது.

கழுகு யோசித்தது. உடனே, பூனை 'தாங்கள் தருமவான். கோபப்பட்டு என்னைக் கொல்லத் துணிந்துவிட்டீர்கள். சாதுக்களின் இடத்திற்கு

எதிரிகள் வந்தாலும் அவர்களையும் சாதுக்கள் உபசரிப்பர். தன்னை வெட்டுகின்றவருக்கும் மரம் நிழல் கொடுப்பதில்லையா? விருந்தாளி யாக வந்தவர்கள் முகம் வாடிப்போகலாமா? அவ்வாறு அவர்கள் திரும்பிச் சென்றால், அவர்களின் பாவம் அந்த வீட்டிற்கும் அந்த வீட்டாரின் புண்ணியம் அந்த விருந்தினருக்கும் சென்றுவிடும் என்று சாஸ்திரங்கள் சொல்லியுள்ளன. ஆதலால்தான் சாதுக்கள் எல்லோர் மீதும் இரக்கம் காட்டுகின்றனர். சூரியன் எல்லோர் வீட்டிலும்தானே ஒளிர்கிறது?' என்று தந்திரமாகப் பேசியது..

ஆனால் கழுகு, 'நீ மாமிசம் உண்பவன். உன்னை எப்படி இந்த இடத்தில் வைத்துக்கொள்வது?' என்று பூனையிடம் கேட்டது.

பூனை, 'நான் தரும சாஸ்திரங்களைப் படிப்பவன். கொலைசெய்வது பெரிய பாவம் என்று அவை கூறியுள்ளன. அதனால் நான் உயிர்க் கொலையை என்றோ கைவிட்டுவிட்டேன். எவன் ஒருவன் மற்றவரைக் கொன்று சுகமடைகின்றானோ அவன் நாசத்தையே அடைவான். ஆகையால், கொலை செய்யாமல் இருப்பதுதான் மிகப் பெரிய தருமம். நான் இப்போது இந்தக் காட்டிலிருக்கும் காய், கனிகளை மட்டுமே உண்பவன். சுத்த சைவம்' என்று கூறியது.

இதனால் கழுகுக்கு அந்தத் திருட்டுப் பூனையின்மீது நம்பிக்கை ஏற்பட்டுவிட்டது. தான் மரக்கிளைகளில் தங்கிக்கொண்டு, தன்னுடைய பொந்தில் அந்தப் பூனை தங்கிக்கொள்ள அனுமதித்தது.

அதன்பின் பூனை தனது வஞ்சக திட்டத்தை நிறைவேற்றத் தொடங்கியது. நாள்தோறும் மிக ரகசியமாக ஒவ்வொரு குஞ்சாகப் பிடித்துச் சாப்பிட்டு சந்தோஷமாக இருந்தது.

ஆனால், தங்களுடைய குஞ்சுகளின் எண்ணிக்கை நாள்தோறும் குறைந்து வருவதனை அறிந்த பறவைகள் பூனையின் மீதும் கழுகின் மீதும் சந்தேகப்பட்டன.

பறவைகள் சந்தேகப்படுவதை அறிந்த பூனை ஒருநாள் அங்கிருந்து தப்பிச் சென்று தலைமறைவானது.

கழுகு மீண்டும் தன் பொந்தில் வசிக்கத் தொடங்கியது. கழுகின் மீது சந்தேகப்பட்ட பறவைகள், ஒருநாள் கழுகின் பொந்தினைச் சோதனை யிட்டன. அப்பொந்தில் தங்களுடைய குஞ்சுகளின் இறகுகளும், எலும்புத் துண்டுகளும் இருப்பதனைக் கண்டு கோபங்கொண்டன.

கழுகுதான் இத்தனை நாட்களாக தங்களது குஞ்சுகளைத் திருட்டுத் தனமாகத் தின்றுள்ளது என்று நினைத்து, அத்தனைப் பறவைகளும் கழுகின்மீது பாய்ந்து அதனைக் கொத்திக் கொத்திக் கொன்றன.

‘ஆதலால், ஒருவனுடைய குணம் தெரியாமல் அவனுக்கு இடம் கொடுப்பது துன்பத்தில் முடியும்’ என்றது காகம்.

காகத்தின் கருத்தினைக் கேட்டுக்கொண்ட மான் என்ன செய்வது என்று தெரியாமல் விழித்தது.

உடனே, நரி ‘ஒருவனுடைய குணத்தை எப்படி அவனுடன் நட்புகொள் வதற்கு முன்பே அறிந்துகொள்ளமுடியும்? அதுவும் தவிர, நல்லவர் களுக்கு அது ஒத்துவராது. நல்லவர்களைப் பார்த்தவுடனேயே அவர் களுடன் நட்புகொள்ளலாம்’ என்றது.

நரியின் நயமான வார்த்தைகளை நம்பிய மான், காகத்தைப் பார்த்து ‘நீ எனக்கு எப்படி நல்ல நண்பனோ அதுபோலவே இந்த நரியும் இனி எனக்கு நல்ல நண்பன்’ என்று திட்டவட்டமாகக் கூறியது. அதன் பின்னர் மான், நரி, காகம் ஆகிய மூன்றும் ஒன்றாகவே இருந்தன. நாட்கள் கழிந்தன.

எப்படியாவது அந்தக் கொழுத்த மானை வேட்டையாடிவிடவேண்டும் என்று நினைத்த நரி, ‘நண்பா! நான் இந்தக் காட்டில் செழிப்பான பயிர்கள் விளைந்திருக்கும் ஒரு பகுதியைக் கண்டேன்.’ என்று மானிடம் ஆசை வார்த்தை கூறியது.

‘அப்படியா நண்பா! இதுவரை நான் அந்தப் பகுதியைப் பார்த்த தில்லையே! என்றது மான். நரி, ‘என்னுடன் வா நண்பா! நான் உனக்கு அந்தப் பகுதியைக் காட்டுகிறேன். நீ உன் வயிறு நிறைய அந்தச் செழிப்பான பயிர்களைச் சாப்பிடலாம்’ என்ற வஞ்சகமாகக் கூறியது.

நரியின் வார்த்தைகளை நம்பி, அதன் பின்னே சென்றது அந்த மான். நரி காட்டிய அந்தப் பகுதி, காட்டில் வசித்து வரும் ஒரு விவசாயியின் தோட்டம். அதில் அவன் நல்ல பயிர்களைச் செழிப்பாக வளர்த்து வந்தான்.

நரியின் யோசனையால் அந்தத் தோட்டத்துக்குள் புகுந்த மான் தன் வயிறு நிறைய உண்டது. ஒருநாள் ருசி கண்டு விட்டதால் அதன் பிறகு நாள்தோறும் நரியுடன் வந்த மான் அந்தப் பயிர்களைத் திருப்தியாகச் சாப்பிட்டுக் காலம் கழித்தது.

தன் தோட்டத்தில் பயிர்கள் குறைவதைக் கண்ட விவசாயி, இதைக் கண்டுபிடிப்பதற்காக ஒருநாள் மறைந்திருந்து கண்காணித்துக் கொண்டிருந்தான். அவன் அப்படி ஒளிந்திருந்ததை நரி பார்த்துவிட்டது. ஆனால், அது மானிடம் சொல்லவில்லை. மான் பயிர்களை மேய்வதனைக் கண்ட விவசாயி கோபம் கொண்டான். மறுநாள் அந்த மானைப் பிடிப்பதற்காகத் தன்தோட்டத்தில் ஒரு தோலால் செய்யப் பட்ட வலையினை விரித்துவைத்துக் காத்திருந்தான்.

மறுநாள் மானுடன் நரி வரவில்லை. மான் மட்டும் வந்து பயிர்களை மேய்ந்தது. அப்போது அது விவசாயி விரித்து வைத்த தோல் வலையில் மாட்டிக்கொண்டது.

‘அடடா! இன்று நம் நண்பன் நரி நம்முடன் வரவில்லையே! அவன் வந்திருந்தால் இந்தத் தோல் வலையைக் கடித்து, அறுத்து நம்மைக் காப்பாற்றியிருப்பானே’ என்று நினைத்து வருந்தியது.

அப்படி அது நினைத்த நேரத்தில் நரி அங்கு வந்தது சேர்ந்தது. நரியைக் கண்டதும் சந்தோஷமடைந்த மான், ‘நண்பா! நான் வலையில் அகப்பட்டுக்கொண்டேன். என்னை உடனே காப்பாற்று’ என்று கூறியது.

அதற்கு அந்த நரி, ‘நான் நண்பனுக்காக உயிரையே தரக்கூடியவன். ஆனால், நான் இன்று விரதம். தோல்வலையை வாயால் தீண்டமாட்டேன். நாளைக்கு என்றால், நான் உன்னைக் காப்பாற்ற முடியும்’ என்று கூறிவிட்டு அங்கிருந்த புதரில் ஒளிந்துகொண்டது.

மேய்ச்சலுக்குச் சென்ற தன் நண்பன் இதுவரை திரும்பவில்லையே என்று மானைத் தேடிக்கொண்டுவந்த காகம், விவசாயியின் தோட்டத்தில் வலையில் அகப்பட்டிருந்த மானைக் கண்டது.

‘நண்பா! ஏன் இங்கு வந்தாய்? இப்படி ஆபத்தில் சிக்கிக்கொண்டாயே!’ என்று வருத்தத்துடன் கேட்டது காகம்.

‘நண்பா! உன் பேச்சைக் கேட்காமல் நரியுடன் நட்புக்கொண்டேன். அவன் பேச்சை நம்பி இந்தத் தோட்டத்தில் மேய வந்தேன். விவசாயி வலைவிரித்து என்னைப் பிடித்துவிட்டான்’ என்றது.

‘எங்கே அந்த நரி? அவன் உன்னுடன் வரவில்லையா?’ என்று காகம் கேட்டது.

‘அவன்தான் திட்டமிட்டு என்னை இங்கே சிக்கவைத்துள்ளான். என்னை உண்பதற்காக இங்கேதான் எங்காவது ஒளிந்திருப்பான்’ என்றது மான்.

‘உண்மை நண்பனின் பேச்சைக் கேட்காதவனுக்கு ஆபத்து உறுதி என்பது உன் விஷயத்திலும் உண்மையாகிவிட்டதே!’ என்று வருந்திய காகம், மானைக் காப்பாற்ற வழியினைத் தேடியது. அதற்குள் விவசாயி சற்று தொலைவில் வந்துகொண்டிருந்தார்.

அவனைக் கண்ட காகம் மானிடம், ‘நண்பா! நான் சொல்வதுபோலச் செய். நீ உன் மூச்சை அடக்கிக்கொண்டு இறந்தவன் போலப் படுத்திரு. விவசாயி நீ இறந்துவிட்டதாக நினைத்து, தோல்வலையை உன் கால்களிலிருந்து நீக்கிவிட்டு, அதனைக் கொண்டு சென்று அவன்

குடிலில் வைத்துவிட்டு மெதுவாகத்தான் உன்னை அறுக்க வருவான். அவன் தோல்வலையை எடுத்துக்கொண்டு குடிலுக்குள் சென்றவுடன் நான் ஒலி எழுப்புகிறேன். உடனே நீ எழுந்து தப்பிவிடு' என்றது.

மான் அவ்வாறே செய்தது. விவசாயி மான் இறந்துவிட்டதாக நம்பினார். அதன் கால்களிலிருந்து அந்தத் தோல்வலையை நீக்கிவிட்டு, அந்த வலையை எடுத்துச்சென்று தன் குடிலில் வைத்தான்.

காகம் ஒலி எழுப்பியது. மான் எழுந்து துள்ளிப் பாய்ந்து ஓடியது. குடிலைவிட்டு வெளியே வந்த விவசாயி மான் ஓடுவதைப் பார்த்தான். அருகில் இருந்த ஒரு பெரிய இரும்புத்தடியை எடுத்து அதனை நோக்கி எறிந்தான். அவன் குறி தப்பிவிட்டது. அந்த இரும்புத்தடி புதரில் ஒளிந்திருந்த நரியின் தலையில் பட்டது. அடிபட்ட நரி துடிதுடித்து இறந்தது.

'ஆகையால், பாபமோ புண்ணியமோ எது மிகுதியானாலும் அதன் பலன் உடனே கிடைத்துவிடும்' என்று எலிராஜாவிடம் கூறியது இலகுபதன் காகம்.

'அந்த மானுக்கு நரியின் நட்பு கிடைத்ததுபோல, எனக்கு உன்னுடைய நட்பு அமைந்துவிட்டால் நான் என்ன செய்வது?' என்று கேட்டார் எலிராஜா.

'உன்னைத் தின்றால் எனக்குப் போதுமா? நீ நலமாக வாழ்ந்தால் உன்னிடம் அந்தப் புறாராஜா நன்மையடைந்ததைப்போல நானும் உன்னிடம் ஏதாவது ஒரு வகையில் நன்மையடைவேன். அதனால்தான் நான் உன் நட்பினை விரும்புகிறேன்' என்றது காகமாகிய இலகுபதன்.

'நீ என்ன சொன்னாலும் நான் ஏற்றுக்கொள்ளமாட்டேன். நீ எனக்குப் பகைவன்தான். நான் உன்னுடன் நட்புகொள்ள விரும்பவில்லை. எதிரி தனக்கு உதவிசெய்தாலும் அவனுடன் நெருக்கமாக இருப்பது ஆபத்துதான். தண்ணீர் வெந்நீராக இருந்தாலும் அது நெருப்பை வளர்க்காது, அணைக்கவே செய்யும். எது தகுந்ததோ அதனை மட்டுமே செய்யவேண்டும். தண்ணீரில் வண்டியும் நிலத்தில் கப்பலும் ஓடுமா? எதிரிகளின் மீது நம்பிக்கை வைத்தல் கூடாது' என்றது எலிராஜா.

'நீ என்னுடன் நட்புகொள்ளவேண்டும். உன் நட்பு கிடைக்கும்வரை நான் இங்கேயே உண்ணாமல், உறங்காமல் இருந்து இறந்துவிடுவேன். நெருப்பினால்தான் பொன் முதலான பொருட்கள் ஒன்றுடன் ஒன்று இணைகின்றன. ஏதாவது ஒரு காரணத்தினால்தான் விலங்குகளும் பறவைகளும் நண்பர்களாகின்றன. ஆசையாலும் பயத்தினாலும்தான் முட்டாள்கள் நண்பர்களாகின்றனர். சாதுக்களின் நட்பு ஒருவரை

ஒருவர் பார்த்தவுடனேயே ஏற்பட்டுவிடுகிறது. மண்பானை உடைந்து விடும். பின்னர் ஒருபோதும் அது ஒட்டாது. பொற்குடம் உடைவ தில்லை. உடைந்தாலும் அதனை ஒட்டவைக்கலாம்' என்றது இலகுபதன் காகம்.

இலகுபதனின் வார்த்தைகளால் கவரப்பட்ட எலிராஜா, 'உதவி செய்பவன் நண்பன். தொல்லைகொடுப்பவன் எதிரி என்பதனை நாம் நன்றாக உணர்ந்துகொண்டு களங்கமற்ற நண்பர்களாக இருப்போம்' என்று தன்னுடைய சம்மதத்தினைத் தெரிவித்தது. இலகுபதனும் எலிராஜாவும் நட்புகொண்டனர். தன்னுடைய வளையிலிருந்து சிறிது உணவினை இலகுபதனுக்கு எலிராஜா கொடுத்தது. அதன் பின்னர் பலநாட்கள் ஒருவருக்கொருவர் உணவுகளைப் பறிமாறிக்கொண்டனர். நாட்களை சந்தோஷமாகக் கழித்தனர்.

2.2. பேராசையால் ஏமாந்த வேடன்

ஒருநாள் இலகுபதன் காகம், எலிராஜாவிடம் வந்தது. 'நண்பா! இந்தப் பகுதியில் எனக்கு இரை கிடைப்பது குதிரைக்கொம்பாக இருக்கிறது. ஆதலால், நான் இங்கு வாழாமல் வேறொரு இடத்துக்குச் செல்ல நினைத்துள்ளேன்' என்றது.

'அப்படியா! எங்கே?' என்றார் எலிராஜா.

'தண்டகாரணியத்தில் உள்ள காப்பூரகௌரம் என்ற நீர்நிலையில் என் நண்பன் மந்தரன் என்ற ஆமை வாழ்ந்து வருகிறது. அவன் எனக்கு விதவிதமான மீன்களை உணவாகக் கொடுக்கக்கூடியவன். நான் அங்கு சென்று அவனுடன் வாழலாம் என்று நினைத்துள்ளேன்' என்றது இலகுபதன்.

'நண்பா! நான் எப்படி உன்னைப் பிரிந்து இங்கே இருப்பேன்? உன்னுடன் என்னையும் அழைத்துச்சென்றுவிடு. நான் இடம்மாறவே விரும்புகிறேன்!' என்றது எலிராஜா.

'ஏன் நீ இடம்மாற விரும்புகிறாய்?' என்றது இலகுபதன்.

'என்னை நீ அங்கு அழைத்துச் செல். அதன் பின்னர் நான் இடம்மாற விரும்பிய காரணத்தைக் கூறுகிறேன்' என்றது எலிராஜா.

இலகுபதன், எலிராஜாவைக் கவ்விக்கொண்டு தண்டகாரணியத்தை நோக்கிப் பறந்தது. அங்கு சென்று காப்பூரகௌரம் என்ற நீர்நிலையில் உள்ள தன் நண்பன் மந்தரன் என்ற ஆமையைச் சந்தித்தது.

மந்தரனிடம், 'இவர் எலிராஜா இரணியகன். என் இனிய நண்பர். இவர் இரக்கக் குணமுடையவர். எல்லோருக்கும் உதவும் நல்லவர். ஒருமுறை இவர் வேடனின் வலையிலிருந்து புறாராஜாவான சித்திரக்கிரீவனையும் அவரின் பணியாளர்களையும் காப்பாற்றினார். அதிலிருந்து நான் இவரிடம் நட்புகொண்டேன். அங்கு இரை கிடைக்காததால் நான் இங்கு உன்னிடம் வந்தேன்' என்றது இலகுபதன்.

மந்தரன், இலகுபதனையும் எலிராஜாவையும் நன்றாக உபசரித்தது. மந்தரன், 'எலிராஜா! நீங்கள் ஏன் உங்கள் இடத்தைவிட்டு இங்கு வந்தீர்கள்?' என்று கேட்டது.

'ஆமாம், நானும் அதைத்தான் அவரிடம் கேட்டேன். அவர் இங்கு வந்த பின்னர் அதுபற்றிக் கூறுவதாகச் சொன்னார்' என்றது இலகுபதன்.

மந்தரன், 'எலிராஜா! இது மனிதர்கள் இல்லாத இடம். அதனால்தான் கேட்கிறேன்' என்றது. எலிராஜா தான் இடம் மாறியதற்கான காரணத்தைக் கூறினார்.

சம்பகாவதி என்ற நகரத்தில் சூடாகர்ணன் என்ற ஒரு துறவி இருந்தார். அவர் தான் சாப்பிடும் உணவில் மீதமுள்ளவற்றை ஒரு கப்பறையில் போட்டு உறியின்மேல் வைத்துவிட்டுத் தூங்கிவிடுவார். நான் அவருக்குத் தெரியாமல் அந்த உணவினை உண்டு வாழ்ந்து வந்தேன்.

கப்பறையில் போட்டு வைக்கும் தனது உணவு குறைவதனைக் கண்டுவிட்ட துறவி, என்னை விரட்டுவதற்காகத் தன் கையில் ஒரு கழியினை (கம்பினை) வைத்துக்கொண்டு தரையில் தட்டி ஒலியெழுப்பி என்னை விரட்டி வந்தார். அவர் ஒலி எழுப்பினால் நான் என் வளைக்குள் சென்றுவிடுவேன். அவர் ஒலியெழுப்பாதபோது, நான் என் வளையிலிருந்து வெளியே வந்து உறியில் ஏறி உணவினை உண்டு வந்தேன்.

ஒருநாள் அவரைப் பார்க்க வீணாகர்ணன் என்ற துறவி வந்தார். அவரிடம் இந்தத் துறவி பேசிக்கொண்டிருக்கும்போதே, தன் கழியால் தரையைத் தட்டி ஒலியெழுப்பிக் கொண்டிருந்தார்.

தன் பேச்சினைக் கவனிக்காமல் இவர் அலட்சியப்படுத்துகிறாரே என்று நினைத்த வீணாகர்ணன், இவரிடம் கோபப்பட்டார்.

சூடாகர்ணன் அவரிடம், 'நான் உங்கள் பேச்சினை அலட்சியப் படுத்தவில்லை. கவனித்துக்கொண்டுதான் இருக்கிறேன். இங்கே ஓர் எலி இருக்கிறது. அது உறியில் இருக்கும் என் உணவினைத் திருடி வருகிறது. அதனைத் தடுக்கவே கழியால் தரையைத் தட்டி ஒலியெழுப்பிக் கொண்டிருக்கிறேன்' என்றார்.

'உறியோ உயரத்தில் இருக்கிறது. சிறிய எலியால் எப்படி இவ்வளவு உயரத்திற்குத் தாவி ஏறமுடியும்?' என்று சிந்தித்த வீணாகர்ணன், 'இங்கே அதிக அளவில் செல்வம் உள்ளது போலும். உலகத்தில் செல்வமுள்ளவர்கள்தானே பயமுள்ளவர்கள்? செல்வம் இல்லா விட்டால் பயமும் இல்லாமல் போய்விடுகிறது. செல்வம் உள்ளவர்களே அசாத்தியமான காரியங்களைச் செய்கிறார்கள்' என்று கூறினான்.

வீணாகர்ணனின் பேச்சை நம்பிய துறவி சூடாகர்ணன், தரையைத் தோண்டினார். என் வளையையும் இடித்தார். அதில் நான் தேடிவைத் திருந்த செல்வங்களை எல்லாம் எடுத்துக்கொண்டார். அதன் பின்னர் நான் இரையின்றி உடல் இளைத்தேன். மிகவும் சோர்ந்து பலமின்றிக் கிடந்தேன்.

என்னை ஒருநாள் பார்த்துவிட்ட அந்தத் துறவி, 'இது இப்போதுதான் எளிய எலியாக உள்ளது. வலிமையின்றி உள்ளது' என்று பேசிக் கொண்டார்.

பின்னர் நான் யோசித்தேன். பணமில்லாதவர்களை அனைவரும் அற்பமாகவே நினைக்கின்றனர். நான் இப்போது இங்கு இருப்பது சரியல்ல. இதனை வேறு ஒருவரிடம் சொல்லவும் கூடாது. மானம், அவமானம், ஆயுள், கையிலிருக்கும் பணம் போன்றனவற்றை எவரிடமும் கூறுதல் கூடாது. நமக்குக் காலநேரம் சரியில்லையெனில் நமது வலிமையும் முயற்சியும் வீணாகின்றன. பணமில்லாதவனுக்கு வனவாசம்தான் சுகமானது. எந்த இடத்தில் பணக்காரனாக இருந்தோமோ அதே இடத்தில் ஏழையாயிருப்பது உத்தமம் என்று நினைத்து நான் இழந்த செல்வத்தை மீண்டும் எடுத்துக்கொள்ள முடிவுசெய்தேன்.

ஆனால், என் முயற்சிகளை அந்தத் துறவி தன் தடியால் அடித்து முறியடித்துவிட்டான். நான் வெறுங்கையுடன் இப்போது இலகுபதனுடன் உன்னிடத்திற்கு வந்துள்ளேன் என்றார் எலிராஜா.

மந்தரன், 'நண்பா! நீ கலங்காதே. உன் இருப்பிடத்தைவிட்டு வேறு இடத்திற்கு வந்துவிட்டோமே என்று வருந்தாதே! சாதுக்கள் அவர்கள் சென்ற இடமெல்லாம் மதிப்பினையும் மரியாதையினையும் பெற்றுக் கொள்கிறார்கள். சிங்கம் வேறு ஒரு காட்டிற்குச் சென்றுவிட்டால் அங்கு அது புல்லையா உண்ணும்? எப்பொழுதும் தனக்கான இரையினைத் தேடுபவனே துணிவுமிக்கவன். அவனே வெற்றிவீரன். அவனிடமே லட்சுமிதேவி வந்தடைகிறாள். நீ செல்வம் இருந்த போதும் இல்லாதபோதும் மகிழ்ச்சியாகவே இருக்கிறாய். நீ பெற்றுள்ள இன்பம், பணத்தாசையால் மயங்குகிறவர்களுக்கு இல்லையே! மேகத்தின் வடிவம், தீயவனின் இரக்கம், இளமையான புல்,

இளம்பெண்ணின் அழகு, செல்வம் இவை அனைத்தும் நீண்டநாள் நிலைக்காதவை. ஆகையால், இவற்றை நாம் இழந்தால் அதற்காக நாம் அழக்கூடாது. ஒருவன் இறக்கின்றான் என்றால் அவன் பிறப்பதற்கு முன்பே, 'அவனுக்கு இவள்தான் தாய்' என்று ஒருத்தியை அமைத்து வைக்கிறான் இறைவன். அப்படி நாம் பிறக்கும் முன்பே நம்மைக் காக்கும் இறைவன், நாம் உயிருடன் உள்ளவரைக்கும் நம்மைக் காக்கமாட்டானா என்ன? இனி, நீ என்னுடனே இருக்கலாம்' என்று எலிராஜாவுக்கு ஆறுதல் கூறியது.

இலகுபதன், 'மந்திரா! என் இனிய நண்பனே! நீ மிகவும் மேன்மை யானவன். நல்ல குணம் படைத்தவன். சாதுக்களுக்கு வந்த ஆபத்தைச் சக சாதுக்களே நீக்குவார்கள் என்பதனை அறிந்துதான் நாங்கள் உன்னிடம் வந்தோம். எங்களின் ஆபத்தை நீ நீக்கிவிட்டாய்' என்று கூறியபடியே அருகில் இருந்த மரக்கிளைக்குப் பறந்து சென்று அமர்ந்தது.

அப்போது அருகில் ஏதோ ஒரு சப்தம் இலகுபதனுக்கு மட்டும் கேட்டது. உடனே, அவன் மந்திரனையும் எலிராஜாவையும் எச்சரித்தது. மந்தரன் தண்ணீருக்குள் பாய்ந்தான். அருகில் இருந்து ஒரு வளைக்குள் எலிராஜா நுழைந்துகொண்டார். காகமாகிய இலகுபதன் சுற்றும் முற்றும் பார்த்தது. ஏதொரு ஆபத்தும் இல்லை என்பதனை அறிந்ததும், குரல் எழுப்பி அவர்களை மீண்டும் அழைத்தது. பின்னர் மூவரும் அமர்ந்து பேசிக்கொண்டிருக்கும்போது அங்கு சித்திராங்கன் என்ற கலைமான் வந்தது.

சித்திராங்கன், மந்திரனிடம் 'நான் வேடனுக்குப் பயந்து இங்கு வந்துள்ளேன். என்னைக் காப்பாற்றுங்கள். எனக்கு அடைக்கலம் தந்து என்னை உங்களுடனேயே வைத்துக்கொள்ளுங்கள்' என்று கெஞ்சியது.

உடனே ஆமையாகிய மந்திரன், 'உன்னை வரவேற்கிறோம். உனக்கு அடைக்கலம் தருகிறோம். இனி இது உன் வீடு. நாங்கள் அனைவரும் உன் நண்பர்கள்' என்று நட்புடன் கூறியது. மந்திரனின் பேச்சால் மகிழ்ந்த சித்திராங்கன் அவர்களுடன் தங்கியது. நாட்கள் கடந்தன.

ஒருநாள் புல்மேயச் சென்ற சித்திராங்கன் திரும்பிவரவில்லை. இலகுபதன் அவனைத் தேடி அலைந்தது. வேடன் விரித்துவைத்த தோல்வலையில் சிக்கியிருந்த சித்திராங்கனைக் கண்டது. உடனே, மந்தரனையும் எலிராஜாவையும் அழைத்தது. எலிராஜா விரைந்து வந்தார். மந்தரனால் மெதுவாகத்தான் வரமுடிந்து.

'என்னை உடனே விடுவித்துவிடுங்கள். வேடன் வந்துவிட்டால், என் உயிருக்கு ஆபத்து' என்றது சித்திராங்கன். அவனை விடுவிக்க மூவரும் முயன்றனர்.

அப்போது சித்திராங்கன், 'நான் இப்போது இரண்டாவது முறையாக இந்த வேடனிடம் சிக்கியுள்ளேன். முன்பு நான் குட்டியாக இருக்கும் போது இந்த வேடன் விரித்த வலையில் சிக்கினேன். என்னுடன் வந்தவர்கள் வலையிலிருந்து குதித்துத் தப்பினர். நான் மட்டும் வேடனிடம் அகப்பட்டேன். அவன் என்னைப் பிடித்துக்கொண்டு சென்று, ஓர் அரசனிடம் என்னை விற்றுவிட்டான். அரசன் என்னைத் தன் பிள்ளையான ராஜகுமாரன் விளையாடுவதற்காக விட்டுவைத்தான். அங்கு நான் பல நாட்கள் இருந்தேன். ஒருநாள் புயலும் மழையுமாக இருந்தது. அந்த வழியாக ஒரு மான்கூட்டம் ஓடிக் கடந்து சென்றது. அக்கூட்டத்தினைப் பார்த்த நான், 'இவர்களோடு இணைந்து நானும் ஓடுவேனா?' என்று எனக்குள்ளேயே சற்று சப்தமாகப் பேசிக் கொண்டேன். என் பேச்சு ராஜகுமாரனுக்குக் கேட்டுவிட்டது. அவன் சுற்று முற்றும் பார்த்துவிட்டு, மான்தான் பேசியதா என்று வியந்து மயங்கிவிட்டான். அரண்மனை வைத்தியர்கள் அவனைக் குணப்படுத்தி விட்டனர். மறுநாள் அவன் நடந்தவற்றைக் கூறினான். 'எல்லா மிருகங்களும் பேசுகின்றன. அவை நமக்கு முன்னே பேசுவதில்லை. நீ இருப்பது தெரியாமல் அந்த மான் பேசிவிட்டது. நீ கவலைப்படாதே' என்று அவனுக்கு ஆறுதல் கூறினர். பின்னர், ராஜகுமாரன் என்னை விடுவித்தான். நான் காட்டிற்குள் வந்துவிட்டேன். உங்களிடம் வந்து அடைக்கலமானேன். ஆனால், விதிவசத்தால் மீண்டும் நான் அதே வேடனிடம் அகப்பட்டுவிட்டேன். என்னை எப்படியாவது காப்பாற்றுங்கள்' என்று அழுதது.

ஆனால், அவர்கள் சித்திராங்கனைக் காப்பாற்றுவதற்குள் வேடன் அங்கு வந்துவிட்டான். எலிராஜா தோல்வலையை மிகவிரைவாகக் கடித்து அறுத்தது. சித்திராங்கன் துள்ளியோடினான். எலி வளைக்குள் சென்று பதுங்கியது. காகம் பறந்து சென்று ஒரு மரக்கிளையில் அமர்ந்து கொண்டது. மந்தரனால் மெதுவாகத்தான் ஓட முடிந்தது.

'மான் தப்பிவிட்டதே' என்று வருந்திய வேடன், மெதுவாக ஓடிக் கொண்டிருக்கும் மந்தரனைப் பார்த்தான். 'பெரிய வேட்டை கைநழுவியபோது இந்தச் சிறிய வேட்டையாவது கைக்குக் கிடைத்ததே' என்று நினைத்து, மந்தரனைப் பிடித்து ஒரு வலைக்குள் சுற்றித் தன்னுடன் கொண்டு சென்றான்.

உடனே, காகமும் எலியும் மானும் ஒன்றுசேர்ந்து தன் நண்பனான ஆமையைக் காப்பாற்ற ஒரு வழிதேடின. எலிராஜா ஆழ்ந்து யோசித்தார்.

எலிராஜா, 'நண்பர்களே! வேடன் ஏரிக்கரையினைத் தாண்டித்தான் வீட்டிற்குச் செல்வான். அந்த ஏரிக்கரையில் மான் இறந்தவன் போல நடித்துத் தரையில் படுத்துக்கிடக்கவேண்டும். காகம் அதன் உடம்பில்

அமர்ந்து கொத்துவதுபோல நடிக்கவேண்டும். அதனைப் பார்த்த வேடன் ஆமையைத் தரையில் வைத்துவிட்டு, இறந்ததாக நடிக்கும் மானை எடுக்கச் செல்வான். அதற்குள் நான் ஆமையைச் சுற்றியுள்ள வலையினை அறுத்துவிடுவேன். ஆமை ஏரிக்கரைக்குள் பாய்ந்து தப்பிவிடவேண்டும். காகம் பறந்துவிடவேண்டும். மான் துள்ளி எழுந்து ஓடிவிடவேண்டும். நான் ஒரு வளைக்குள் புகுந்துகொள்வேன்' என்று தன் திட்டத்தினை விரிவாகக் கூறியது.

எலிராஜா கூறிய திட்டத்தினை மிகச் சரியாகச் செயல்படுத்தின. வேடன், ஏரிக்கரையில் இறந்திருக்கும் மானுக்கு ஆசைப்பட்டுத் தன் கையிலுள்ள ஆமையைத் தரையில் வைத்தான். அதனால், அந்த வேடனிடமிருந்து ஆமை, மான், காகம், எலி ஆகிய நான்கும் தப்பின.

'கைக்குக் கிடைத்தது, வாய்க்குக் கிடைக்கவில்லையே!' என்று துக்கப்பட்ட வேடன், 'கைக்கு வராத லாபத்தை நினைத்துக் கையில் உள்ள லாபத்தை இழந்து விட்டேனே! யார் அதிகமாக ஆசைப்படு கிறார்களோ அவர்கள் அதிகமாக நஷ்டப்படுகிறார்கள். தனக்குக் கிடைப்பதனை விரும்பி ஏற்றுக்கொள்பவனும் அளவோடு ஆசைப்படு பவனும் ஒருபோதும் நஷ்டமடைவதில்லை' என்பதனைத் தனக்குள் நினைத்துக்கொண்டு வெறுங்கையுடன் வீடுதிரும்பினான்.

இலகுபதனும் மந்தரனும் சித்திராங்கனும் இரணியகனும் ஒருவருக் கொருவர் உதவிபுரிந்துகொண்டு, நல்ல நண்பர்களாக ஒற்றுமையுடன் வாழ்ந்தனர்.

மூன்றாம் தந்திரம் - சந்திவிக்கிரகம்

மூன்றாவது தந்திரமான - சந்திவிக்கிரகம் என்கிற அதாவது 'பகையை உறவாடி வெல்லுதல்' குறித்த ஒரு நெடுங்கதையினைப் பண்டிதர் விஷ்ணுசர்மா அந்த மூன்று இளவரசர்களுக்கும் சொல்லத் தொடங்கினார்.

'நமக்குப் பகையாக, எதிரியாக இருப்பவர்களிடம் நாம் நட்புகொள்வதோ அவர்கள் மீது நம்பிக்கைவைப்பதோ கூடாது. அவ்வாறு செய்வது ஆந்தைகளின் குகையினைக் காகம் நெருப்பிட்டுக் கொளுத்தியதுபோல ஆகிவிடும்' என்றார் பண்டிதர்.

'ஆந்தைகளின் குகையினைக் காகம் நெருப்பிட்டுக் கொளுத்தியதா? அதெப்படி?' என்று அந்த மூன்று இளவரசர்களும் கேட்டனர். விஷ்ணுசர்மா அந்தக் கதையினை அவர்களுக்குக் கூறத் தொடங்கினார்.

பகையை உறவாடி வெல்லுதல்

மயிலை என்ற நகரத்தில் இருந்த ஓர் ஆலமரத்தினைத் தலைமையிடமாகக்கொண்டு மேகவர்ணன் என்ற காகம் ராஜாவாக அரசாட்சி நடத்திவந்தது.

அதே நகரத்தில் இருந்த ஒரு மலைக்குகையில் உருமர்த்தனன் என்ற ஆந்தை ராஜாவும் அரசாட்சி நடத்திவந்தது.

ஆந்தை ராஜா திடீர் திடீர் என்று இரவில் தன் படைகளுடன் வந்து அந்த ஆலமரத்தினைச் சூழ்ந்து முற்றுகையிடும். காகங்களின் கூடுகளில் உள்ள முட்டைகளையும் குஞ்சுகளையும் உண்டு அழிக்கும். ஆனாலும் ஆந்தை ராஜாவின் படைகளை எதிர்க்கும் துணிவற்ற காகங்கள் செய்வது அறியாமல் தவித்தன.

காகங்களுக்கு இரவில் கண்பார்வை தெரிவதில்லை. ஆந்தைகளுக்குப் பகலில் கண்பார்வை தெரிவதில்லை. ஆதலால், ஆந்தைகள் இரவினைப் பயன்படுத்திக்கொண்டு காகங்களை வதைத்துவந்தன. அதுபோலவே பகலில் ஆந்தைகளைச் சென்று தாக்கலாமென்றால் ஆந்தைகள் வசிக்குமிடம் இதுதான் என்று காகங்களுக்குத் தெளிவாகத் தெரியவில்லை. அதனால் ஆந்தைகளுடன் பகலில் போரிடவும் காகங்களால் முடியவில்லை.

இப்படியாகவே ஆந்தைகளின் முற்றுகை வாரந்தோறும் தொடர்ந்ததால், கொதித்துப் போன காகராஜா இதற்கு ஒரு முடிவுகட்டத் தீர்மானித்து தன்னுடைய அரசவையைக் கூட்டியது. ராஜாவின் ஐந்து மந்திரிகளும் அவரது தந்தையின் மந்திரியான வயதில் மூத்த சிரஞ்சீவி என்கிற காகமும்கூட அந்தக் கூட்டத்தில் கலந்துகொண்டனர்.

காகராஜா, 'ஆந்தைகளின் தொல்லை தொடர்வதால் அவற்றுக்குப் பயந்து நாம் இந்த இடத்தைவிட்டு வேறு இடத்திற்குச் சென்றுவிடலாம் என்று காகங்கள் பலவும் என்னிடம் கூறி வருகின்றன. அது குறித்து முடிவெடுக்கவே இன்று நான் உங்களை அழைத்துள்ளேன்.

பகைவரைப் பொருட்படுத்தாமல் விட்டுவிட்டால் அவர்களால் வரும் தொல்லை நோய்போலப் பரவிவிடும். இறுதியில் நாம் அனைவருமே இறக்கவேண்டிவரும். சந்திவிக்கிரகம், பேதம், கலகம் என்னும் மூன்றினில் எதனைத் தேர்ந்தெடுக்கவேண்டும் என்பதனை மந்திரி மார்களாகிய நீங்கள் ஐவரும் முடிவெடுங்கள்' என்றார்.

மந்திரிகளுள் ஒருவர், 'மக்களுக்கு ஒரு சிக்கல் வரும்போது அது குறித்து ராஜா, மந்திரிகளிடம் ஆலோசனை கேட்கும் முன்னரே, மந்திரிகள் ராஜாவுக்கு அச் சிக்கலைத் தீர்க்க திட்டங்களை வகுத்துக் கூறவேண்டும். ராஜா கேட்ட பின்னராவது மந்திரிகள் காலம் தாழ்த்தாமல் உடனடி யாகத் திட்டங்களை வகுத்தளிக்கவேண்டும். அப்போதும் ஏதும் கூறாமல் இருக்கும் மந்திரிகளை ராஜா தன்னுடைய எதிரியாகவே கருதுவார். ஆதலால் மந்திரிகளாகிய நாம் உடனடியாக ஆழ்ந்து யோசித்து, ஒரு நல்ல திட்டத்தினை ராஜாவிடம் கூறவேண்டும்' என்று சக மந்திரிகளிடம் கேட்டுக்கொண்டது.

உத்தமசீவி என்ற மந்திரி, 'ராஜா! நம்மைவிட பலம் வாய்ந்தவருடன் நாம் பகைகொள்வது சரியன்று. அத்தகையோரிடம் நாம் சமாதானம் செய்துகொள்வதே சரி. பகைவர்களை வணங்கி, அவர்களுடன் நெருக்கமாக இருப்பதுபோல நடித்து, தக்க சமயத்தில் அவர்களுக்குத் துரோகம் செய்து நாம் நன்மையடையவேண்டும். நதியில் நீர்ப்பெருக் கெடுக்கும்போது நதிக்கரையில் உள்ள செடிகள் அனைத்தும் நீரின் போக்குக்கு ஏற்றவாறு வளைந்து கொடுக்கின்றன. ஆதலால்தான் அவை நீர்ப்பெருக்கு நீங்கிய பின்னர் நிமிர்ந்துகொண்டு பிழைக்கின்றன. அவை வளைவது தப்பித்துக்கொள்வதற்கே! நமக்குக் கேடான காலத்தில் பகைவரிடம் சமாதானம் செய்துகொண்டால், நம் செல்வத்தை இழக்காமல் இருப்பதுடன், பின்னர் செல்வமும் சேர்க்கலாம். நமக்குப் பலர் பகைவராக இருந்தால், அவர்களில் நாம் ஒருவருடன் நட்பு கொண்டு, அவரைக்கொண்டு மற்றவர்களைக் கெடுத்து, அழித்து விடலாம். நம்மிடமும் நமது பகைவரிடமும் எவ்வளவு நிலம், பொருள், நட்பு பலம் ஆகிய உள்ளன என்பதனை ஆராய்ந்து தெரிந்த பின்னர், பகைவரைவிட நாம் அதிகமாக அவற்றை வைத்திருந்தால் மட்டுமே நாம் பகைவரை எதிர்க்கவேண்டும். இந்த உலகில் வெற்றியும் தோல்வியும் ஒருவருக்குரியதல்ல. ஆதலால், நாம் குளக்கரையில் காத்திருக்கும் கொக்கு, மீன்வந்தபோது திடுமென நீரினுள் நுழைந்து அதனைக் கவ்வுவதுபோல தக்க தருணம் வரும்வரை காத்திருந்து, பின்னர் விரைந்து செயலாற்றவேண்டும். பகைவரின் வலிமையை அறிந்து அதற்கு ஏற்ப எது செய்யத்தக்கதோ அதனை மட்டுமே செய்யவேண்டும்' என்று தன் ஆலோசனையைக் கூறியது.

உத்தமசீவி கூறியதைக் கேட்ட ராஜா, அடுத்ததாக இரண்டாவது மந்திரியிடம் கருத்துக்கேட்டார்.

இரண்டாம் மந்திரி, 'ராஜா மந்திரி உத்தமசீவி கூறுவது சரியல்ல. நமக்கு ஒரு கேடுவிளைவித்த நம் பகைவரிடம் நாம் சமாதானம் செய்து கொள்வது நமக்கு நன்மையைத் தராது. நெருப்பினால் காய்ச்சிய நீர் அந்த நெருப்பையும் அணைக்கத்தானே செய்யும். நமக்குத் தொல்லை தந்த ஆந்தைகளிடம் நாம் சென்று சமாதானம் செய்தால் அவை நம்மைக் கொல்லவே செய்யும். நம் பகைவர்கள் நம்மை விட பலசாலிகள் என்பதால் நாம் தோல்வியடைந்து விடுவோம் என்று அஞ்சக்கூடாது. மிகப் பெரிய யானையை ஒரு சிங்கக் குட்டி எதிர்த்துப் போரிட்டு வென்றுவிடுகிறதுதானே! பலம் என்பது உருவில் இல்லை. மனத்தில் உள்ளது. ஆதலால் நாம் மனத்தில் பலத்தை ஏற்படுத்திக் கொண்டு அந்த ஆந்தைகளிடம் போரிடவேண்டும். எவன் ஒருவன் வீரனாகவும் தீரனாகவும் எல்லோராலும் அறியப்பட்டவனாகவும் உள்ளானோ அவனே புண்ணியம் செய்தவன். தன் வீர, தீரத்தால் எதிரியை வென்று வாழ்பவனே உயிர் வாழ்பவன். அவ்வாறு அல்லாதவன் பிணத்திற்குச் சமமானவன்' என்று மாற்றுக்கருத்தினைக் கூறியது.

ராஜா மூன்றாவது மந்திரியிடம் ஆலோசனை கேட்டார். மூன்றாவது மந்திரி, 'ராஜா! நம் எதிரி பலம்வாய்ந்தவன் என்றால், நாம் அவனுடன் போரிடுதல் சரியன்று. அவனுடன் போரிட்டால் இங்கேயே தொடர்ந்து இருப்பதும் சரியன்று. ஆதலால், நாம் வேறொரு இடத்திற்குச் சென்று விடுதலே சரி. எவன் ஒருவன் தன் எதிரியின் பலத்தை அறிந்துகொண்டு, அவனிடம் எதிர்த்துப் போரிடாமல் தன் நாட்டைவிட்டு வேறொரு இடத்திற்குச் சென்று வாழ்கிறானோ அவன் பஞ்சபாண்டவர்களைப் போல இன்பமாக வாழ்வான். அவ்வாறு செய்யாமல் பலம்பொருந்திய எதிரியுடன் போரிடுபவன் அழிவான்' என்றது.

ராஜா நான்காவது மந்திரியிடம் கருத்துக் கேட்டார். அந்த நான்காவது மந்திரி, 'ராஜா! மூன்றாவது மந்திரியின் கருத்தில் எனக்கு உடன் பாடில்லை. முதலையானது தனக்குரிய இடமான நீர்நிலையில் வாழ்ந்து வந்தால் அதனைத் தாக்கவரும் மிகப்பெரிய யானையைக்கூட வீழ்த்திவிடும். அதே முதலை தன்னிடத்தை விட்டுவிட்டு நிலப் பகுதியில் அலைந்து திரிந்தால் ஒரு நாய்கூட அதைக் கடித்து இழுத்துச்சென்றுவிடும். ஆதலால், நாம் நம்மிடத்திலேயே இருந்து கொண்டு நமக்குச் சில நண்பர்களை உதவிக்கு வைத்துக்கொண்டு நம் எதிரிகளிடம் போரிடவேண்டும். எதிரிக்குப் பயந்து எவன் தன்னிடத்தை விட்டுச் செல்கிறானோ அவன் மீண்டும் தன்னுடைய இடத்திற்கு வருவதேயில்லை. பல் பிடுங்கப்பட்ட பாம்பும், மதமில்லாத யானையும், தன்னிடத்தைவிட்டுச் சென்ற ராஜாவும் எல்லோராலும் அவமானப் படுவர்.

‘ஒருவன் தன்னிடத்திலேயே இருந்தால் நூறுபேரைக்கூட எதிர்த்து நிற்பான். ஆதலால், ஒருவன் தன்னிடத்திலேயே தக்க மதிலை உருவாக்கிக்கொண்டு தன் பகைவன்மீது போர்தொடுக்கவேண்டும். அவ்வாறு அவன் போர்புரிந்து வெற்றிபெற்றால் அவனைத்தேடி லக்ஷ்மி தேவி வருவாள். அவன் தோல்வியடைந்தால் அவன் வீர சொர்க்கம் அடைவான். ஆதலால், இவ்விரண்டில் ஒன்றினை அவன் பெறுவது நிச்சயம். ஆதலால், ஒருவன் இவ்விரண்டினையும் விட்டுவிடுதல் கூடாது. நிலத்தில் தன் வேர்களை நன்கு ஊன்றியுள்ள மரம் பலமான காற்றினாலும்கூட அசைக்கமுடியாததாக இருக்கும். அந்த மரம் தன்னிடத்தைவிட்டு இடம்பெயர்ந்தால், தென்றல் காற்றுகூட அதனை எங்கெங்கோ நகர்த்திச் சென்றுவிடும். ஆதலால், ஒருவன் தன்னிடத்திலிருந்துகொண்டே தன் எதிரியை எதிர்க்கவேண்டும்’ என்றது.

ராஜா ஐந்தாவது மந்திரியிடம் கருத்துக் கேட்டார். ஐந்தாவது மந்திரி, ‘ராஜா! நான்காவது மந்திரியின் கருத்தினை நான் ஏற்கிறேன். நாம் நம்மிடத்திலேயே இருக்கவேண்டும். நமக்கு உதவி செய்யக்கூடியவர்களைச் சார்ந்திருக்கவேண்டும். இடம் மாறிச்சென்ற பின்னர், நாம் யாரிடம் சென்று உதவிகேட்டாலும் அவர்கள் நமக்கு உதவ மாட்டார்கள். நெருப்பு ஒரு காட்டையே அழிக்கவேண்டுமானால், அது பற்றிப் படர அதற்குப் புல், சருகு முதலியவற்றின் உதவிவேண்டும். அதுமட்டுமல்ல காற்றும் அதற்குப் பெருமளவில் உதவிசெய்கின்றது. அதனால்தான் காட்டில் நெருப்பு பரவினால், அந்தக் காடு முழுவதும் அழிகிறது. நெருப்பு படராமல் ஒரு விளக்குபோல இருந்தால், அந்தக் காற்றே அந்த நெருப்பினை அணைத்துவிடும். வலிமையுடையவர்களின் உதவியிருந்தால் பெருமையே உண்டாகிறது. தாமரை இலையைச் சார்ந்திருக்கும் ஒரு நீர்த்துளியானது முத்தின் ஒளியை எளிதில் பெற்றுவிடுகிறதே! யாருடைய துணையும் இல்லாமல் யாருக்கும் எந்தப் பெருமையும் ஏற்படுவதில்லை. அதனால், நமக்கு உதவிசெய்பவர்களைத் தேடி அவர்களின் உதவியைப் பெற்றுக் கொண்டு நம் எதிரிகளை அழிக்கவேண்டும்’ என்றது.

தன்னுடைய ஐந்து மந்திரிகளின் கருத்துக்களையும் கேட்டறிந்த காகராஜா, தன்னுடைய பிதாவின் மந்திரியாகிய வயதில் மூத்த சிரஞ்சீவி என்பவரிடம், ‘இந்த அவையில் மந்திரிமார்களின் கருத்துக்களைத் தாங்கள் உற்றுக்கவனித்திருப்பீர்கள். தங்களின் கருத்தினை நான் அறிய விரும்புகிறேன்’ என்றார்.

சிரஞ்சீவி, ‘எல்லோரும் சாஸ்திர நூல்கள் கூறியுள்ள கருத்துக்களுக்கு ஏற்பவே தங்களின் கருத்துக்களைக் கூறினர். ஆகையால், அவை அனைத்துமே சிறப்பானவையாக இருந்தன. நாம் நமது எதிரியைப் பணிந்து அவனுக்கு நட்பாக இருப்பதுபோல நடித்து அவனை

அழிக்கவேண்டும். அல்லது அவனுக்கும் நமக்கும் உள்ள சிறப்பு களையும் சிறப்பில்லாதவைகளையும் அறிந்துகொண்டு அவற்றிற்கு ஏற்பச் செயல்படவேண்டும். தெய்வம், குரு முதலானவர்களிடம் உண்மையாக நடந்துகொள்ளவேண்டும். பெண்கள், முகத்தினளவு மட்டும் நட்புகொள்பவர்கள், பகைவர்கள், சூதாடுகிறவர்கள் ஆகியோரிடம் அவ்வாறு நடந்துகொள்ள வேண்டியதில்லை' என்று தன் கருத்தினைக் கூறினார்.

காகராஜா, 'நாம் எப்படி நமது எதிரிகளின் பலத்தையும் பலவீனத்தையும் அறிந்துகொள்வது?' என்று அவரிடம் கேட்டார்.

அதற்கு சிரஞ்சீவி, 'மறைந்துள்ள பொருள்களைப் பிராமணர்கள் வேதத் தாலும், பசு, வாசனையாலும் அரசன் ஒற்றனாலும், எளிய மக்கள் தங்களின் கண்களாலும் அறிந்துகொள்கிறார்கள்' என்று பதில் கூறினார்.

'ஏன் என் மந்திரிகள் ஐவரும் விதவிதமாகக் கருத்துக்கூறினார்கள்?' என்று கேட்டார் காகராஜா.

சிரஞ்சீவி, 'ராஜா ஏன் தன் மந்திரிகளிடம் மாற்றுக்கருத்துக்களைக் கேட்டறிய வேண்டும் என்பதற்கு நாரதர் தருமராஜருக்கு விளக்கம் கூறியுள்ளார். அதனை உனக்குக் கூறுகிறேன். தோட்டக்காரனின் பார்வை தோட்டப் பயிர்களின் மீது எப்போதும் இருந்தால் அந்தப் பயிர்கள் அழியாமல் இருக்கும். ராஜா தனக்குப் பயனுள்ளவற்றைப் பற்றி ஒரு நாழிகை (24நிமிடங்கள்) விசாரிக்காமல் விட்டாலும் அவனுக்குக் கெடுதி வந்துவிடும். ஆதலால், அவன் தன் மந்திரிகளுடன் ஆலோசித்து, கணந்தோறும் தன் நாட்டில் நடப்பவற்றை அறிந்து கொண்டே இருக்கவேண்டும். அவர்களிடம் மாற்றுக்கருத்துக்கள் இருந்தாலும் அவற்றை ஏற்றுச் சீர்தூக்கிப் பார்த்து எச்சரிக்கையாக இருக்கும் ராஜாவுக்குக் கேடு வராது' என்றது.

'ஏன் நம் இனத்திற்கும் ஆந்தை இனத்திற்கும் தீராப் பகை ஏற்பட்டது?' என்று காகராஜா சிரஞ்சீவியிடம் கேட்டவுடன், அந்தப் பகைக்கான காரணத்தை சிரஞ்சீவி கூறத் தொடங்கியது.

ஒருநாள் பறவை இனங்கள் எல்லாம் ஒன்றுகூடின. 'நம்முடைய ராஜா பார்வையற்றவராக உள்ளார். இவரால் நம்மை வேடர்களிடமிருந்து காப்பாற்ற முடியவில்லை. இத்தகைய ராஜாவால் நம் இனத்திற்கு என்ன பயன்?' என்று பேசிக்கொண்டன. நமக்கு ராஜா என்று ஒருவர் வேண்டுமா? என்றும் சிந்தித்தன. மாலுமி இல்லாத கப்பல் கரைசேராது என்பதால், அவை தங்களுக்குப் பாதுகாப்பு அளிக்கக்கூடிய ஒரு புதிய ராஜாவைத் தேர்ந்தெடுக்க நினைத்தன. அவை அனைத்தும் ஒருமனதாக ஆந்தையைத் தங்களின் ராஜாவாகத் தேர்ந்தெடுத்தன. தங்களின் புதிய

ராஜாவுக்கு முடிசூட்டும் விழா நடத்தத் திட்டமிட்டன. ஏற்பாடுகளைச் செய்யத் தொடங்கின.

இந்தச் சூழலில் ஒரு காகம் அங்கு வந்தது. இவர்கள் கூட்டம் போட்டது அதற்குத் தெரியாது. ஆதலால், 'என்ன கூட்டம்?' என்று விசாரித்தது. அவை, 'தங்களின் புதிய ராஜாவாக ஆந்தையை ஒருமனதாகத் தேர்ந் தெடுத்துள்ளோம்' என்று கூறின. அச்செய்தியைக் கேட்டதும் காகம் தன் வயிறு குலுங்கச் சிரித்தது.

'ஏன் சிரிக்கிறாய்?' என்று அவர்கள் காகத்தை விசாரித்தன.

'சிரிக்காமல் என்ன செய்ய? அழகான மயில் இருக்கும்போது, பலம் வாய்ந்த கழுகு உள்ளபோது அவர்களை எல்லாம் விட்டு பறவைகளின் ராஜாவாக போயும் போயும் பகல் குருடனான ஆந்தையையா தேர்ந் தெடுத்தீர்கள்? அவன் ராஜா பதவிக்கு ஏற்றவனா? யாராவது குளத்திற்குச் சென்று குளிக்க நினைத்துச் சேற்றையா உடலில் பூசிக் கொண்டு வருவார்கள்?' என்று கேட்டது.

அப்போதுதான் அவை ஆந்தையின் பகல் குருடு பற்றி யோசித்தன. 'ஆமாம்! காகம் சொல்வதும் சரிதானே! ஆந்தைக்குப் பகலில் கண் பார்வை தெரியாதே! அது எப்படிப் பறவை இனத்தைப் பகலில் காப்பாற்ற முடியும்?' என்று நினைத்தன.

'ஒருவன் இறைவனாக நம்மிடம் இருக்கும்போது, மற்றொருவன் நல்ல குணமுடையவனாக நமக்குக் கிடைத்தால் அவன் எந்தவகையில் அந்த இறைவனைவிட மிகுந்த பயனுடையவனாக நமக்கு இருப்பான்? நமக்குத் தான் இறைவனாக கருடன் இருக்கிறானே! அவனே வீர, தீரத்தில் சிறந்தவன். அவனை விட்டுவிட்டு வலுவற்ற, பகலில் பார்வையற்ற அந்த ஆந்தையை நமது ராஜாவாக ஏற்றுக்கொண்டால் நமக்கு என்ன பயன் கிடைக்கும்? வலியவர்களின் பெயரினாலேயே தான் எளியவர்களுக்கும் காரியங்கள் நடக்கின்றன. அவ்வாறே கருடன் பெயரினாலேயே பல வரங்களைப் பெற்ற மனிதர்கள் நம்மிடம் மதிப்புகொண்டுள்ளனர். முன்பு ஒருமுறை ஒரு முயல் சந்திரனின் பிம்பத்தை யானைக்குக் காட்டி நன்மையடைந்ததை நீங்கள் அறிவீர்களா?' என்று காகம் அந்தப் பறவைகளிடம் கேட்டது.

'எங்களுக்குத் தெரியாது. நீங்கள் கூறுங்களேன்!' என்ற பறவைகளிடம் காகம் சந்திரனின் பிம்பத்தால் நன்மையடைந்த முயல்கூட்டத்தின் கதையினைக் கூறத் தொடங்கியது.

1.சந்திரபிம்பத்தால் முயல்கள் பெற்ற நன்மை

ஒரு பெரிய காடு. அதில் சதுரதந்தன் என்ற யானை ராஜா தன்னுடைய கூட்டத்துடன் வாழ்ந்துவந்தது. அந்தக் காட்டில் மழையின் பொழிவு குறைந்தது. அதனால் அந்த யானைக் கூட்டத்துக்கு உணவும் நீரும் கிடைப்பது அரிதாகிவிட்டது.

யானைகள் அனைத்தும் ஒன்று திரண்டு சென்று யானை ராஜாவைச் சந்தித்தன. 'ராஜா! இந்தக் காட்டில் மழையே பொழியவில்லை. காட்டிலுள்ள குளமும் வற்றிவிட்டது. எங்களுக்குக் குடிக்க நீரும் இல்லை; உண்ண உணவும் கிடைக்கவில்லை. இவ்வாறே நாட்கள் சென்றால் நாங்கள் அனைவரும் இறந்துவிடுவோம். தாங்கள்தான் எங்களைக் காப்பாற்றவேண்டும்' என்று வேண்டின.

'சரி! நாம் இங்கிருந்து வேறு இடத்திற்குச் செல்வோம். அதற்கு நாம் இங்கிருந்து ஐந்து நாட்கள் பயணம் செய்யவேண்டும். அவ்வாறு சென்றால் நாம் ஒரு பெரிய பாதாள கங்கையை அடைவோம். அங்கு நமக்கு வாழ்நாள் முழுவதற்கும் தேவையான குடிநீர் கிடைத்துவிடும்' என்றது யானை ராஜா.

யானை ராஜாவின் திட்டப்படி அனைத்து யானைகளும் பாதாள கங்கையை நோக்கிப் பயணமாகின. ஐந்து நாட்கள் நடந்து, இறுதியில் பாதாள கங்கையை அடைந்தன. நீர்நிலையைக் கண்டதும் எல்லா யானைகளும் மிகுந்த சந்தோஷத்துடன் அதிலிறங்கி நீரினைப் பருகின. குளித்தன. கும்மாளமிட்டன. நீண்ட நேரம் மூழ்கி விளையாடிய பின்னர், அந்த நீர்நிலையின் மறுகரை வழியாகக் கரையேறின.

அந்த நீர்நிலையின் மறுகரையில் ஒரு முயல் கூட்டம் வாழ்ந்து வந்தது. அந்த முயல்கூட்டம் திடீரென இப்படி பெருங் கூட்டமாக யானைகளின் வருகையை எதிர்பார்க்கவில்லை. யானைகளும் கரையின் புதரில் வாழும் முயல்கூட்டத்தைக் கவனிக்கவில்லை. எனவே யானைகள் போகிற போக்கில் அவற்றை மிதித்துச் சென்றன. பல முயல்கள் இறந்தன. பல முயல்களுக்குக் கால்கள் முறிந்தன.

அன்றே முயல்கள் தங்களுக்குள் கூடிப் பேசின. 'இந்த யானைகள் இனி நாள்தோறும் இந்த நீர்நிலைக்கு வரும்போலத் தெரிகிறது. இனி நாம் இந்த இடத்தில் வசிப்பது ஆபத்து. நாம் வேறு இடத்திற்குச் சென்றுவிடலாமா'? என்று பேசிக்கொண்டன.

அவற்றுள் சில முயல்கள், 'நாம் ஏன் இந்த இடத்தை விட்டு வேறு இடத்திற்குச் செல்லவேண்டும்? நம் முன்னோர்கள் இங்கேதான் பல ஆண்டுகள் வாழ்ந்து வந்துள்ளனர். இந்தப் பகுதியில் இந்த இடத்தில் மட்டும்தான் தண்ணீர் இருக்கிறது. நாம் இந்த இடத்தைவிட்டுப் போகக்கூடாது' என்றும் பேசிக்கொண்டன.

வயதில் மூத்த முயல்கள், 'யானை தொட்டாலும் பாம்பு முகர்ந்தாலும் ராஜா சிரித்தாலும் பகைவன் நமக்கு மரியாதை செய்தாலும் உயிர்ச் சேதம் வரும் என்று சாஸ்திரங்கள் சொல்லியுள்ளன. நம் உயிருடன் வாழவேண்டுமென்றால் இந்த இடத்தை விட்டுச் செல்வதுதான் ஒரேவழி' என்றன.

சில முயல்கள், 'யானைகள் அஞ்சும் அளவிற்கு நாம் ஏதாவது தந்திரம் செய்யவேண்டும். விஷமில்லாத பாம்பு படமெடுத்தாலும் அதனைக் கண்டு மனிதர்கள் ஓடுகிறார்களே! நம்மிடம் வலு இல்லையென்றாலும் நாம் நமது எதிர்ப்பினை ஏதாவது ஒரு வழியில் காட்டத்தான் வேண்டும்' என்றன.

அவர்களுள் ஒரு முயல், 'யானைகள் பயப்படும் அளவிற்கு நான் ஒரு வழிசொல்கிறேன்' என்று கூறியது.

'அது என்ன வழி?' என்று கேட்ட முயல் கூட்டத்திற்கு அந்த முயல், 'நாம் ஒரு பொய்யினை யானைகளிடம் கூறவேண்டும். நமது ராஜா விஜயதந்தன் என்பவர் சந்திர மண்டலத்தில் இருக்கிறார் என்றும் அவரது தூதுவன் இங்கு வந்துள்ளார் என்றும் பொய் கூறி ஒரு முயலை நாம் அந்த யானைகளிடம் அனுப்பிவைக்கவேண்டும். அவ்வாறு செய்தால் அந்த யானைகள் நம்மைப் பார்த்துப் பயப்படும்' என்றது.

இது சரியான வழிதான் என்று அனைத்து முயல்களும் ஏற்றுக் கொண்டன. 'யாரைத் தூதுவனாக அனுப்புவது?' என்று யோசித்தன. திட்டத்தினைக் கூறிய முயல், நெட்டைக்காரன் என்ற முயலைப் பார்த்து, 'நீதான் தூதுவனாக நடிக்க ஏற்றவன். ஏனென்றால், நீ புத்திசாலி. எதிரிகளிடம் சமமாக நின்று சமாதானம் பேசுவதில் வல்லவன். உனக்குச் சோம்பல் என்பதே இல்லை. நீ நம்மிடையே பொய் கூறமாட்டாய். நீ எதனையும் நன்றாக யோசித்துச் செயல்படக்கூடியவன். எனவே நீ தூதுவனாகச் சென்றால் காரியம் நல்லபடியாக முடியும்' என்று கூறியது.

நெட்டைக்கார முயல் தூது செல்ல சம்மதித்தது. யானைகள் வரும் வழியில் உள்ள ஒரு மேட்டின் மீது அமர்ந்துகொண்டது. அப்பொழுது அந்த யானைக்கூட்டத்தைச் சேர்ந்த யூதபூபதி என்ற யானை அந்த மேட்டின் அருகில் வந்தது.

அந்த யானைப் பார்த்த நெட்டைக்கார முயல், 'அட முட்டாள் யானையே! யாரைக்கேட்டு இந்தப் பகுதியில் சுற்றித் திரிகிறாய்?

உன்னையும் உன் கூட்டத்தாரையும் அடித்துத் துரத்துவதற்காகவே நான் என் ராஜாவின் தூதுவனாக இங்கு வந்துள்ளேன்' என்றது.

'யார் உன் ராஜா?' என்றது யூதபூபதி.

அதற்கு நெட்டைக்கார முயல், 'விஜயதந்தன். அவர்தான் எங்கள் ராஜன். அவர் சந்திரமண்டலத்தில் இருக்கிறார். நான் அவரின் கட்டளையால் இங்கு வந்துள்ளேன்' என்றது.

'இவன் வலிமை மிக்கவனின் தூதன்' என்று நினைத்த யூதபூபதி, 'உன் ராஜா உனக்கு இட்ட கட்டளை என்ன?' என்று கேட்டது.

'நீயும் உன் கூட்டத்தின் அனைத்து யானைகளும் எங்கள் இனத்தவர்களில் பலரைக் கொன்றுள்ளீர்கள். உங்கள் செயலை ஒருமுறை எங்கள் ராஜா மன்னித்துவிட்டார். நீங்கள் நாள்தோறும் இந்த நீர்நிலைக்கு வந்து எங்கள் கூட்டத்தாரை வஞ்சிப்பது முறையல்ல. உங்களுக்கு உங்களின் உயிர்மேல் ஆசையிருந்தால் உடனே இங்கிருந்து சென்றுவிடுங்கள். இதனை உங்களிடம் கூறிவரவே என் ராஜா என்னை இங்கு அனுப்பிவைத்தார்' என்றது நெட்டைக்கார முயல்.

சற்று யோசித்த யூதபூபதி, 'என்னை உன் ராஜாவிடம் அழைத்துச் செல். நான் அவரைப் பார்க்கவேண்டும்' என்றது.

'நீங்கள் எங்கள் ராஜாவுக்கு ஏதாவது தகவல் தெரிவிக்கவேண்டியது இருந்தால் என்னிடம் கூறுங்கள். அதனை நான் அவரிடம் சென்று கூறிவிடுகிறேன்' என்றது முயல்.

'தகவல் ஒன்றும் இல்லை. நான் உங்கள் ராஜாவை வணங்கிவிட்டு, என் கூட்டத்தாரை அழைத்துக்கொண்டு வேறொரு இடத்திற்குச் செல்லலாம் என்று நினைக்கிறேன்' என்றது யூதபூபதி.

சற்று யோசித்த நெட்டைக்கார முயல், 'இன்று இரவு நான் உன்னை என்னுடன் அழைத்துச் சென்று, உனக்கு என் ராஜாவைக் காட்டுகிறேன். ஆனால், நீ மட்டும் என்னுடன் தனியாகத்தான் வரவேண்டும்' என்றது.

அதற்கு ஒப்புக்கொண்ட யூதபூபதி அன்று இரவு தனியாக, நெட்டைக்கார முயலிடம் வந்தது. அந்த யானையை அழைத்துக் கொண்டு சென்ற முயல், ஒரு குட்டைக்கு அருகில் சென்று, 'இன்று எங்கள் ராஜா இந்தக் குட்டைக்கு வந்துள்ளார். இங்கு அவர் ஓய்வெடுக்கிறார். ஆதலால், நீ அவரைத் தொந்தரவு செய்யாமல் அவரை வணங்கிவிட்டுச் சென்றுவிடு' என்றது.

யானையும் அவ்வாறே குட்டைநீரில் தெரிந்த சந்திரனின் பிம்பத்தினைப் பார்த்தது. அதுதான் முயல்களின் ராஜா என்று நம்பி, அவரை

வணங்கியது. மறுநாள் தன் கூட்டத்தினை அழைத்துக்கொண்டு வேறொரு இடத்திற்குச் சென்றது.

'வயலுக்கு அடுத்ததாக உள்ள மரத்தினடியில் இருக்கும் புல்லை உழவன் தன் ஏரால் உழுது அதனை அழிப்பதில்லை. அதுபோல விலகியிருந்து பெரியவர்களைச் சார்ந்திருந்தால் ஒருபோதும் கெடுதல் வராது. தீயவர்களின் கூட்டுறவு எப்போதும் தீமையையே தரும். அது எப்படியென்றால், முயலும் ஆந்தையும் தங்களுக்குள் சண்டையிட்டுக் கொண்டு தங்களுக்குத் தீர்வுகூற பூனையிடம் சென்று தங்களின் உயிரை இழந்ததைப் போலாகி விடும்' என்றது காகம்.

'எப்படி முயலையும் ஆந்தையையும் பூனை கொன்றது?' என்று கேட்ட பறவைகளுக்குக் காகம் அந்தக் கதையினைச் சொல்லத் தொடங்கியது.

2. முயலையும் ஆந்தையையும் கொன்ற பூனை

நெடுநாட்களுக்கு முன்பாக நானும் கபிஞ்சலன் என்ற ஆந்தையும் ஒரு முதிய மரத்தில் தனித்தனிப் பொந்துகளில் குடியிருந்து வந்தோம். எனக்கு அவன் நல்ல நண்பன். ஒருநாள் இரவில் இரைதேடிச் சென்ற கபிஞ்சலன் தன் பொந்துக்குத் திரும்பவில்லை. நான் அவனைப் பல இடங்களில் தேடினேன். அவனைக் காணவில்லை.

மூன்று நாட்களுக்குப் பின்னர் அந்த மரத்திற்கு ஒரு முயல் வந்தது. அது கபிஞ்சலனின் பொந்துக்குள் சென்று அமர்ந்துகொண்டது.

நான் அந்த முயலிடம், 'இது என்னுடைய நண்பன் வசிக்கும் பொந்து. அவன் வெளியில் சென்றுள்ளான். அவன் வந்தால் என்னைக் கொன்று விடுவான்!' என்று எவ்வளவோ சொல்லிப்பார்த்தேன். அந்த முயல் பயப்படுவதாகத் தெரியவில்லை. ஆந்தையின் அந்தப் பொந்தினைத் தன் பொந்துபோலவே பயன்படுத்தத் தொடங்கியது.

ஒருநாள் மாலையில் கபிஞ்சலன் வந்துவிட்டான். தன்னுடைய பொந்தில் ஒரு முயல் இருப்பதனைப் பார்த்துவிட்டுக் கோபப்பட்டான். 'என் வீட்டில் நீ என்ன செய்கிறாய்?' என்று முயலிடம் கோபத்துடன் கேட்டான். முயல் அலட்சியமாக, 'இது உன் வீடா? இது என் வீடு' என்று வாதிட்டது.

ஆந்தையாகிய கபிஞ்சலன் பலவாறு பேசிப் பார்த்தான். பயனில்லை.

'குளம், கிணறு, கோயில், சத்திரம் இவற்றின் சொந்தம் அவற்றை விட்டு நீங்கின பின்னர் இருக்காது. பறவைகளில் எது வலிமை யுள்ளதோ அதுதான் தான் விரும்பியதை அடையும். இப்படித் தரும நியாயம் இருப்பதால் இது என் வீடுதான்' என்றது முயல்.

'தரும நியாயம் பற்றி நீ பேசுவதால், நாம் இருவரும் சாஸ்திரிகளிடம் சென்று முறையிடுவோம். அவர் கூறும் தீர்ப்புக்கு இருவரும் கட்டுப் படுவோம்' என்றது ஆந்தை. அதற்கு ஒப்புக்கொண்ட முயல், ஆந்தையுடன் சாஸ்திரிகளைத் தேடிச் சென்றது. இவற்றின் பின்னால் நானும் சென்றேன்.

போகும் வழியில் நடுவே தென்பட்ட ஒரு பூனை, முயல் மற்றும் ஆந்தையின் முகபாவத்தைப் பார்த்ததுமே 'இவர்கள் தீர்ப்பு கேட்கத் தான் போகிறார்கள்' என்று தெரிந்துகொண்டது.

அது இவர்கள் செல்லும் வழியிலேயே ஒரு குறுக்கு வழியில் முன்னேறிச் சென்று ஓர் ஆற்றங்கரையில் அமர்ந்துகொண்டது. பின்னர் தனக்குத்தானே சப்தமாகப் பேசத் தொடங்கியது.

'இந்த உலகத்தில் உண்டாகின்ற இன்பம் கணநேரத்தில் அழிந்து விடுகிறது. அதனால் தருமத்தை விட வேறு கதியில்லை. அறத்தை விட்டு எவன் நாளைக் கழித்து வருகிறானோ அவன் மரப் பொம்மைக்குச் சமமானவன். அவனைப் பிணம் என்றே கருதலாம். எப்படித் தயிரின் சாரம் நெய்யோ, எள்ளின் சாரம் எண்ணெயோ அதுபோலத்தான் இந்த உலகத்தில் பிழைத்திருப்பதன் சாரம் தருமம். தருமத்தைப் புறக்கணித்து உண்டு வாழ்பவன் இந்தப் பூமிக்குச் சுமையாக இருக்கிறான். ஆகையால் மக்களே! தருமம் பல இடையூறு களோடு தருமம் கூடிக்கொண்டே இருக்கிறது. உங்களுக்கு நான் தருமத்தைக் கூறுகிறேன் கேளுங்கள்! பிறருக்கு உதவி செய்வதைப் போன்ற புண்ணியம் வேறு எதுவும் இல்லை. பிறருக்குத் தீங்கு செய்வதைப் போன்ற பாவம் வேறு எதுவும் இல்லை. தனக்குத் துன்பம் தருவது பிறருக்கும் துன்பத்தையே தரும் என்பதனை உணருங்கள். இப்படிப்பட்ட பல தரும ரகசியங்களைக் கேட்டு உள்ளத்தில் இருத்திக் கொள்ளுங்கள்' என்று தரும அறிவுரைகளாகப் பொழிந்து தள்ளியது.

இப்படி சொற்பொழிவு நிகழ்த்திக் கொண்டிருந்த அந்தத் தந்திரப் பூனையை முயலும் ஆந்தையும் பார்த்தன.

உடனே முயல் ஆந்தையிடம், 'ஆந்தையே! இந்தப் பூனை தருமத்தைப் பற்றிப் பேசிக்கொண்டிருக்கிறது. எனவே இது சாஸ்திரியாகத்தான் இருக்கவேண்டும். இதனிடம் சென்று நம் வழக்கினைக் கூறி தீர்ப்புகேட்போம்' என்றது.

‘இவனிடமா? இவன் நம் இருவருக்கும் பகைவன் என்பதை மறந்துவிட்டாயா?’ என்றது ஆந்தை.

‘பகைவன்தான்! இருந்தாலும், இவன் சாஸ்திரிபோலத் தெரிகிறான். இவனிடம் நாம் நெருங்காமல் தூரத்திலிருந்தே நம் வழக்கினைக் கூறுவோம்’ என்றது முயல்.

பூனைக்குச் சற்றுத் தூரமாக நின்றுகொண்ட முயலும் ஆந்தையும், ‘சாஸ்திரியாரே! தாங்கள் தான் எங்களின் வழக்கினைக் கேட்டு, தருமம் தவறாது விசாரித்து, நல்ல தீர்ப்பினைக் கூறவேண்டும். பொய் கூறுபவனைக் கொல்லவேண்டும்!’ என்றன.

உடனே பூனை நல்லவனைப் போல நடித்து, ‘கொலை என்ற வார்த்தையை என்னிடம் சொல்லாதீர்கள்! கொலைதான் நரகத்திற்குக் காரணமாகிறது. நான் அதனைவிட்டு அறத்தைப் பின்பற்றி வருகிறேன். பிற மிருகங்களைக் கொன்று வாழும் புலி முதலான கொடிய விலங்குகளைக் கொல்லுகின்றவர்களும் நரகத்திற்கே செல்கின்றனர் என்று சாதுக்கள் கூறியுள்ளனர்’ என்று நயமாகப் பேசியது.

ஆனாலும் பூனையின் பேச்சில் முயலுக்கும் ஆந்தைக்கும் நம்பிக்கை ஏற்படவில்லை. இதனைப் புரிந்துகொண்ட பூனை, ‘மற்றவர்களுக்குக் கொலையினால் நரகம் கிடைக்கும் என்பதில் வியப்பில்லை. யாக தருமத்திற்காகப் பசுவைக் கொல்லுகிறவர்கள் வேதத்தின் உட்பொருளை அறியாதவர்களே! அப்பொழுது ஏழு ஆண்டுகளின் நெல்லைக்கொண்டு ஓமம் செய்ய வேண்டுமென்றும் சொல்லப் பட்டிருக்கிறது. பசுக்களைக் கொன்று மரங்களை வெட்டி ஓமம் செய்து சுவர்க்கம் கிடைக்கும் என்றால் ஏன் நரகத்திற்குப் போகிறார்கள்? ஆதலால், நான் கொலை புரிவதில்லை. நான் நரகத்திற்குச் செல்ல விரும்பவில்லை. நான் உங்களுக்கு எந்தத் தீங்கும் செய்யமாட்டேன். என்னிடம் வாருங்கள்!. என் அருகில் வாருங்கள்!’ என்று அன்பாக அழைத்தது.

முயலும் ஆந்தையும் பூனையை நெருங்கத் தயங்கின. இதனை உணர்ந்துகொண்ட பூனை, ‘எனக்கோ வயதாகிவிட்டது. எனக்குச் சரியாகக் காதுகள் கேட்பதில்லை. ஆதலால், என் அருகில் வந்து உங்கள் வழக்கு பற்றிய விவரங்களைக் கூறுங்கள். நான் நடுநிலையோடு தீர்ப்பு கூறுகிறேன். நீங்கள் என் காதுகளுக்கு அருகில் வந்து நின்று உங்கள் வாதங்களைச் சொல்லுங்கள்!’ என்றது.

பூனையின் வார்த்தைகளை நம்பிய முயலும் ஆந்தையும் அதன் காதின் அருகேசென்றன. உடனே, அவற்றைத் தன் கைகளுக்கு ஒன்றாக அந்தப் பூனை பிடித்து, இரண்டையும் நெறித்துக் கொன்றது.

‘தீயோரைச் சேர்ந்தால் தீமையே வந்து சேரும். எது செய்யத்தக்கதோ அதை மட்டுமே செய்யவேண்டும்’ என்று காகம் கூறியது.

காகத்தின் கருத்தினை ஏற்றுக்கொண்ட பறவைகள், தமக்கான ராஜாவைத் தேர்ந்தெடுக்கும் வேலையினை நாம் அடுத்தமுறை இங்கே கூடிச் செய்வோம் என்று கூறிக் கலைந்து சென்றன.

பறவைகளின் ராஜாவாகத் தேர்ந்தெடுக்கப்பட்டும் காகத்தின் கருத்தால் பறவைகளுக்கு ராஜாவாக முடிசூட்டிக்கொள்ள முடியாமல்போன அந்த ஆந்தை, தன் மனைவியிடம் நடந்தவற்றை வருத்தத்தோடு கூறியது.

மனைவியாகிய ஆந்தை தன் கணவனிடம் ‘சரி, இப்போதுதான் பறவைகள் அனைத்தும் கலைந்து சென்றுவிட்டனவே. இப்போது காகம் மட்டும் தனியாகத்தானே இருக்கும். நீங்கள் சென்று அதனிடம் சண்டையிடுங்கள்’ என்றது.

உடனே ஆந்தை தன்னுடைய மனைவியையும் அழைத்துக்கொண்டு அந்தக் காகத்திடம் சென்றது. ‘அட தீயவனே! நான் ராஜாவாக பதவி ஏற்பதனை உன் வார்த்தைகளால் கெடுத்துவிட்டாயே! இனிமேல் உன் குலத்திற்கும் என் குலத்திற்கும் ஜென்ம ஜென்மத்திற்கும் பகையே இருக்கும்’ என்றது. பின்னர், தன் கூட்டிற்குத் திரும்பிவந்தது.

‘தவளை தன் வாயால் கெடும் என்பதுபோல, காகம் தன் வாயாலேயே தன் குலத்திற்குத் தீராப் பகையினைத் தேடிக்கொண்டது. புத்திசாலியாக இருப்பவன் சபையில் பிறரைக் குறை கூறிப் பேசுவது தவறு என்பதனை உணர்ந்துகொண்டது. ‘எதைச் செய்யவேண்டுமென்றாலும் தன் குலத்தாரோடு கூடிப் பேசிச் செய்யவேண்டும். அவ்வாறு செய்யாத தால்தான் என் குலத்திற்கே தீமை தேடித் தந்துவிட்டேன்’ என்று வருந்தியது. பின்னர் அது தன் கூட்டிற்குத் திரும்பியது. அந்த நாள் முதல் ஆந்தை இனத்திற்கும் காக இனத்திற்கும் தீராப் பகை மூண்டு, தலைமுறை தலைமுறையாகத் தொடர்ந்து கொண்டிருக்கிறது’ என்றது சிரஞ்சீவி.

‘இந்தப் பகையினை முடிவுக்குக் கொண்டுவர நாம் என்ன செய்யலாம்?’ என்று காகராஜா சிரஞ்சீவியிடம் கேட்டது.

அதற்கு சிரஞ்சீவி, ‘பிராமணன் வைத்திருந்த ஆட்டினைச் சிலர் எவ்வாறு வஞ்சகமாகக் கவர்ந்து சென்றார்களோ, அதுபோலவே நாமும் அந்த ஆந்தைக் கூட்டத்தை வஞ்சனை செய்து கொல்லவேண்டும்’ என்றது.

‘பிராமணனின் ஆட்டை யார், எப்படி வஞ்சகமாகக் கவர்ந்தது?’ என்று கேட்ட காகராஜாவுக்கு சிரஞ்சீவி அந்தக் கதையினைக் கூறத் தொடங்கியது.

3. ஆட்டை இழந்த பிராமணன்

பெரிய நகரம் ஒன்றில் மித்திரசர்மா என்ற பிராமணன் வாழ்ந்து வந்தான். அவன் மாசி மாதத்தில் யாகம் ஒன்று செய்யத் திட்டமிட்டான். அந்த யாகத்துக்கு ஓர் ஆடு தேவைப்பட்டது. ஆடு வாங்க அருகில் இருந்த ஓர் ஊருக்குச் சென்றான். அங்கிருந்த பணக்காரர்களிடம் தனது நோக்கத்தினைக் கூறினான். அவர்களும் யாக காரியம் என்பதால் மறுக்காமல், ஒரு பெரிய ஆட்டினை அவனுக்குக் கொடுத்தனர்.

அவன் அந்த ஆட்டை நடத்தி அழைத்துவரும்போது, அது அங்கும் இங்குமாக ஓடியது. அதனால், அவன் அந்த ஆட்டைத் தன் தோளில் போட்டுக்கொண்டு நடந்து வந்தான்.

இந்தப் பிராமணன் ஆட்டுடன் வருவதைத் தூரத்திலிருந்து பார்த்த சில வஞ்சகர்கள் எப்படியாவது இந்த ஆட்டினை இவனிடமிருந்து கவர்ந்து விடவேண்டும் என்று திட்டமிட்டனர்.

அவர்களுள் ஒருவன் பிராமணனிடம் வந்து, ‘அட வேள்வி வளர்த்து வேதம் ஓதும் பிராமணனே! நீ ஏன் இந்தப் பழியினைச் செய்கிறாய்? மிகவும் இழிந்த இந்த நாயை உன் தோள்களில் சுமந்துவரலாமா? நாய், கோழி, கழுதை இவற்றை நீ தொடுவதுகூட குற்றமாயிற்றே!’ என்றான்.

உடனே, அந்தப் பிராமணன், ‘இது யாகப் பசு. இதனையா நீ நாய் என்று கூறுகிறாய்? உன் கண்கள் கெட்டுவிட்டனவா?’ என்று கோபித்துக் கொண்டான்.

‘சரி, சரி! நீ கோபித்துக்கொள்ளாதே. போ’ என்று அவனை அனுப்பிவிட்டுச்சென்றான்.

சிறிது தூரம் சென்றதும் அந்த வஞ்சகர்கூட்டத்தைச் சேர்ந்தவர்களுள் மற்றொருவன் அந்தப் பிராமணனிடம் வந்தான்.

‘அட பிராமணா! உனக்குத்தான் இந்தக் கன்றின் மீது எவ்வளவு பாசம்! அது இறந்த பின்னரும் கூட அதனை உன் தோளில் சுமந்து கொண்டுவருகிறாயே’ என்றான்.

‘இது கன்று இல்லை. இது யாகத்திற்கான ஆடு. இது இறக்கவில்லை’ என்றான் அந்தப் பிராமணன்.

பிராமணன் கூறியதைக் கேட்காமல் அவன், ‘இறந்த விலங்குகளைத் தொடுவது பாவம். அந்தத் தீட்டு எப்படிப் போகும்?’ என்று கேட்டுவிட்டுச் சென்றுவிட்டான்.

மித்திரசர்மா குழப்பத்துடன் மேலும் சிறிது தூரம் சென்றதும் அந்த வஞ்சகர்கூட்டத்தைச் சேர்ந்தவர்களுள் மூன்றாமவன் அந்தப் பிராமணனிடம் வந்தான்.

'அட பிராமணா! என்ன கொடுமைஇது? நீ ஒரு கழுதையைச் சுமந்து செல்லலாமா?' என்று கேட்டுவிட்டுச் சென்றான்.

உடனே அந்தப் பிராமணன் யோசித்தான். 'வழியில் பார்த்த மூவரும் இந்த ஆட்டைப் பற்றி மூன்றுவிதமாகக் கூறியுள்ளனரே! இது நம் கண்களுக்கு ஆடாகவும் மற்றவர்களின் கண்களுக்கு வேறு விலங்காகவும் காட்சி தருகிறதோ?' என்று நினைத்து, 'இந்த ஆடு ஏதாவது ராட்சஸனாக இருக்கும்போலும்' என்று பயந்து, அதனை அங்கேயே விட்டுவிட்டுத் திரும்பிப் பார்க்காமல் தன் வீடுவந்து சேர்ந்தான்.

தம் திட்டம் வெற்றிபெற்றதனைக் கண்டு மகிழ்ந்த அந்த வஞ்சகர்கள் அந்த ஆட்டைக் கைப்பற்றிக்கொண்டனர் என்று கூறிய வயதில் மூத்த காகமாகிய சிரஞ்சீவி, காகராஜாவைத் தனியாக அழைத்துப் பேசியது.

'பிராமணனை வஞ்சித்து ஆட்டைப் பறித்தவர்களைப்போல நான் நமது எதிரியை வஞ்சித்து அவர்களை அழிப்பேன்' என்று காகராஜாவுக்கு உறுதி கூறிய சிரஞ்சீவி, 'நீ எனக்கு ஓர் உதவிசெய்யவேண்டும். நீ என்னை வெறுத்து ஒதுக்குவதுபோலப் பேசி, என் மீது வேறு ஒரு விலங்கின் ரத்தத்தைத் தடவி, என்னை ஆலமரத்தின் கீழ் போட்டுவிடு. பின்னர் நீ அனைவரையும் அழைத்துக்கொண்டு மலையின் மீது சென்று அமர்ந்துகொள். நான் உங்களுக்கு எதிரியாக உள்ளேன் என்று நினைக்கும் அந்த ஆந்தைக் கூட்டம், என்னை அவர்கள் அருகில் சேர்த்துக்கொள்ளும். நான் அவர்களிடம் நண்பன்போல உறவாடி அவர்களுக்கு அழிவைத் தருவேன்' என்றது.

'இவ்வாறு செய்வதால் உன் உயிருக்குக் கூட ஆபத்துவருமே!' என்று காகராஜா வருந்தியது.

சிரஞ்சீவி, 'ராஜ காரியத்திற்காகச் சேவகர்கள் இப்படிப்பட்ட காரியங் களையும் செய்யத்தான் வேண்டும். தனக்குத் துன்பம் வரும்போது இவர்கள் உதவுவார்கள் என்பதால்தான் ராஜாக்களும் என்னைப் போன்ற சேவகர்களைத் தங்கள் அருகில் வைத்துக்கொள்கிறார்கள். இப்படி அவர்கள் ராஜாக்களுக்கு உதவவில்லை என்றால் அவர்களை ராஜாக்கள் தங்கள் அருகில் வைத்துக்கொண்டமைக்குப் பயனிருக்காதே!' என்று கூறியது. பின்னர் தன் கலகத் திட்டத்தில் இறங்கியது சிரஞ்சீவி.

இவர்கள் நாடகமாடுகிறார்கள் என்பதனை அறியாத மற்ற காகங்கள் சிரஞ்சீவியைத் தாக்க வந்தன. காகராஜா அவர்களைத் தடுத்து, 'இவன்

ராஜ துரோகம் செய்துவிட்டான். இவனுக்கு நானே தண்டனை அளிக்கிறேன்' என்று கூறி, தன் சொண்டால் (அலகு) அதனைப் பொய்யாகக் கொத்திக் கீழே தள்ளியது. பின்னர், தன் கூட்டத்தினரை அழைத்துக்கொண்டு மலைக்குச் சென்றது.

வழக்கம்போலப் படையெடுத்து வந்த ஆந்தைகள் அந்த ஆலமரத்தில் எந்தக் காகமும் இல்லாததனைக் கண்டு திகைத்தன. அப்போது மரத்தடியில் இருந்த மூத்த காகமாகிய சிரஞ்சீவி, அடிபட்ட பறவை போல நடித்து, 'என்னைக் காப்பாற்றுங்கள். காகராஜா என்னை இந்த நிலைக்கு ஆளாக்கிவிட்டான். நான் உங்கள் ராஜாவிடம் சரணடைகிறேன்' என்று கூறியது. இந்த விஷயத்தை அவர்கள் தங்கள் ராஜாவிடம் கூறினர். ஆந்தை ராஜா ஆச்சரியப்பட்டார். தானே நேரில் வந்து, சிரஞ்சீவியைப் பார்த்தார்.

சிரஞ்சீவி, ஆந்தை ராஜாவிடம் 'காகராஜா உன் மீது வன்மம்கொண்டு, உன்னை எதிர்த்துப் போர்தொடுக்கத் திட்டமிட்டார். நான் அவரின் திட்டத்தைத் தடுத்து, ஆந்தை ராஜா உன்னைவிட வலிமையானவர். அவரிடம் நீ எதிர்த்து நின்றால் விளக்கை அணைக்க நினைத்து அதில் விழுந்து மாண்ட விட்டில் பூச்சி போலாகி விடுவாய் என்று கூறி, ஆந்தை ராஜாவுடன் சமாதானம் செய்துகொண்டு உயிர் பிழைத்துக் கொள் என்று எச்சரித்தேன். அவர் உங்களிடம் சமாதானம் பேச விரும்ப வில்லை. 'பணத்தை எப்போது வேண்டுமானாலும் சம்பாதித்துக் கொள்ளலாம். உயிரை இழந்துவிட்டால் மீண்டும் பெறமுடியுமா?' என்று அவருக்கு எடுத்துக் கூறினேன். அவர் என் மீது கோபித்து, என்னை அடித்துக் கொல்லத் துணிந்தார். இப்போது நான் உங்கள் காலடியில் கிடக்கிறேன்' என்று தந்திரமாகப் பேசியது.

ஆந்தை ராஜா, சிரஞ்சீவியின் மீது இரக்கம் கொண்டது. அதனை அறிந்த சிரஞ்சீவி, 'தாங்கள் என்னைக் காப்பாற்றினால், நான் உங்களுடன் இணைந்துகொண்டு அந்தக் காகக் கூட்டத்தையே அழித்துவிடுவேன்' என்று கூறியது.

உடனே, ஆந்தை ராஜா தன்னுடைய ஐந்து மந்திரிகளையும் அழைத்து, 'இந்த சிரஞ்சீவியை என்ன செய்யலாம்? என்று அவர்களிடம் ஆலோசனை கேட்டது.

குருதிக்கண்ணன் என்ற மந்திரி, 'ராஜா! இவன் காகராஜனுக்கு முதன்மையான மந்திரி. காலநேரம் சரியில்லாததால் இவன் அவனுக்கு எதிரியாகத் தெரிகிறான். இவன் நம்முடன் இணைந்த பின்னர் இவனுடைய வார்த்தைகளை நாம் கேட்காவிட்டால் இவன் நமக்கு எதிரியாகிவிடவும் வாய்ப்புள்ளதே! இவனைக் கொண்டே நாம் நமது எதிரியை வெல்லவேண்டும். சாம, தான, பேத, தண்டம் ஆகிய நான்கு

வழிகளில், சாமத்தினால் செய்கின்ற காரியங்கள் எப்போதுமே கெடுவதில்லை. சர்க்கரையை உண்டாலே பித்தம் நீங்கும் எனில் நாம் ஏன் கசப்பான மருந்தை உண்ணவேண்டும்?. ஆதலால், சாம வழியினையே நாம் இப்போது பயன்படுத்தலாம். தான, பேத, தண்ட வழிகளை நாம் கைக்கொள்ள வேண்டாம்' என்றது.

இந்த ஆலோசனையைக் கேட்டுக்கொண்ட ஆந்தை ராஜா, தன்னுடைய இரண்டாவது மந்திரியான கொடுங்கண்ணனிடம் கருத்து கேட்டது.

மந்திரி கொடுங்கண்ணன், 'ராஜா! காகங்கள் எப்போதுமே நமக்குப் பகைதான். ஆகையால், இவர்களை அடக்க நாம் தண்ட வழியைக் கைக்கொள்வதுதான் சிறந்தது. வெல்லமுடியாத பகைவர்கள் நமக்கு இருந்தால் அவர்களின் பகைவர்களை நாம் துன்பப்படுத்தவேண்டும். அல்லது அவர்களுக்குப் பணம்கொடுத்தாவது, பொய்ப் பத்திரம் பிறப்பித்தாவது அவர்களுக்குள் நாம் பகையைத் தூண்டவேண்டும். நடுவில் புரைச்சல் உள்ள முத்துக்களும்கூடப் பயன்படுகின்றனவே! ஆதலால், இந்தக் காகத்தைத் தாங்கள் கொல்லவேண்டும். ஒருவேளை நம் பகைவனும் நமக்கு நன்மையே செய்யலாம்! ஒரு திருடன் ஒருவனைப் பிழைக்கச் செய்ததும் ஒரு ராட்சஸன் இரண்டு பசுக்களைப் பிழைக்கச் செய்ததும் தாங்கள் அறிவீர்கள்தானே!' என்றது.

இல்லை. அது எனக்குத் தெரியாது. எது எப்படி?' என்று கேட்ட ஆந்தை ராஜாவுக்கு, மந்திரி கொடுங்கண்ணன் அந்தக் கதையினைக் கூறத் தொடங்கியது.

4. ராட்சஸனுடன் கூட்டுவைத்த திருடன்

ஒரு பெரிய நகரத்தில், ஏழைப் பிராமணன் ஒருவன் வசித்து வந்தான். அவன் தனக்குக் கிடைத்த ஒரு பசுவையும் அதன் கன்றினையும் மிகவும் பாசமாக அதிக உணவு கொடுத்து வளர்த்து வந்தான். அப்படி கொழுத்து வளர்ந்த பசுவையும், கன்றையும் கவர்ந்து செல்வதற்காக திருடன் ஒருவன் திட்டமிட்டுக் காத்திருந்தான்.

பல நாள்கள் கண்காணித்துவந்த அந்தத் திருடன், ஒருநாள் அந்தப் பிராமணனின் பசுவையும் கன்றையும் திருடுவதற்காகக் கயிற்றினை எடுத்துக்கொண்டு சென்றான்.

அவன் செல்லும் வழியில், கோரைப்பல்லும் நீண்ட மூக்கும் செம்பட்டையான முடிகளும் சிவந்த கண்களும் கறுத்த உடலும் கொண்ட ஒரு ராட்சஸன் அவனை வழிமறித்தான்.

ராட்சஸனைக் கண்டதும் திருடன் தன் மனத்துக்குள் நடுங்கினான். ஆனாலும் தன் பயத்தை வெளிக்காட்டிக்கொள்ளாமல் துணிவுடன், 'யார் நீ?' என்று அவனிடம் கேட்டான்.

'நான் சத்தியவசனன் என்ற ராட்சஸன். நீ யார்?' என்று கேட்டான் ராட்சஸன்.

'நான் ஒரு திருடன். பிராமணன் வளர்த்து வருகின்ற பசுவையும் கன்றையும் திருடுவதற்காகச் செல்கிறேன். எனக்கு வழியைவிடு' என்றான் திருடன்.

'அட, அந்தப் பிராமணனா? அவன் மிகவும் நல்லவனாயிற்றே! சரி, இரு. நானும் உன்னுடன் வந்து அவனை விழுங்கிவிடுகிறேன்' என்றான் ராட்சஸன்.

அதற்கு உடன்பட்ட திருடன் ராட்சஸனை அழைத்துக்கொண்டு பிராமணனின் வீட்டிற்குச் சென்றான். அந்தப் பிராமணன் தூங்கிக் கொண்டிருந்தான். இதுதான் சரியான தருணம் என்று நினைத்த ராட்சஸன் அந்தப் பிராமணனை விழுங்கச்சென்றான்.

அவனைத் தடுத்த திருடன், 'முதலில் நான் அந்தப் பிராமணனின் பசுவையும் கன்றையும் திருடிக்கொள்கிறேன். அதன் பின்னர் நீ அந்தப் பிராமணனை விழுங்கு' என்றான்.

'நீ பசுவையும் கன்றையும் திருடும்போது அவை சப்தமிடும். அந்தச் சப்தத்தில் பிராமணன் விழித்துவிடுவான். அதனால், முதலில் நான் பிராமணனை விழுங்கிவிடுகிறேன். அதன் பின்னர் நீ அந்தப் பிராமணனின் பசுவையும் கன்றையும் திருடிச்செல்' என்றான் ராட்சஸன்.

'இல்லை. நீ பிராமணனைக் கொல்லும்போது அவன் சப்தமிடுவான். அக்கம் பக்கத்திலுள்ளவர்கள் விழித்துக்கொள்வார்கள். அதன் பின்னர் நான் எப்படி இந்தப் பசுவையும் கன்றையும் திருடிச் செல்லமுடியும்?' என்று வாதிட்டான் திருடன்.

இப்படி இவர்கள் ஒருவருக்கொருவர் பேசிக்கொண்டிருக்கும் சப்தம் கேட்டு விழித்துக்கொண்டான் பிராமணன். அவன் முதலில் திருடனைப் பார்த்துவிட்டான். உடனே திருடன், 'அட பிராமணா! உன்னைத் தின்ன இந்த ராட்சஸன் வந்திருக்கிறான்' என்றான். பிராமணன் ராட்சஸனைப் பார்த்தான். உடனே ராட்சஸன், 'இல்லை பிராமணா! இந்தத் திருடன் உன்னுடைய பசுவையும் கன்றையும் திருடவந்திருக்கிறான்' என்றான்.

பிராமணன் தன்னுடைய இறைவனை நினைத்துவேண்டினான். உடனே ராட்சஸன் ஓடிவிட்டான். பிராமணன் அருகிலிருந்த ஒரு கழியினை (கம்பு) எடுத்து அந்தத் திருடனை அடித்து விரட்டினான். இறுதியில்

பிராமணனின் உயிரும் தப்பியது, அவனுடைய பசுவும் கன்றும்கூட திருடப்படாமல் காப்பாற்றப்பட்டது. ஆதலால், மாற்றானும் ஒருவேளை நமக்கு நன்மைசெய்யக்கூடும்' என்றது ஆந்தை மந்திரி கொடுங்கண்ணன்.

ஆந்தை ராஜா அடுத்து மந்திரி கொள்ளிக் கண்ணனைப் பார்த்து, 'உன்னுடைய ஆலோசனை என்ன?' என்று கேட்டார்.

கொள்ளிக் கண்ணன், 'ராஜா! சாமமும் பேதமும் உனக்கு உடன் பாடில்லை. நாம் பகைவரிடம் சமாதானம் செய்தால் அந்தப் பகைவருக்கு ஆணவம் ஏற்பட்டுவிடும். அதனால் நமக்குக் கேடுதான் விளையும். புத்திசாலி தருமத்தினால் பகைவனைத் தன்வசப்படுத்திக் கொள்வான். இவன் நம் எதிரிகளிடம் சண்டையிட்டு நம் பக்கம் வந்துள்ளதால், இவன் நம் எதிரிகளின் பலவீனங்களை நமக்குச் சொல்லிவிடுவான். அதனை அறிந்து நாம் நமது எதிரிகளை எளிதில் வெல்லலாம். ஆதலால், நாம் இவனை ஆதரிப்பது நல்லது. இவன் நம்மிடம் நன்றாகப் பழகிவிட்டால், அதன் பின்னர் இவன் நம்மைப் பற்றிய ரகசியங்களை வெளியே கூறமாட்டான். ஒருவேளை இவன் நம்முடைய ஆதரவினை மறந்து நமது ரகசியங்களை வெளியே கூறினால், வயிற்றிலிருந்த பாம்பும் புற்றிலிருந்த பாம்பும் நாச மடைந்ததைப் போலக் கெடுவான்' என்றது.

மந்திரி உலூகராஜன், 'எப்படி அந்த இரண்டு பாம்புகளும் நாச மடைந்தன?' என்று கேட்டவுடன், மந்திரி கொள்ளிக்கண்ணன் அந்தக் கதையினைக் கூறத் தொடங்கினான்.

5. ரகசியத்தைக் கூறிய பாம்புகள்

விஷ்ணுவர்மன் என்ற மன்னனுக்கு திடீரென்று வயிற்றில் என்ன வென்றே புரிபடாத ஒரு நோய் உண்டாகியது. நாள் செல்லச் செல்ல அந்த நோய் மிகுதியாகி அதன் காரணமாக மன்னனது உடல் மெலிந்தது. அவர் தன் நோய் குணமாவதற்காக தீர்த்தயாத்திரை மேற்கொண்டார். அவ்வாறு அவர் செல்லும்போது வழியில் ஒரு கோயிலில் தங்க நேர்ந்தது.

அந்த ஊரில் பலி என்பவர் அரசாண்டு வந்தார். அவருக்கு இரண்டு மகள்கள். அவர்கள் இருவரும் தன்னுடைய தந்தையைப் பார்க்க வந்தனர்.

முதல்மகள் தன் தந்தையைப் பார்த்ததும் 'வெற்றியடைவீர்!' என்று வாழ்த்தினாள். இரண்டாவது மகள், 'நன்றாக உணவு உண்பீர்!'என்று வாழ்த்தினாள்.

தன் இரண்டாவது மகளின் பேச்சு அவருக்குக் கோபத்தைத் தூண்டியது. உடனே அவர் தன் அமைச்சரை அழைத்து, 'இவளை ஒரு நோயாளிக்குக் கொடுத்துவிடுங்கள்' என்று கட்டளையிட்டார்.

அமைச்சர், அரசரின் இரண்டாவது மகளை அந்த ஊரில் உள்ள கோவிலில் தங்கியிருந்த நோயாளியான மன்னர் விஷ்ணுவர்மனுக்குக் கொடுத்துவிட்டார்.

அவள் தன் கணவனை நன்றாகக் கவனித்துக்கொண்டாள். அவருடன் வேறு நாட்டிற்குச் சென்றுவிட்டாள். அங்கு தன் கணவருக்கு வேண்டிய உணவுகளைச் சமைப்பதற்காகத் தன் பணியாளரை அழைத்துக் கொண்டு கடைவீதிக்குச் சென்றாள். அவள் கணவன் விஷ்ணுவர்மன் தூங்கிக்கொண்டிருந்தான். அப்போது அங்கிருந்த ஒரு புற்றிலிருந்த பாம்பு அந்த நோயாளி மன்னனின் வயிற்றில் இருந்த பாம்பிடம் பேசியது. மன்னனின் வயிற்றுக்குள் இருந்த பாம்பு புற்றிலிருந்த பாம்பின் பேச்சுச் சப்தத்தைக் கேட்டு தானும் பதிலுரைத்தது. இதனால் அந்த இரண்டு பாம்புகளுக்கும் வாக்குவாதம் ஏற்பட்டது.

இந்த நேரத்தில் கடைவீதிக்குச் சென்றிருந்த மனைவி வந்துவிட்டாள். இந்த இரண்டு பாம்புகளும் பேசிக்கொண்டிருப்பதைக் கவனித்தாள். அவள் ஒரு மரத்தின் மறைவில் ஒளிந்துகொண்டு அந்தப் பாம்புகளின் பேச்சினைக் கூர்ந்து கேட்டாள்.

புற்றுப்பாம்பு, 'அட தீயவனே! நீ ஏன் இந்த அழகிய மன்னரின் வயிற்றுக்குள் இருந்து, அவரைத் துன்பப்படுத்துகிறாய்?' என்றது.

அதற்கு மன்னரின் வயிற்றுக்குள்ளிருந்த பாம்பு, 'நான் உணவு நிறைந்த குடத்தில் நிம்மதியாக இருப்பது உனக்குப் பொறாமையாக உள்ளதா?' என்று கேட்டது.

'அட தீயவனே! அந்த மன்னர் கடுகினை உண்டால் நீ இறந்து விடுவாயே! பின்னர் அவர் நிம்மதியாக வாழ்வார். இந்த விஷயம் அவருக்குத் தெரியாதவரையில்தான் நீ அவரது வயிற்றில் சுகமாக வாழமுடியும்' என்றது புற்றுப்பாம்பு.

'அட நீ மட்டும் என்ன நெடுங்காலம் வாழ்ந்துவிடுவாயா? யாராவது உன் புற்றுக்குள் வெந்நீரை ஊற்றிவிட்டால் நீ இறந்துவிடுவாயே' என்றது அந்தப் பாம்பு.

இந்த ரகசியத்தை அறிந்துகொண்ட அந்த மனைவி, தன் கணவரிடம் கடுகைக் கொடுத்து உண்ணச்செய்தாள். அடுப்பில் வெந்நீர் வைத்து அதனை அந்தப் புற்றில் ஊற்றினாள். இரண்டு பாம்புகளும் இறந்து

விட்டன. மன்னர் விஷ்ணுவர்மனின் நோய் குணமடைந்தது. அவர் பழைய உடலைப் பெற்றார். ஆரோக்கியமடைந்த கணவருடன் சந்தோஷமாக அவள் தன்னுடைய நாட்டிற்குச் சென்றாள். அவர்களை அனைவரும் வாழ்த்தினர்.

'ஆகையால், இருவரும் ஒருவருக்கொருவர் தங்களின் ரகசியங்களைக் காப்பாற்றிக்கொள்ளாவிட்டால் இந்தப் பாம்புகளைப் போல இருவருக்குமே துன்பம் வரும். ஆதலால், நாமும் இந்தச் சிரஞ்சீவியும் ஒருவருக்கொருவர் தங்களின் ரகசியங்களைக் காப்பாற்றுவது நன்மையைத் தரும் என்றது' கொள்ளிக்கண்ணன்.

ஆந்தை ராஜா தன்னுடைய மந்திரி குரூரநாசனைப் பார்த்து, 'தாங்கள் ஏதேனும் ஆலோசனை கூற விரும்புகிறீர்களா' என்று கேட்டது.

'ராஜா! மந்திரிமார்கள் கூறுவது அனைத்தும் சரியன்று. ராஜன் தண்டத்தை மட்டுமே கைக்கொள்ளவேண்டும். வலிமையுடையவர்கள் தங்களின் பகைவர்களைச் சண்டைசெய்தே வெல்வார்கள். தந்திரம் செய்து வெல்பவரை யாரும் வலியவர் என்று ஏற்றுக்கொள்வதில்லை. தன் வலிமையைக் காட்டாவிட்டால் எதிர்ப்படும் விளைவுகளை ஏற்கவேண்டிவரும். தண்டத்தால் பகைவர்களை அவமானப்படுத்தி வெல்பவர்களையே லட்சுமிதேவி விரும்புகிறாள். பலமுடையவன் தன் பகைவர்களைப் போரிட்டுத்தான் வெல்லவேண்டும்' என்றது குரூரநாசன்.

ஆந்தை ராஜா தன்னுடைய மந்திரி பிரகாரநாசனைப் பார்த்து, 'தாங்களுடைய ஆலோசனை என்ன?' என்று கேட்டது.

'ராஜா! சிரஞ்சீவி தங்களிடம் அடைக்கலமாக வந்துள்ளான். முற்காலத்தில் ராமன் எப்படி தன்னைத் தஞ்சம் அடைந்த விபீஷணனைத் தலைவனாக்கி ராவணாதிகளை அழித்தாரோ, அப்படியே நாம் நம்முடைய பகைவர்களையும் அழிக்கவேண்டும். அடைக்கலமாக வந்தவனைக் கொல்வது சரியல்ல. அவ்வாறு கொன்றால் நமக்கு நரகமே கிடைக்கும். வேடனிடம் அகப்பட்டிருந்த ஒரு புறாவினை விடுவிப்பதற்காக சிபிச்சக்கரவர்த்தி தன் உடல் மாமிசத்தை வேடனுக்குக் கொடுத்து அந்தப் புறாவினை மீட்டதாக மகாபாரதம் கூறியுள்ளது. தன்னிடம் அடைக்கலமாக வந்தவனைக் காக்கும்பொருட்டு நெருப்பில் குதித்தவனைப் போல...' என்று உதாரணம் கூறிய பிரகாரநாசனை இடைமறித்து, 'அது எப்படி நடந்தது?' என்று கேட்டது அரிமர்த்தனன். அதற்கு அந்தக் கதையினைக் கூறியது பிரகாரநாசன்.

6. தியாகப் புறாக்கள்

ஒரு பெரும் காடு. அங்கு உள்ள ஒரு மரத்தில் ஓர் ஆண் புறாவும் ஒரு பெண்புறாவும் கூடுகட்டி வாழ்ந்துவந்தன. அவை ஒன்றையொன்று மிகவும் நேசித்தன. அந்தக் காட்டில் ஒரு வேடன் தடியும் வில்லும் அம்பும் கூண்டும் வலையும் கையில் வைத்துக்கொண்டு சுற்றித் திரிந்தான்.

ஒருநாள் அந்த வேடன் அந்தக் காட்டில் ஒரு பெண் புறாவினைப் பிடித்துத் தன் கூண்டில் அடைத்துக் கொண்டு, வேறு ஏதேனும் பறவைகள் சிக்குமா என்று எதிர்பார்த்துக்கொண்டே காட்டினைச் சுற்றி வந்தான். அப்போது அடைமழை பெய்யத் தொடங்கியது.

மரத்திலிருந்த ஆண் புறா, தன் பெண்புறாவைக் காணாமல் தேடிக் கொண்டிருந்தது. 'இந்த மழையில் எங்குள்ளதோ? அதற்கு ஏதேனும் ஆபத்து வந்துவிட்டதோ?' என்று நினைத்துப் புலம்பிக் கொண்டிருந்தது.

மழையோடு சேர்ந்து புயற்காற்றும் வீசத் தொடங்கியது. வேடன் மிகவும் பயந்துவிட்டான். அவன் தன் குலதெய்வத்தை வேண்டிக் கொண்டான். பின்னர் ஒரு மரத்தினடியில் சென்று ஒதுங்கிநின்றான்.

அந்த மரத்தின் மீது இருந்த அந்த ஆண் புறா, 'என் இணையான பெண் புறா இல்லாமல் இந்தக் கூடே வெறுமையாக உள்ளதே! எனக்கு இந்தக் காடே நரகமாகத் தோன்றுகிறது. இந்தப் புயலில், மழையில் என் இணைப்புறா எப்படி இருக்கிறதோ?' என்று புலம்பி மனம் கலங்கியது.

வேடனின் கூண்டில் இருந்த பெண்புறா தன் கணவரின் புலம்பலைக் கேட்டு வருந்தியது. 'முற்பிறப்பில் தீங்கு செய்தவர்களுக்கே இந்தப் பிறப்பில் மிகுதியான துன்பங்களும் துயரங்களும் ஏற்படுகின்றன. எச் சமயத்தில் எது ஏற்படவேண்டுமோ அது தவறாமல் ஏற்பட்டு விடுகிறது' என்று தனக்குள் பேசிக்கொண்டது.

வேடனின் கூண்டுக்குள் இருந்த பெண் புறா நிமிர்ந்து அந்த மரத்தின் மீதிருந்த தன் இணையான ஆண் புறாவைப் பார்த்து, 'நம் மரத்தினடியில் நின்றிருக்கும் இந்த வேடன் நமக்கு விருந்தாளிதான். அவனுக்கு ஏதாவது உதவி செய்யுங்கள். வீட்டிற்கு வரும் விருந்தினரை உபசரிக்காமல் இருந்தால், அவர் தன் பாவத்தை அந்த வீட்டாருக்குக் கொடுத்துவிட்டு, வீட்டாரின் புண்ணியத்தை எடுத்துக்கொண்டு செல்வார். ஆதலால், உங்களால் இயன்ற அளவு அவருக்கு வேண்டியதனைச் செய்துகொடுங்கள்' என்று கேட்டுக்கொண்டது.

ஆண்புறா தன் இணையான பெண்புறாவைப் பிடித்த அந்த வேடன் மீது கோபங்கொள்ளாமல், தன் இணைப்புறா கூறியவாறே அவனுக்கு நன்மை செய்ய நினைத்தது. அது, அவனை வணங்கி வரவேற்றது. வேடன் மகிழ்ந்தான்.

‘உங்களுக்கு நான் ஏதாவது உதவி செய்யவேண்டுமா?’ என்று ஆண்புறா கேட்டது.

‘எனக்கு மிகவும் குளிர்கிறது. அதனை உன்னால் போக்க முடியுமா?’ என்று கேட்டான்.

உடனே, ஆண்புறா தன் கூட்டிலிருந்து உலர்ந்த சுள்ளிகளை எடுத்துக் கொடுத்தது. வேடன் அவற்றைக் கொண்டு நெருப்பினை மூட்டிக் குளிர்காய்ந்தான்.

‘வேறு ஏதாவது உதவி வேண்டுமா?’ என்றது ஆண்புறா.

‘எனக்கு மிகவும் பசிக்கிறது’ என்றான்.

‘என் கூட்டில் உங்களுக்குத் தரத் தகுந்த உணவு ஏதும் இல்லை. ஆதலால், நான் என் உடலையே உங்களுக்கு உணவாகத் தருகிறேன்’ என்று கூறிய அந்த ஆண்புறா அந்த நெருப்பில் விழுந்து இறந்தது.

அதனைக் கண்ட வேடன், ‘என் பசியைப் போக்க இந்தப் புறா தன்னுயிரையே தியாகம் செய்துவிட்டதே!’ என்று வருந்தினான்.

‘நானோ தீய ஒழுக்கமுள்ளவன். பிற உயிர்களைக்கொன்று உயிர் வாழ்பவன். இரக்கம், உதவி போன்ற எவற்றையும் அறியாதவன். இன்றுமுதல் நான் இரக்கமுள்ளவனாக நல்லவனாக வாழ விரும்புகிறேன்’ என்று நினைத்துத் தன்னுடைய தடி, வில், அம்பு முதலியவற்றை முறித்துப்போட்டான். தன் வலையினைத் தூர வீசிவிட்டான். தன் கூண்டிலிருந்த அந்தப் பெண் புறாவுக்கு விடுதலை அளித்தான்.

அந்தக் கூண்டைவிட்டு வெளியே வந்த அந்தப் பெண் புறா, ‘தருமத்திற்காக என் இணையான ஆண்புறா உயிர்த்தியாகம் செய்துவிட்டது. அது இல்லாத இந்த உலகில் நான் வாழ விரும்பவில்லை’ என்று கூறி அதுவும் அந்த நெருப்பில் விழுந்து இறந்தது.

அடடா! நாம் எவ்வளவு பெரிய தவறினைச் செய்துவிட்டோம். நம் தவறால் இன்று ஒரு புறா தம்பதிகளை நெருப்பிலிட்ட பாவத்திற்கு ஆளாகிவிட்டோமே’ என்று கலங்கிய வேடன், தானும் அந்த நெருப்பில் விழுந்து மாண்டான்.

‘ஆதலால், தன்னிடம் அடைக்கலமாக வந்தவர்களை நாம் எப்பொழுதும் காக்க வேண்டும்’ என்றது மந்திரி பிரகாரநாசன்.

அரிமர்த்தனன், 'ராஜா! எனக்கும் அதே எண்ணமே உள்ளது. சிரஞ்சீவி உண்மையைப் பேசுபவனாகவும் புத்திசாலியாகவும் இருக்கிறான். காகராஜா இவனை மிகவும் துன்பப்படுத்தியுள்ளார். ஆதலால், நாம் இவனைக் கொல்வது சரியன்று. நம்மை அடைக்கலமாக வந்துள்ளான். இவனைக் காப்பது நம் கடமை' என்றது.

ஆந்தை ராஜா, சிரஞ்சீவியிடம், 'நீ எங்களுடன் வந்துவிடு. எங்களின் கோட்டையில் தங்கியிரு. நாங்கள் உன்னைப் பாதுகாப்போம்' என்று கூறினார்.

மகிழ்ச்சியடைந்த சிரஞ்சீவி, ராஜா! நான் தங்களுடன் பழகுவதிலிருந்து என் குடிப் பிறப்பைப் பற்றித் தாங்கள் அறிந்துகொள்வீர்கள்!' என்றது.

அதற்கு மந்திரி குரூரநாசன், 'ஆந்தையின் குலமெல்லாம் ராஜாவின் குற்றத்தால் பாழாகும். பிறர் குற்றங்களை ராஜாவுக்கு அறிவிக்க வேண்டும். ராஜா அவற்றைக் கேட்காவிட்டால் அதற்கு என்ன பயன் இருக்கிறது?' என்று கூறியது. மந்திரியின் பேச்சைக் கேட்காத ஆந்தை ராஜா சிரஞ்சீவியைத் தன்னுடன் அழைத்துச்சென்றார்.

சிரஞ்சீவி தன் மனத்திற்குள், 'நம்மைக் கொல்லவேண்டும் என்று கூறியவன் இவர்களில் எல்லோரையும் விட புத்திசாலி. அவனை அழித்துவிட்டால் மற்றவர்களை வெல்வது எளிது. காரணம் மற்றவர்கள் அவர்களின் ராஜனைப்போலவே மூடர்கள்' என்று நினைத்தது.

அரிமர்த்தனன் பணியாளர்களை அழைத்து, 'சிரஞ்சீவிக்கு நம் அரண் மனையினைச் சுற்றிக் காட்டுங்கள்' என்றது. அவர்கள் அவ்வாறே செய்தனர்.

சிரஞ்சீவி தன் மனத்திற்குள், 'நாம் இவ்வாறு இங்கே இருந்தால் நாம் எப்படி வஞ்சகமாகச் செயல்படுவது. எப்படியாவது ராஜாவின் அன்பினைப் பெற்று இந்தக் குகையின் தலைமைக் காவலனாக வேண்டும். பின்னர் நம் திட்டத்தினை எளிதில் செயல்படுத்திவிடலாம்' என்று நினைத்தது.

ஆந்தை ராஜாவைச் சந்தித்த சிரஞ்சீவி, 'ராஜா! நான் ஏன் இந்தக் குகையில் முடங்கிக்கிடக்கவேண்டும்? எனக்கு ஏதாவது காவல் பணியினைத் தாங்கள் கொடுத்தால், விசுவாசத்துடன் அதனைச்செய்து கொண்டு என் காலத்தை முடித்துக்கொள்வேன். எனக்குக் குகையின் காவல் பணியினைக் கொடுங்களேன்! விசுவாசமானவன் குகைக்கு உள்ளிருந்தால் என்ன, குகைக்கு வெளியில் இருந்தால் என்ன?' என்றது.

அப்போது குறுக்கிட்ட குரூரநாசன், 'ராஜா! தாங்களும் மற்ற மந்திரிகளும் மூர்க்கர்களாக இருக்கிறீர்கள் என்று நான் நினைக்கிறேன்.

'முதல் மூடன் நான். இரண்டாவது மூடன் வேடன், மூன்றாவது மூடன் அரசன், நான்காவது மூடர்கள் மந்திரி' என்று கூறிவிட்டுச் சென்ற அதிசயப் பறவை பற்றி உங்களுக்குத் தெரியுமா?' என்று கேட்டது.

ஆந்தை ராஜா, 'தெரியாது. பறவை ஏன் அவ்வாறு கூறியது?' என்று கேட்டதற்கு, குரூரநாசன் அந்தக் கதையினைக் கூறத் தொடங்கியது.

7. நான்குவிதமான முட்டாள்கள்

ஒரு மலைக்காட்டில் எண்ணற்ற வகையான பறவைகள் வாழ்ந்து வந்தன. ஒரு மரத்தில் மட்டும் ஓர் அதிசயப் பறவை வாழ்ந்துவந்தது. அந்தப் பறவை தங்கத்தையே எச்சமாக (கழிவு) இடக்கூடியது.

அந்தக் காட்டில் சுற்றித் திரிந்த ஒரு வேடன் ஒரு மரத்தினடியில் தங்கம் சிதறிக் கிடப்பதனைப் பார்த்தான். பிறகுதான் புரிந்து கொண்டான், இது ஒரு பறவையின் எச்சம் என்று. தங்கத்தையே எச்சமாக இடக்கூடிய அந்தப் பறவை ஓர் அதிசயப் பறவைதான் என்று உணர்ந்த அந்த வேடன், அப் பறவையை உயிருடன் பிடிக்க விரும்பினான்.

அந்த மரத்தினடியில் ஒரு வலையினை விரித்தான். அவன் விரித்த வலையில் அந்த அதிசயப் பறவை அகப்பட்டது. அதனைக் கவனமாகப் பிடித்துச் சென்றான் அந்த வேடன்.

'இப்படி ஓர் அதிசயப் பறவையினை வீட்டிற்குக் கொண்டு சென்றால், எப்படியும் இந்த விஷயம் நம் ராஜாவுக்குத் தெரிந்துவிடும். அதன்பின் இந்த விஷயத்தை நான் அவரிடமிருந்து மறைத்துவிட்டதாக நினைத்து, அவர் என்னைத் தண்டித்துவிடுவாரே!' என்று நினைத்த வேடன், அந்தப் பறவையைத் தன் வீட்டிற்குக் கொண்டு செல்லாமல் ராஜாவின் அரண்மனைக்குக் கொண்டு சென்றான்.

ராஜாவைச் சந்தித்த அந்த வேடன், அந்தப் பறவையை ஒப்படைத்தான். அந்தப் பறவை அதிசயப் பறவை என்று கூறினான். அது தங்கத்தை எச்சமாக இடும் என்று அந்த வேடன் கூறியதும், ராஜா பெரிதும் மகிழ்ந்தார். அவர் அந்தப் பறவைக்காகவே விலைமதிப்புள்ள ஒரு கூண்டினைச் செய்து, அதில் அந்த அதிசயப் பறவையை அடைத்து வைத்தார்.

ராஜா இவ்வாறு செய்ததை அறிந்த மந்திரி ராஜாவைச் சந்தித்தார். 'ராஜா! அந்த வேடன் ஏதேதோ கூறி உங்களை ஏமாற்றிவிட்டான். எந்தப் பறவையும் தங்கத்தை எச்சமாக இடாது. நீங்கள் ஏமாறவேண்டாம். அந்தப் பறவையை விட்டுவிடுங்கள்' என்று மந்திரி கூறினார்.

மந்திரி கூறுவதில் உண்மையிருக்குமோ என்று நினைத்த ராஜா, அந்தக் கூண்டினைத் திறந்துவிட்டார். உடனே, அந்த அதிசயப் பறவை பறந்து சென்றது.

பின்னர் அது அரண்மனையின் உச்சிமாடத்தில் அமர்ந்துகொண்டு, 'ஒரே மரத்தில் தங்கியிருந்த நான் முதல் மூடன். என்னைப் பிடித்துத் தானே வைத்துக்கொள்ளாமல் ராஜாவிடம் ஒப்படைத்த அந்த வேடன் இரண்டாவது மூடன். என்னுடைய அதிசயத் தன்மையைத் தன் கண்ணால் பார்க்காத இந்த ராஜா மூன்றாவது மூடன். வேடனும் ராஜாவும் முட்டாள்கள் என்றும் தான் மட்டுமே அறிவாளி என்றும் தவறாக நினைத்துச் செயல்பட்ட அந்த மந்திரி நான்காவது மூடன்' என்று கூறிவிட்டுத் தன்னுடைய மலைக்காட்டை நோக்கிச் செல்லாமல், வேறு ஒரு காட்டினைத் தேடிப் புறப்பட்டது.

இவ்வாறு அதிசயப் பறவை பற்றிக் கூறிய குரூரநாசன், நரி ஒன்று குகையைப் பார்த்துக் கூப்பிட்டு நன்மையடைந்ததைப் போல ஒரு சிக்கல் வருவதற்கு முன்னரே அதனை உய்த்துணர்ந்து அதனைத் தீர்த்துக் கொள்ள ஆலோசிப்பவன் நன்மையையே அடைவான்!' என்றது.

மந்திரிமார்கள், 'நரி ஏன் குகையைப் பார்த்துக் கூப்பிட்டது?' என்று கேட்டவுடன், அவர்களுக்கு குரூரநாசன் அந்தக் கதையினைக் கூறத் தொடங்கியது.

8. குகையுடன் பேசிய நரி

ஒரு சிறிய காடு. அந்தக் காட்டில் கிரகிரன் என்ற சிங்கம் வாழ்ந்து வந்தது.

அந்தச் சிங்கம் ஒருநாள் இரை தேடி காட்டின் பல பகுதிகளிலும் அலைந்து திரிந்தது. நாளெல்லாம் அலைந்தும் அதற்கு ஒரு சிறிய இரைகூடக் கிடைக்கவில்லை. பொழுது சாய்ந்துவிட்டது. சிங்கத்திற்கு அதிகப் பசி. அப்போது அது ஒரு பெரிய குகையினைக் கண்டது. உடனே, சிங்கத்திற்கு ஒரு யோசனை தோன்றியது.

'நாம் இந்தக் குகைக்குள் ஒளிந்துகொள்வோம். இந்தக் குகையில் தங்கியிருக்கும் விலங்குகள் இரைதேடிவிட்டுத் திரும்பி இங்கே வரும். அப்போது நாம் அவற்றைப் பிடித்து உண்டுவிடலாம்' என்று நினைத்து அந்தக் குகைக்குள் சென்று படுத்து ஓய்வெடுத்தது.

அந்தக் குகையில் அவிபுச்சன் என்கிற ஒரு புத்திசாலியான நரி வசித்து வந்தது. அது அப்போது வெளியே இரை தேடி உண்டுவிட்டுத் தன்

குகைக்குத் திரும்பி வந்தது. தனது குகைக்குள் நுழைய முனைந்த அந்த புத்திசாலி நரி குகையின் வாசலில் சிங்கத்தின் காலடித் தடங்கள் இருப்பதனைப் பார்த்துவிட்டது.

உடனே அது ஆழ்ந்து யோசித்தது. 'ஒருவேளை இந்தக் குகைக்குச் சிங்கம் வந்திருக்கலாம். ஆனால், அது சென்று விட்டதா? அல்லது இப்போது இந்தக் குகைக்குள் இருக்கிறதா என்பதனை நாம் எப்படி அறிந்துகொள்வது? சிங்கம் குகைக்குள் இருந்தால் நாம் இந்தக் குகைக்குள் நுழைவது ஆபத்து' என்று எண்ணிய நரி குகையின் வாசலிலேயே நின்று சிந்தித்தது. சட்டென்று அதற்கு ஒரு யோசனை தோன்றியது.

குகைக்கு வெளியே நின்றுகொண்ட நரி, 'ஏய், குகையே! ஏய், குகையே!' என்று அழைத்தது.

சிங்கம் எழுந்தது. வெளியே ஒரு நரி இருப்பதனை அறிந்துகொண்டது. அது யாரிடம் பேசுகிறது என்று கவனித்தது.

நரி, மீண்டும், 'ஏய், குகையே ஏன் மௌனமாக இருக்கிறாய்?' என்றது.

சிங்கத்திற்கு ஒன்றும் புரியவில்லை. 'ஏன் இந்த நரி குகையிடம் பேசுகிறது?' என்று யோசித்தது.

நரி, 'குகையே என் மீது ஏதும் கோபமா? நீ தினமும் என்னிடம் பேசுவாயே? இன்று ஏன் என்னுடன் பேசாமல் அமைதியாக இருக்கிறாய்?' என்று கேட்டது.

அப்போதுதான் சிங்கத்திற்குப் புரிந்தது. 'அடடா! இந்தக் குகை தினமும் நரியுடன் பேசக்கூடியது போலும். ஆனால், இன்று ஏனோ இது பேசவில்லை' என்று நினைத்தது.

நரி, 'ஏய், குகையே! நீ பேசிய பின்னர்தானே நான் உன்னுள் நுழைவேன். இன்று நீ பேசாமல் இருந்தால் நான் எப்படி உன்னுள் நுழைவேன்?' என்றது.

சிங்கம் பதறிப் போனது. 'அடடா! குகை பேசினால்தான் நரி குகைக்குள் வருமாமே! நரி குகைக்குள் வராவிட்டால் நமக்கு இரை கிடைக்காதே! இப்போது என்ன செய்யலாம்?' என்று நினைத்த சிங்கத்திற்கு ஒரு யோசனை தோன்றியது.

'நாம் ஏன் இந்தக் குகையைப் போலவே பேசக்கூடாது? நாம் குகைபோலப் பேசினால், அதனை அந்த நரி நம்பிவிடும். பின்னர் இந்தக் குகைக்குள் வந்துவிடும். நாமும் அதை அடித்துச் சாப்பிட்டு விடலாம்!' என்று நினைத்த சிங்கம், 'ஏ நரியே! நான் வேறு

சிந்தனையில் இருந்ததால் உன்னிடம் பேசவில்லை. தவறாக நினைக்காதே. வா உள்ளே!' என்று குகை பேசுவது போல பேசி குரல் எழுப்பியது.

அவ்வளவுதான், குகைக்குள் இருந்து சிங்கத்தின் குரல் வெளிவந்ததும் சுதாரித்துக் கொண்ட நரி, தப்பித்தோம் பிழைத்தோம் எனத் தலைதெறிக்க ஓடிப் போனது.

'ஆதலால், எதனையும் செய்வதற்கு முன்பு ஆலோசித்துச் செய்ய வேண்டும்' என்றது குரூரநாசன். பின்னர், அது பிற நாடுகளுக்குப் பயணம் மேற்கொண்டது.

குரூரநாசன் சென்ற பின்னர்தான் காகமாகிய சிரஞ்சீவிக்கு நிம்மதி ஏற்பட்டது. அது தனக்குள், 'புத்தியுள்ள மந்திரி, நண்பர் யார் பகைவர் யார் என்பதனை அறிந்து ராஜாவுக்குத் தெரியப்படுத்திவிடுவான். அவனால் ராஜாவுக்கு நன்மையே. அப்படிப்பட்ட குரூரநாசன் இப்போது இங்கு இல்லை. புத்தியற்ற மந்திரிகளை உடைய இந்த ஆந்தை ராஜா விரைவில் அழிவான். அந்த ஆந்தை ராஜாவின் அருகில் உள்ள அனைத்து மந்திரிகளுமே புத்தியற்றவர்கள்தான். அதனால், தன்னுடைய திட்டம் விரைவில் நிறைவேறிவிடும்' என்று நினைத்துக் கொண்டது.

சிரஞ்சீவி ஒவ்வொரு நாளும் ஒரு சுள்ளி என, நாள்தோறும் சுள்ளிகளை எடுத்துவந்து அந்தக் குகையின் வாயிலில் நிறைத்து வந்தது. சிரஞ்சீவியின் நடத்தையில் எந்த வித சந்தேகமும் யாருக்கும் ஏற்படவில்லை. அதனால் அது தன் பணியினைச் சிறப்பாகவும் விரைவாகவும் செய்து முடித்தது.

பகற்பொழுதில் கண்பார்வையற்ற ஆந்தைக் கூட்டம் குகைக்குள் அடைந்து, தூங்கிக்கொண்டிருந்தது. இதுதான் தக்க தருணம் என்று நினைத்த சிரஞ்சீவி அந்தக் குகையைவிட்டு வெளியேறியது.

தன்னுடைய காகராஜனைச் சந்தித்த சிரஞ்சீவி, 'ராஜா! என்ன நடந்தது என்பதனை நான் உங்களுக்குப் பின்னர் கூறுகிறேன். இப்போது உடனடியாக, எல்லாக் காகங்களையும் அழைத்துக்கொண்டு, அவர்களிடம் ஆளுக்கொரு எரியும் கொள்ளியைக் கொடுங்கள். அவை நான் ஆந்தையின் குகை வாசலில் குவித்துள்ள சுள்ளிக்குவியலில் வைத்துவிடட்டும். உடனே, குகையின் வாசல் தீப்பற்றி எரியும். ஆந்தைக் கூட்டம் அந்தத் தீயில் வெந்து அழியும்' என்றது சிரஞ்சீவி.

சிரஞ்சீவியின் திட்டப்படி, காகராஜா தன் காகக் கூட்டத்தை அழைத்துக் கொண்டு எரியும் கொள்ளியுடன் ஆந்தைக் குகையை அடைந்தது. அங்கு சிரஞ்சீவி குவித்துவைத்துள்ள சுள்ளிகளில் தீயை மூட்டியது. நெருப்பும் புகையும் குகைக்குள் மண்டியதில் ஆந்தைகள் அனைத்தும் அழிந்தன.

ஆந்தைக் கூட்டம் அழிந்த பின்னர், காகராஜா தன்னுடைய பழைய ஆலமரத்தில் வழக்கம்போலத் தன்னுடைய அரசாட்சியை நடத்திவந்தது.

பின் காக ராஜன் சிரஞ்சீவியை அரசவைக்கு அழைத்து, 'நீ எப்படி ஆந்தைக் கூட்டத்தை நம்பவைத்து ஏமாற்றினாய் எங்களுக்கு விளக்கிக் கூறு' என்று கேட்டது.

'பாம்பு இரையை உண்பதற்காகத் தன் தோளில் தவளைகளைச் சுமந்ததுபோலத்தான் நானும் ஆந்தைக் கூட்டத்தை வஞ்சகமாக அழித்தேன்' என்றது சிரஞ்சீவி.

'பாம்பு தவளைகளைத் தன் தோளில் சுமந்ததா?' என்று வியப்புடன் கேட்ட காகராஜனுக்கு, சிரஞ்சீவி அந்தக் கதையினைக் கூறத் தொடங்கியது.

9. தவளைகளைச் சுமந்த பாம்பு

ஒரு பெரிய கானகத்தில் மந்தவிஷன் என்கிற பாம்பு ஒன்று வசித்து வந்தது. ஒருநாள் இரையைத் தேடித் திரிந்த அந்தப் பாம்பு தனக்கு ஏதும் கிடைக்காததால் வருத்தமடைந்து ஓர் ஏரிக்கரைக்கு அருகில் வந்து அமர்ந்தது.

அப்போது அந்த ஏரியில் நிறைய தவளைகள் இருப்பதைக் கண்டது. ஆஹா! தனது பசிக்கு இந்தத் தவளைகள் கிடைத்தால் நன்றாக இருக்குமே! இந்தத் தவளைகளை எப்படியாவது தந்திரமாகப் பிடித்து உண்டுவிடவேண்டும் என்று திட்டமிட்டது.

அப்போது அந்தப் பக்கம் வந்த தவளையொன்று இந்தப் பாம்பைப் பார்த்து விட்டது. அது பயந்து போய், சற்று தொலைவில் இருந்து கொண்டே, பாம்பைப் பார்த்து 'பாம்பே! ஏன் இரையேதும் தேடித் திரியாமல் இந்தக் கரையில் இப்படிச் சும்மா உட்கார்ந்திருக்கிறாய்?' என்று கேட்டது.

உடனே, அந்தப் பாம்பு தந்திரமாகப் பேசத் தொடங்கியது. 'நான் பாவி. எனக்கு எப்படி, எங்கிருந்து உணவு கிடைக்கும்?' என்று தன் முகத்தைத் தொங்கப்போட்டுக்கொண்டு கேட்டது.

'ஏன்? நீ என்ன பாவம் செய்தாய்?' என்று தவளை விசாரித்தது.

'இன்று காலையில் நான் இரைதேடி வந்தேன். அப்போது ஒரு தவளை குறுக்கே சென்றது. நான் அதைப் பிடிக்க நினைத்து முன்னே சென்றேன்.

அது புதரில் சென்று ஒளிந்துகொண்டது. நான் அதனைத் தேடிச் சென்றேன். அருகில் ஒரு பிராமணன் குளித்துக்கொண்டிருந்தான். அவனது மகன் புதரின் அருகில் விளையாடிக்கொண்டிருந்தான். நான் தேடிவந்த தவளைதான் இது என்று நினைத்து, அந்தப் பிராமணனின் பிள்ளையுடைய பாதத்தைக் கடித்து விட்டேன். அவன் இறந்து விட்டான். அதனால் கோபம் கொண்ட பிராமணன் என்னைச் சபித்து விட்டான்' என்றது பாம்பு.

'அந்தப் பிராமணன் உன்னை என்னவென்று சபித்தான்?' என்று கேட்டது அந்தத் தவளை.

'அந்தப் பிராமணன் என்னைப் பார்த்து, 'இதுவரை தவளைகளைப் பிடித்து உண்டு வந்த நீ, இனிமேல் தவளைகளுக்குச் சேவைசெய்து வாழக் கடவாய்' என்று சபித்துவிட்டான். அவன் சாபம் பலித்து விட்டது. நான் இந்த ஏரிக்கரைக்கு வந்து தவளைகளுக்குச் சேவகம் செய்வதற்காகக் காத்துக்கொண்டிருக்கிறேன்' என்று கூறியது.

அந்தத் தவளை பாம்பு கூறுவது அனைத்தும் உண்மை என்று நம்பி, பாம்பு பெற்ற சாபத்தைத் தன் இனத்தாரிடம் கூறியது.

உடனே, தவளை ராஜா தன்னுடைய அனைத்துத் தவளைகளையும் அழைத்துக்கொண்டு ஏரியைவிட்டு வெளியே வந்தது. அந்தப் பாம்பினை அதிகாரம் செய்தது. 'ஏ பாம்பே! அனைத்துத் தவளை களையும் உன் முதுகின் மீது ஏற்றிக் கொண்டு செல்!' என்று கட்டளையிட்டது.

உடனே, பாம்பு மிகவும் பவ்வியமாக தவளைகளைத் தன் முதுகில் சுமந்துகொண்டு அந்தக் காட்டையே வலம்வந்தது. இவ்வாறு இரண்டு நாட்கள் சென்றன. பாம்பின் வேகம் குறைந்துவிட்டது.

தவளை ராஜா பாம்பிடம், 'ஏன் சோர்வாக இருக்கிறாய்?' என்று விசாரித்து.

'நான் சாப்பிட்டு நான்கு நாட்கள் ஆகின்றன. எனக்கு மிகவும் பசிக்கிறது' என்றது பாம்பு.

'அப்படியா! சரி, இனிமேல் நீ சிறிய தவளைகளைப் பிடித்து உன் பசிக்கு ஏற்ப அளவாக உண்டுகொள்' என்று உத்தரவிட்டது.

உடனே, பாம்பு, 'எனக்குச் சாபம் கொடுத்த அந்தப் பிராமணர் எனக்கு இட்ட அதே கட்டளையைத் தாங்களும் கூறுகிறீர்கள்!' என்று கூறியது.

அதன் பின்னர், அந்தப் பாம்பு சிறிய தவளைகளைச் சாப்பிட்டுக் கொண்டும் பெரிய தவளைகளைச் சுமந்துகொண்டும் காட்டில் திரிந்தது.

அப்போது அந்தக் காட்டிற்குள் நுழைந்த ஒரு புதிய பாம்பு இந்தக் காட்சியைக் கண்டு கோபம் கொண்டது.

'நமக்கு இரையாக உள்ள இந்தத் தவளைகளை நீ ஏன் உன் முதுகில் சுமந்துகொண்டு திரிகிறாய்?' என்று கேட்டது.

அதற்கு அந்தப் பாம்பு, 'எல்லாம் காரணமாகத்தான்! காலம் கடந்தபின் உனக்கே தெரியும்' என்றது.

சில நாட்களில் அந்தப் பாம்பு தவளைகளைச் சுமந்து சுமந்து, அவற்றை ஏமாற்றி அனைத்துத் தவளைகளையும் உண்டுவிட்டது. இறுதியாகத் தவளை ராஜாவையும் சுமந்து சென்று அதையும் சாப்பிட்டு ஏப்பம் விட்டது.

'எந்தச் சமயத்தில் எதனைச் செய்யவேண்டுமோ அந்தச் சமயத்தில் அதனைச் செய்து பகைவர்களை வேரோடு அழித்துவிடவேண்டும். நெருப்பு தன் வலிமையால் காட்டையேகூட அழிக்கவல்லது. மரங்கள் தன் வேர்களை நிலத்தில் ஊன்றியுள்ளன. இருந்தாலும், மிருதுவான தன்மைகொண்ட தண்ணீரும் காற்றும் மரங்களை வேரோடு பிடுங்கிச் சாய்த்துவிடுகின்றனவே' என்றது சிரஞ்சீவி.

காகராஜா, 'கீழ்நிலையில் உள்ளவர்கள், தங்களுக்குச் சிக்கல் வரும் என்று நினைத்து, பயந்து எந்தச் செயலிலும் ஈடுபடுவதில்லை. நடுநிலையில் உள்ளவர்கள், ஏதாவது ஒரு காரியத்தைத் தொடங்கி, பின்னர் ஏதேனும் சிக்கல் வந்தால் அந்தக் காரியத்தைக் கைவிட்டு விடுவார்கள். மேல்நிலையில் உள்ளவர்கள், ஆயிரம் தடைகள் வந்தாலும் அவற்றைத் தகர்த்துவிட்டு எடுத்த காரியத்தை முடித்து விடுவார்கள். அதுபோலத்தான் நீ எடுத்துக்கொண்ட காரியத்தை ஆயிரம் தடைகளையும் மீறி முடித்துள்ளாய். அதுவும் அந்தக் காரியத்தைத் தீயினால் நிரந்தரமாக முடித்துள்ளாய். சண்டையில் ஆயுதத்தைப் பயன்படுத்தினால் ஒருவன் சாவான். ஆனால், சண்டையில் புத்தியைப் பயன்படுத்தினால் ஆயிரம் பேர் சாவார்கள்' என்றுகூறி சிரஞ்சீவியைப் பாராட்டியது.

'அரசனாகிய தங்களின் புகழினால்தான் இது சாத்தியமாயிற்று. தங்களைப் போன்றவர்களுக்கு இறைவன் நல்ல உத்திகளை வழங்குவார். இதுபோன்ற காரியங்களைத் தடியெடுத்து அடித்து முடிக்கமுடியாது. அனுசரிக்கும் புத்தியால்தான் செய்யவேண்டும். நான் அவ்வாறே செய்து, சிறப்பாக முடித்தேன்' என்றது சிரஞ்சீவி.

அதன்பின்னர், காகராஜா அந்த மரத்திலிருந்து நெடுநாட்கள் எந்தச் சிக்கலும் இல்லாமல் அரசாண்டுவந்தது.

நான்காம் தந்திரம் - லப்தஹானி

மூன்றாம் தந்திரம் முடிந்ததும் நான்காம் தந்திரமான லப்தஹானி அதாவது அர்த்தநாசம் என்பதில் ஒரு நெடுங்கதைத் தொடரை சொல்லத் தொடங்கினார் பண்டிதர் விஷ்ணுசர்மா.

‘இளவரசர்களே எத்தனை பெரிய துன்பம் வந்தபோதும் எவன் ஒருவன் தன் அறிவினை இழக்காமல் இருக்கிறானோ, அவனே முதலையிடமிருந்து விடுபட்ட குரங்குபோல மீள்வான்’ என்றார் பண்டிதர்.

‘குரங்கு எப்படி முதலையிடமிருந்து விடுபட்டது?’ என்று கேட்ட அந்த மூன்று இளவரசர்களுக்கும் ‘பேரழிவு’ குறித்த ஒரு நெடுங்கதையினைப் பண்டிதர் விஷ்ணுசர்மா கூறத் தொடங்கினார்.

கிடைப்பனவற்றையெல்லாம் அழித்தல்

கங்கைக் கரையில் ஒரு நாவல் மரம் இருந்தது. அந்த மரத்தில், சுமுகன் என்ற ஒரு குரங்கு வாழ்ந்து வந்தது. அந்த மரத்தில் பழுக்கும் மிகவும் சுவையுடைய நாவற்பழங்களை உண்டு அது சுகமாகக் காலம் கழித்தது.

ஒருநாள் கங்கைக் கரையின் வழியாக ஒரு முதலையொன்று அந்த மரத்தின் கீழ் வந்து நின்றது. முதலை இனம் தனக்குப் பகை என்பது தெரிந்தும், 'தனது வீட்டிற்கு வந்த விருந்தினரை வரவேற்பதே சிறந்த பண்பு' என்பதால், அந்தக் குரங்கு முதலையை வரவேற்றது.

'நீ என் வீட்டிற்கு முதன்முதலாக வந்திருக்கிறாய். உனக்கு நான் சில நாவற்பழங்களைத் தருகிறேன்' என்றுகூறிய குரங்கு அந்த மரத்தின் கிளையை உ லுக்கியது. கீழே விழுந்த நாவற்பழங்களை எடுத்து உண்ட முதலை மிகவும் மகிழ்ந்தது.

பின்னர், அது நாள்தோறும் அந்தக் குரங்கைப் பார்க்க வந்தது. குரங்கும் நாள் தவறாமல் அந்த முதலைக்கு நாவற்பழங்களைத் தந்து உபசரித்தது. விரைவிலேயே அந்த முதலையும் குரங்கும் இணைபிரியாத நண்பர்களாக மாறினர். இருவரும் மணிக்கணக்கில் கங்கைக் கரையில் அமர்ந்து கதைபேசி, சிரித்து, மகிழ்ந்து வந்தனர்.

ஒருநாள் அந்தக் குரங்கு கொடுத்த நாவற்பழங்களை முதலை தன் வீட்டிற்குக் கொண்டு சென்று தனது மனைவியாகிய பெண் முதலையிடம் கொடுத்தது. அப் பழங்களை உண்ட அந்தப் பெண்முதலை துள்ளிக் குதித்தது.

'இத்தகைய சுவையுடைய நாவற்பழங்களை இதுவரை நான் என் வாழ்நாளில் உண்டதே இல்லை' என்று கூறி, 'இந்தப் பழங்கள் உனக்கு எங்கே கிடைத்தன?' என்று கேட்டது.

'இவை என் நண்பன் எனக்குத் தினமும் தருவதுதான். இன்று உனக்காக அவற்றைக் கொண்டுவந்தேன்' என்றது ஆண் முதலை.

‘அந்த நண்பன் யார்?’ என்று கேட்டது பெண் முதலை.

‘அது அந்த நாவல் மரத்திலேயே வசிக்கும் ஒரு குரங்கு’ என்றது ஆண் முதலை. உடனே, பெண் முதலைக்கு சட்டென்று ஓர் எண்ணம் தோன்றியது.

‘உன் குரங்கு நண்பன் தினமும் இந்த நாவற்பழங்களைச் சாப்பிட்டு வருவதால், அவனுடைய ஈரலும் இந்த நாவற்பழத்தைப் போலவே சுவையாக இருக்கும் அல்லவா? எனக்கு உன் நண்பனின் ஈரலைச் சுவைக்க வேண்டும் என்று ஆசையாக இருக்கிறது. கொண்டு வந்து தருவாயா?’ என்று கேட்டது அந்தப் பெண் முதலை.

‘ஐயோ! அவன் என் நண்பன். அவனைக் கொல்வதா?’ என்று அதிர்ந்தது ஆண் முதலை.

‘அதனால் என்ன? நமக்குச் சுவையான ஈரல் கிடைக்குமே!’ என்றது பெண் முதலை.

‘சகோதரனைவிட முதன்மையானவன் நண்பன். நண்பனுக்குத் துரோகம் செய்யக்கூடாது?’ என்றது ஆண் முதலை.

‘அதெல்லாம் எனக்குத் தெரியாது. எனக்கு உடனே அந்தக் குரங்கின் ஈரல் வேண்டும். நீ கொண்டுவராவிட்டால் நான் இறந்துவிடுவேன்!’ என்று கூறி அடம் பிடித்தது பெண் முதலை.

ஆண் முதலையால் பெண் முதலையைச் சமாதானப்படுத்தமுடிய வில்லை. வேறுவழியின்றி அது தன் குரங்கு நண்பனிடம் சென்றது. குரங்கின் ஈரலைக் கவர்வதற்கு மனத்துக்குள் திட்டமிட்டுக் கொண்டே சென்றது.

அந்த ஆண் முதலை, குரங்கு வசிக்கும் நாவல் மரத்தடிக்குச் சென்று மிகுந்த சோகமாக அமர்ந்துகொண்டது.

‘என்ன நண்பா? சோகமாக இருக்கிறாய்? என்று விசாரித்தது குரங்கு.

‘என்னுடைய மனைவி இன்று என்னை மிகவும் திட்டி விட்டாள். அதனால்தான் சோகமாக இருக்கிறேன்’ என்றது முதலை.

‘எதற்குத் திட்டினாள்?’ என்று கேட்டது குரங்கு.

‘ அது என்னவென்றால் அவள் என்னிடம் சொன்னாள். ‘நீ மட்டும் தினமும் உன் குரங்கு நண்பனின் வீட்டிற்குச் சென்று நாவற்பழங்களை விருந்தாக உண்டு வருகிறாயே, ஒருநாளாவது உன் நண்பனை இங்கு அழைத்துவந்து விருந்து கொடுத்திருக்கிறாயா? நீ நல்ல நண்பனா?’ என்று சொல்லி என்னைத் திட்டினாள். அத்துடன், ‘இன்றாவது உன்

நண்பனை அழைத்து வா. நான் விருந்து சமைத்து வைக்கிறேன்' என்று கூறி என்னை உன்னிடம் அனுப்பிவைத்தாள்' என்று தந்திரமாகக் கூறியது.

'சரி! ஆனால் நான் எப்படி உன் வீட்டிற்கு வருவது? இந்தக் கங்கை நதியை என்னால் நீந்திக் கடக்கமுடியாதே!' என்றது.

'அதைப் பற்றி நீ கவலைப்படாதே நண்பா! நீ என் முதுகில் ஏறிக்கொள். நான் என் வீட்டுக்கு உன்னைச் சுமந்துகொண்டு செல்கிறேன்!' என்று நயமாகப் பேசியது முதலை.

தன் நண்பனான முதலையின் பேச்சினை நம்பிய அந்தக் குரங்கு மரத்திலிருந்து இறங்கி முதலையின் முதுகில் ஏறிக்கொண்டது. குரங்கைச் சுமந்துகொண்ட முதலை வேகமாக நதியில் நீந்தியது. குரங்குக்குப் பயமாக இருந்தது.

'நண்பா! மெதுவாகச் செல். நான் நதியில் விழுந்துவிட்டால் இறந்து விடுவேன்' என்றது குரங்கு.

தன்னிடம் குரங்கு நன்றாக அகப்பட்டுக்கொண்டது என்பதனைப் புரிந்துகொண்ட முதலை, வஞ்சகச் சிரிப்புடன் தன் நோக்கத்தைக் குரங்கிடம் கூறியது.

'நண்பா! நான் உன்னை விருந்திற்கு அழைத்துச் செல்லவில்லை. என்னுடைய பெண் முதலைக்கு விருந்தாக்கவே உன்னை அழைத்துச் செல்கிறேன். அவள்தான் உன் ஈரல் மீது ஆசைப்பட்டு என்னை அனுப்பிவைத்தாள். அவள் விருப்பத்தை நிறைவேற்றுவது என் கடமை அல்லவா?' என்றது முதலை.

முதலை தன்னை வஞ்சித்து விட்டதைக் கண்டு குரங்கு மிகுந்த துக்கம் கொண்டது. பின் இந்த அபாயத்திலிருந்து எப்படித் தப்பிப்பது என்று யோசித்தது. பின்னர், முதலையிடம் அன்பாகப் பேசியது.

'நண்பா! இதனை நீ முதலிலேயே கூறியிருக்கலாமே!' என்றது குரங்கு.

'ஏன்? நீ தப்பிவிடுவதற்கா?' என்றது முதலை.

'இல்லை நண்பா! நட்புக்காக உயிரையும் தருவது குரங்கு இனத்தின் குணம். உன்னுடைய பெண் முதலை என்னுடைய ஈரலைக்கேட்டது என்று நீ முன்பே கூறியிருந்தால், அந்த மரத்தில் நான் தொங்கவைத் திருந்த என் ஈரலை எடுத்து உன் கையில் கொடுத்திருப்பேனே' என்றது குரங்கு.

'ஆ! என்ன? உன் ஈரல் அந்த மரத்தில் தொங்குகிறதா?' அதிர்ச்சியுடன் கேட்டது முதலை.

'ஆமாம். அவ்வப்போது என் ஈரலை எடுத்து மரத்தின் கிளையில் காயவைப்பது என் பழக்கம்!' என்றது குரங்கு.

'அடடா! உன் ஈரலைக் கொண்டுவராவிட்டால் என் பெண்முதலை இறந்துவிடுவதாகக் கூறியுள்ளதே. ஈரல் இல்லாத உன்னைக் கொண்டு போய் நான் இப்போது என்ன செய்ய?' என்று முதலை அந்தக் குரங்கிடம் கேட்டது.

'நீ ஏன் வருத்தப்படுகிறாய் நண்பா! மீண்டும் என்னைச் சுமந்துகொண்டு எனது மரத்திற்கு அழைத்துச் செல். நான் மரத்தில் ஏறி என் ஈரலை எடுத்து உனக்குக் கொடுத்துவிடுகிறேன்' என்று குரங்கு மிகவும் நயமாகப் பேசியது.

குரங்கின் வார்த்தைகளை நம்பிய முட்டாள் முதலை, மறுபடியும் அந்தக் குரங்கினைச் சுமந்துகொண்டு திரும்ப அந்த மரத்திற்கே சென்றது. குரங்கு விட்டால் போதுமென்று கடகடவென்று அந்த மரத்தின் உச்சிக்கிளையில் ஏறி அமர்ந்துகொண்டது.

'நண்பா! மரத்தில் இருக்கும் உன் ஈரலை எடுத்து எனக்குக்கொடு' என்று கேட்டது முதலை.

'அட, முட்டாள் முதலையே! யாராவது தன் வயிற்றிலிருந்து ஈரலை எடுத்து மரத்தில் வைப்பார்களா? அப்படிச் செய்தால் உயிர்வாழ முடியுமா?' என்றது குரங்கு.

குரங்கு தன்னை ஏமாற்றிவிட்டதனை உணர்ந்த முதலை, 'குரங்கின் ஈரல் இல்லாமல் தன் வீட்டிற்குச் செல்லமுடியாதே!' என்று நினைத்து வேறு ஒரு திட்டம்போட்டது.

'அட நண்பா! நான் கூறியதை உண்மை என்று நம்பி விட்டாயா? நான் உன்னை விளையாட்டாக ஏமாற்ற நினைத்தேன். எனக்குத் தெரியாதா, உடலைவிட்டு ஈரலைப் பிரித்துவிட்டால் உயிர்வாழ முடியாது என்று? நான் உன் நட்பினைச் சோதிக்கவே அவ்வாறு கூறினேன்' என்றது முதலை.

குரங்கு இந்தமுறை முதலையின் வார்த்தைகளை நம்புவதாக இல்லை. அது மரத்தை விட்டுக் கீழ் இறங்கவில்லை.

உடனே, முதலை 'என் பெண் முதலை உனக்கு விருந்தளிக்கத்தான் உன்னை அழைத்துவரச் சொன்னாள். அவள் உன்னை உண்ணவோ உண் ஈரலைச் சுவைக்கவோ விரும்பவில்லை. நீ என் நண்பனாயிற்றே! நான் அவ்வாறு உன்னைக் கொல்ல ஒத்துக்கொள்வேனா? கீழே இறங்கி வா. என் வீட்டிற்கு வந்து விருந்து சாப்பிடு' என்று ஆசைவார்த்தை கூறியது முதலை.

'நண்பா! 'பசித்தவனின் விசுவாசத்தில் நம்பிக்கை வைக்கக் கூடாது' என்று சாஸ்திரங்கள் கூறியுள்ளன. அதனால், இனி நான் உன்னை நம்பமாட்டேன்' என்று கூறியது குரங்கு.

'பசித்தவனின் விசுவாசம் என்பது என்ன?' என்று கேட்டது முதலை.

குரங்கு, அந்த முதலைக்கு பிரியதரிசனனைக் கண்டு அஞ்சிய கங்காதத்தன் திரும்பி வராத கதையினைக் கூறத் தொடங்கியது.

1. பசித்தவனின் விசுவாசம்

ஓர் ஊரில் ஒரு பெரிய கிணறு இருந்தது. அதில் கங்காதத்தன் என்ற தவளை தன் குடும்பத்துடன் வாழ்ந்துவந்தது. கங்காதத்தனின் உறவினர்கள் பலரும் அதே கிணற்றில் வாழ்ந்து வந்தனர். அவர்களில் சிலர் வலிமை மிக்கவர்களாக இருந்தனர். அவர்கள் அவ்வப்போது கங்காதத்தனுக்குத் துன்பம் விளைவித்தனர்.

இதனால் மனம் வருந்திய கங்காதத்தன், 'தன் குடும்பம் தவிர மற்ற அனைத்து உறவினர்களையும் இந்தக் கிணற்றைவிட்டு விரட்டிவிட வேண்டும்' என்று நினைத்து ஒரு திட்டம் போட்டது.

பலவழிகளை யோசித்துப் பார்த்தும் அதற்கு ஒரு வழியும் சரியாகத் தோன்றவில்லை. 'அவர்களை விரட்டுவது கடினம். ஆனால், அவர்களை அழிப்பது எளிது' என்று நினைத்தது. 'தனக்குக் கெடுதல் செய்யும் எதிரிகளைத் தனது பகைவரைக்கொண்டுதான் அழிக்கவேண்டும்' என்று முடிவெடுத்தது.

அந்தக் கிணற்றிலிருந்து நீர் எடுக்கப் பயன்படும் வாளிக் கயிற்றின் வழியாக மேலே ஏறிய கங்காதத்தன், கிணற்றைவிட்டு வெளியே வந்தது.

பின்னர் கங்காதத்தன் ஒரு பாம்புப் புற்றினைத் தேடிச் சென்றது. பாம்பினை அழைத்தது. அது புற்றுக்குள்ளிருந்த படியே, 'நமக்கு இரையாகும் இனத்தைச் சேர்ந்த தவளை, ஏன் நம்மை அழைக்கிறது? ஏதாவது சதி செய்கிறதோ?' என்று நினைத்து, உள்ளிருந்தபடியே, 'என்ன விஷயம்?' என்று கேட்டது.

'பாம்பே! நீ எனக்கு ஓர் உதவிசெய்யவேண்டும். அதற்காகத்தான் உன்னைத் தேடி வந்திருக்கிறேன்!' என்றது கங்காதத்தன்.

'நெருப்பிடம் ஒரு துரும்பைச் சேர்த்தால் அது பொசுங்கிவிடுமல்லவா? இவன் ஏன் என்னை அழைத்து அவனுக்கே அழிவைத் தேடிக் கொள்கிறான்' என்று யோசித்த பாம்பு, புற்றைவிட்டு வெளியே வந்தது.

‘என்ன உதவி?’ என்று கேட்டது பாம்பு.

‘நான் தங்கியிருக்கும் கிணற்றில் என் உறவினர்கள் பலர் இருக்கின்றனர். அவர்கள் ஏதாவது ஒரு வகையில் தொடர்ந்து எனக்குத் தொல்லை கொடுத்து வருகின்றனர். நீ அவர்களை அழிக்கவேண்டும்?’ என்றது கங்காதத்தன்.

‘உன் பகைவர்களை அழிக்க விரும்பினால், நீ உன்னுடைய நண்பனிடம் தானே உதவிகேட்கவேண்டும். உன் பகைவனான என்னிடம் ஏன் உதவிகேட்கிறாய்?’ என்றது பாம்பு.

‘பகைவனுக்குப் பகைவனே எதிரி என்று நீதிநூல்கள் கூறியுள்ளன. அதனால்தான் நான் உன்னிடம் உதவி கேட்கிறேன்’ என்றது கங்காதத்தன்.

‘இரை நம்மிடத்திற்கு வருவதும் நாம் இரையின் இடத்துக்குச் செல்வதும் நமக்கு நன்மைதானே! இவன் வாழும் கிணற்றில் நிறைய தவளைகள் இருக்கும். அவற்றை மொத்தமாக உண்டுவிடலாம்’ என்று யோசித்த பாம்பு, உதவி செய்வதாக ஒப்புக்கொண்டது.

கங்காதத்தன் அந்தப் பாம்பினை வாளிக்கயிற்றின் வழியாகக் கிணற்றுக்குள் இறக்கிவிட்டுத் தானும் இறங்கியது.

இரண்டொரு நாட்களில் அந்தப் பாம்பு கங்காதத்தனின் உறவினர்களில் கங்காதத்தனுக்குத் தொல்லை தந்த அனைத்து எதிரிகளையும் உண்டுவிட்டது.

பின்னர் அந்தப் பாம்பு கங்காதத்தனிடம் சென்று, ‘நீ கூறியவாறு நான் உனக்கு உதவி செய்துவிட்டேன். அதற்காக நீ எனக்கு ஏதாவது உணவு கொடு’ என்று கேட்டது. ‘என்னிடம் என்ன இருக்கிறது? நீ என் உறவினர் களை வேண்டுமானால் சாப்பிட்டுக் கொள்’ என்றது கங்காதத்தன்.

பாம்பும் அவ்வாறே கங்காதத்தனின் உறவினர்களை சாப்பிட்டுத் தீர்த்தது. இதனை அறிந்த கங்காதத்தனின் மனைவியாகிய பெண் தவளை, ‘அட பாதகா! பகைவரை அழிக்கிறேன் என்று கூறி நம் குல எதிரியை அழைத்து வந்து இப்படி நம் எதிரிகளோடு சேர்த்து நம்முடைய உறவினர்களையும் அழித்துவிட்டாயே!’ என்று கங்கா தத்தனைத் திட்டியது.

‘தாம் தவறு செய்துவிட்டோமோ?’ என்று வருத்தம் கொண்ட கங்காதத்தன், பாம்பிடம் சென்றது.

‘நண்பா! நீ எனக்குச் செய்த உதவிக்கு ஏற்ப நான் உனக்கு உணவும் அளித்துவிட்டேன். இனி, நீ இந்தக் கிணற்றை விட்டுச் சென்றுவிடு’ என்று கூறியது.

இதுநாள்வரை இந்தக் கிணற்றில் இருந்துகொண்டு, எளிதாக உணவினைப் பெற்று உண்டுவந்த பாம்புக்கு இந்தக் கிணற்றை விட்டுச் செல்ல மனமில்லை.

அதனால், அந்தப் பாம்பு கங்காதத்தனிடம், 'நான் இங்கிருந்து சென்றால் எப்படி வாழ்வேன்? எனக்கு யார் உணவுகொடுப்பார்கள்? நான் இங்கிருந்து செல்லமாட்டேன். நீதான் என்னை இங்கு கொண்டு வந்தாய். அதனால், நீதான் எனக்கு நாள்தோறும் உணவும் அளிக்க வேண்டும்' என்று கூறி பிடிவாதம் பிடித்தது.

வேறுவழியின்றி கங்காதத்தன் நாள்தோறும் கிணற்றைவிட்டு வெளியில் சென்று, தன் இனத்தவர்களிடம் பொய்கூறி அவர்களை அந்தக் கிணற்றுக்கு அழைத்து வந்தும், வலுக்கட்டாயமாகப் பிடித்து வந்தும் அந்தப் பாம்புக்கு உணவாகக் கொடுத்து வந்தது.

ஒருநாள் கங்காதத்தனால் எந்தத் தவளையையும் அந்தக் கிணற்றிற்குக் கொண்டுவர முடியவில்லை. பசியெடுத்த பாம்பு கங்காதத்தனின் பிள்ளைகளை உண்டுவிட்டது.

இதனை அறிந்த பெண் தவளை கங்காதத்தனிடம் அழுது, புலம்பி, 'இந்தப் பாம்பு இனி நம்மையும் கொன்றுவிடும்' என்று கூறியது.

கங்காதத்தன் ஒரு திட்டம் போட்டது. மறுநாள் தன் பெண் தவளையைக் கிணற்றைவிட்டு வெளியேற்றியது. பாம்பு பசியோடு வந்தது. 'என்ன இன்று எனக்கு உணவு இன்னமும் வரவில்லையே?' என்று கங்காதத்தனிடம் கேட்டது.

'உனக்கு இரைதேடிவரத்தான் என் பெண் தவளை வெளியே சென்றுள்ளது. இன்னமும் வரவில்லை. அதற்காகத்தான் காத்துக் கொண்டிருக்கிறேன்' என்றது கங்காதத்தன்.

பாம்பு கங்காதத்தனின் திட்டத்தை அறியாமல் வெகுநேரம் காத்திருந்தது. பின்னர், 'என்ன இவ்வளவு நேரமாக உன் பெண் தவளை இரையைத் தேடிக்கொண்டுதான் இருக்கிறதா?' என்று கங்காதத்தனை அதட்டிக் கேட்டது.

உடனே, கங்காதத்தன் 'நான் வேண்டுமானால் வெளியே சென்று, என் பெண் தவளையைத் தேடிவரட்டுமா? அப்படியே உனக்கும் சில தவளைகளை உணவாகக் கொண்டுவருகிறேன்' என்று கேட்டது.

'எப்படியாவது தமக்கு உணவு வந்தால் சரிதான்' என்று நினைத்த பாம்பு, கங்காதத்தனை வெளியில் செல்ல அனுமதித்தது.

வெளியில் சென்ற கங்காதத்தன் திரும்ப வரவில்லை. மறுநாள் பாம்பு அந்தக் கிணற்றில் இருந்த ஒரு பல்லியிடம், 'எனக்காக இரைதேடிச்

சென்ற கங்காதத்தன் தம்பதியரை இன்னும் காணவில்லை. நீ கிணற்றுக்கு வெளியே சென்று அவர்களைப் பார்த்து, அழைத்து வா' என்று கூறி அனுப்பிவைத்தது.

பல்லி கிணற்றைவிட்டு வெளியேசென்று கங்காதத்தன் தம்பதியரைச் சந்தித்தது. பாம்பு தன்னிடம் கூறியவற்றைச் சொல்லியது.

அந்தப் பல்லியிடம், 'பசித்தவனின் விசுவாசத்தை நம்பக்கூடாது என்பதை நன்றாக அனுபவப்பட்டுத் தெரிந்துகொண்டேன் என்று நீ அந்தப் பாம்பிடம் சொல்லிவிடு' என்று கங்காதத்தன் கூறியது. பின்னர் கங்காதத்தன் தம்பதியினர் தம் வாழ்நாளில் அந்தக் கிணற்றுப் பக்கமே செல்லவில்லை.

'அதுபோலவே, நான் உன்னிடம் மீண்டும் வரமாட்டேன்' என்று அந்த முதலையிடம் கூறியது குரங்கு சுமுகன்.

'அப்படிச் சொல்லாதே நண்பா! நீ என்னுடன் வராவிட்டால் நான் நன்றி கெட்டவனாகிவிடுவேன். நீ இப்போது என்னிடம் வராவிட்டால், நான் இங்கேயே இருந்து உணவு உண்ணாமல் இறந்துவிடுவேன்' என்றது முதலை.

'என்ன முதலையே! நரி கழுதைக்கு நம்பிக்கையை ஏற்படுத்திச் சிங்கத்திடம் சிக்கவைத்துக் கொன்றதைப்போல, நீ எனக்கு உன்மீது நம்பிக்கையை ஏற்படுத்தி என்னைக் கொல்லத் திட்டம் போடுகிறாயா? என்று கேட்டது குரங்கு.

'அதென்ன கதை? நரி கழுதைக்கு நம்பிக்கையை ஏற்படுத்தி, அதனைச் சிங்கத்தால் கொன்றதா? அது எப்படி நடந்தது? என்று கேட்ட முதலைக்குக் குரங்கு அந்தக் கதையினைக் கூறத் தொடங்கியது.

2. நரியின் மகாதந்திரம்

ஒரு பெரிய காடு. அதில் கராளகேசரி என்ற சிங்கம் வாழ்ந்து வந்தது. ஒருநாள் அதற்கு உடல்நலமில்லை. அதனால், அது தூசரன் என்ற நரியை அழைத்து, 'இன்று எனக்கு உடல் நலமில்லை. என்னால் இன்று இரைதேடச் செல்ல முடியாது. எனக்கு ஏற்ற இரையை இன்று நீதான் கொண்டுவரவேண்டும்' என்றது.

சிங்கத்தின் கட்டளைக்குப் பணிந்த நரி, காட்டில் சுற்றித் திரிந்து சிங்கத்திற்கு இரைதேடியது. எதுவும் அகப்படவில்லை.

‘வெறுங்கையோடு சென்றால் சிங்கத்தின் கோபத்திற்கு ஆளாகி விடுவோமே’ என்று பயந்த நரி சோகமாக நடந்துகொண்டிருந்தது.

சற்று தூரத்தில் ஆற்றங்கரையோரமாக மேய்ந்து கொண்டிருந்த கழுதை ஒன்றை அந்த நரி பார்த்தது. அது துணிகளைத் துவைக்கும் ஒரு வண்ணானுக்குச் சொந்தமானது.

நரி, அந்தக் கழுதையிடம் சென்று, ‘ஏன் இப்படி மெலிந்து இருக்கிறாய்?’ என்று அன்போடு விசாரித்தது.

அதற்கு அந்தக் கழுதை, ‘எனக்கு முதலாளியாக இருக்கும் வண்ணான் என் மீது பொதிகளை அதிகமாகச் சுமத்துகிறான். ஆனால், குறைவாகவே உணவு கொடுக்கிறான். அதனால்தான் நான் மெலிந்துள்ளேன்’ என்றது.

‘உனக்கு ஏற்ற நல்ல உணவுகள் இருக்கும் இடம் எனக்குத் தெரியும். நீ என்னுடன் வா. நான் உன்னை அங்கு அழைத்துச் செல்கிறேன்’ என்றது நரி.

‘இங்கிருந்து அந்த இடம் வெகுதூரத்தில் இருக்கிறதோ?’ என்று கேட்டது கழுதை.

‘இல்லை, இல்லை. இந்த ஆற்றங்கரையின் ஓரத்தில்தான். அதன் கடைசிப் பகுதியில் பச்சைப் புல்கள் அடர்த்தியாக செழித்து வளர்ந்துள்ளன.’ என்று நரி தந்திரமாகக் கூறியது.

‘அந்தப் புதிய இடத்தில் நான் மட்டும் தனியாகவா மேய்வது?’ என்று பயந்தபடி அந்தக் கழுதை கேட்டது.

‘இல்லை, இல்லை. அங்கு நிறைய பெண் கழுதைகள் மேய்ந்து கொண்டிருக்கின்றன. அவற்றுக்கு நல்ல ஆண் துணை இல்லாததால் வருத்தத்துடன் உள்ளன. நீ அங்கு சென்றவுடன் அவை உன்னைத் தழுவிக்கொள்ளும்!’ என்று ஆசை வார்த்தை காட்டியது நரி.

கழுதை அங்கு வரச் சம்மதித்து, நரியுடன் சென்றது.

சிங்கத்தின் குகையை நெருங்கும்போது நரி கழுதையுடன் வருவதைக் கண்ட சிங்கம், பசியின் மிகுதியால் தனது இரையை உடனே உண்ணத் துடித்தது. பொறுமை இல்லாமல் வேகமாக அந்தக் கழுதையின் மீது பாய்ந்தது. கழுதை பயந்து போனது. அது நகரத்தில் இருந்த கழுதை என்பதால் இதுவரை அது சிங்கத்தையே பார்த்ததில்லை. எனவே கழுதை தனது கால்களால் அந்தச் சிங்கத்தை மிக வேகமாக உதைத்துக் குதித்துத் தப்பிக்கப் பார்த்தது. சிங்கத்திற்கு உடல்நலமில்லாததால் அதன் பிடி வலுவற்று இருந்தது. எனவே அது தனது பிடியை நழுவ விட கழுதை, சிங்கத்தை உதறித் தள்ளிவிட்டு ஓடிப் போனது.

இதைப் பார்த்த நரி அலுத்துக் கொண்டது. 'அட! சிங்கமே! என்ன இப்படி இரையைத் தப்பவிட்டுவிட்டாயே!' என்று புலம்பியது.

'இன்னும் ஒருமுறை நீ அந்தக் கழுதையை என்னருகில் அழைத்துவா. இம்முறை அதைத் தப்பவிடாமல் ஒரே அறையில் அதைக் கொன்று சாப்பிட்டு விடுகிறேன்' என்றது சிங்கம். நரி மீண்டும் அந்தக் கழுதையிடம் சென்றது.

நரி வருவதைப் பார்த்த கழுதை, 'என்ன நரியே! இப்படிச் செய்து விட்டாயே! உன்னை நம்பி வந்த என்னைக் கொல்லப் பார்த்தாயே!' என்றது.

'நானா? எப்போது?' என்று தந்திரமாகக் கேட்டது நரி.

'அங்கு சென்றவுடன் என் மீது ஒரு விலங்கு பாய்ந்ததே. பார், அது என் முதுகில் காயங்களை ஏற்படுத்திவிட்டது. அது என்ன விலங்கு?' என்று கேட்டது கழுதை.

'அட, கழுதையே! அது ஒரு பெண் கழுதை. அது உன் மீதுள்ள விருப்பத்தால் உன்னைத் தழுவிக்கொள்ளப் பாய்ந்தது!' என்று நைச்சியமாகப் பொய் சொன்னது நரி.

நரியின் வார்த்தைகளை நம்பிய அந்தக் கழுதை, 'அப்படியா? அது என்னைக் கொல்ல வருகிறது என்று நினைத்தல்லவா நான் ஓடிவந்து விட்டேன்.' என்றது.

'சரி, பரவாயில்லை. இப்போது அந்தப் பெண் கழுதைதான் என்னை உன்னிடம் அனுப்பிவைத்தது. அது உன்னுடன் வாழ விரும்புகிறதாம். உன்னை உடனே அழைத்து வருமாறு கூறி அனுப்பியது. வா, போகலாம்!' என்றது.

நரியின் வார்த்தைகளை அப்படியே நம்பிய அந்த அப்பாவி கழுதை, நரியுடன் மிகுந்த ஆவலாகச் செல்ல, இந்த முறை சிங்கம் தன் உணவினைத் தவறவிடவில்லை. ஒரே அறையில் அந்தக் கழுதையைக் கொன்றது. ஆனால், உடனே உண்ணவில்லை. குளிக்காமல் எப்படி உணவு உண்பது?

சிங்கம், நரியிடம், 'நரியே, நான் போய் குளித்து விட்டு வருகிறேன், அதுவரையில் இந்தக் கழுதையின் உடலைப் பத்திரமாகப் பார்த்துக் கொள்!' என்று காவல் வைத்து விட்டுச் சென்றது.

சிங்கம் போனதுமே, நரி, அந்தக் கழுதையின் காதுகளையும் ஈரலையும் உண்டுவிட்டது. குளித்துமுடித்துத் திரும்பிய வந்த சிங்கம் அந்தக் கழுதையின் உடலில் காதுகளும் ஈரலும் இல்லாமல் இருப்பதனைப் பார்த்துக் கோபம் கொண்டது.

‘யார் இவற்றை உண்டது?’ என்று கேட்டது.

‘யாரும் உண்ணவில்லையே!’ என்றது நரி.

‘அப்படியானால், இந்தக் கழுதையின் காதுகளும் ஈரலும் எங்கே?’ என்றது சிங்கம்.

‘சிங்கமே! இந்தக் கழுதைக்குக் காதுகளும் ஈரலும் இல்லை. அவை இருந்தால் நான் அழைத்ததும் அந்தக் கழுதை இங்குவரச் சம்மதிக்குமா?’ என்று தந்திரமாகக் கூறியது நரி.

நரியின் வார்த்தைகளை நம்பிய அந்தச் சிங்கம், கழுதையின் உடலில் ஒரு பங்கை நரிக்குக் கொடுத்துவிட்டுத் தானும் உண்டது.

‘இப்படித்தானே நீ எனக்கு உன் மீது நம்பிக்கையை ஏற்படுத்தி என்னைக் கொல்லப் பார்க்கிறாய்?’ என்று குரங்கு கேட்டது.

அதற்கு முதலை, ‘எவன் ஒருவன் தன்னுடைய நன்மையைக் கருதாமல் உண்மையைக் கூறுகிறானோ, அவன் பானைகளைச் செய்யும் யுதிஷ்டிரன் என்ற குயவனைப் போலத் துன்பமடைவான்’ என்றது.

‘யுதிஷ்டிரன் கூறிய உண்மை என்ன?’ என்று கேட்ட குரங்குக்கு முதலை அந்தக் கதையினைக் கூறியது.

3. குயவன் கூறிய உண்மை!

பானைகளைச் செய்து விற்கும் யுதிஷ்டிரன் என்ற குயவன் ஒரு குப்பத்தில் வாழ்ந்து வந்தான். ஒருநாள் அவன் தான் செய்த பானை களைப் பரணில் அடுக்கிக் கொண்டிருக்கும்போது, ஒரு கொட்டாங்கச்சி (தேங்காய் ஓடு) அவனின் முன்தலையில் விழுந்து காயத்தை ஏற்படுத்தியது. பின்னாளில் அந்தக் காயம் ஒரு பெரிய தழும்பாக மாறிவிட்டது.

ஒருமுறை அந்தக் குப்பத்தில் பஞ்சம் ஏற்பட்டதால், அந்தக் குயவன் வேறு ஒரு நாட்டிற்குச் சென்றான். அங்கு தன் குலத்தொழிலைச் செய்யாமல், அந்த நாட்டின் அரண்மனையில் சேவகனாகப் பணிக்குச் சேர்ந்தான். ராஜா தன் சேவகர்களைப் பார்வையிடும் போது, இவன் தலையில் பெரிய தழும்பு இருப்பதனைப் பார்த்தார். ‘இவன் முன்பு ஏதாவது படையில் சிறந்த வீரனாக இருந்திருப்பான்’ என்று நினைத்து, இவனின் திறமையைப் பாராட்டும் விதமாக அதிக ஊதியமும் மதிப்பு மிக்க பதவியும் அளித்தார். ராஜா இந்தப் புதிய சேவகனுக்கு இவ்வளவு

முக்கியத்துவம் தந்தது மற்ற சேவகர்களுக்கும் ராஜாவின் உறவினர்களுக்கும் பிடிக்கவில்லை. ஆனால், அவர்கள் அதனை வெளிக்காட்டிக் கொள்ளவில்லை.

ஒருநாள் யுதிஷ்டிரன் தனிமையில் தனக்குப் பணிவிடை செய்து கொண்டிருந்தபோது ராஜா அவனிடம் கேட்டார். 'உன் தலையில் உள்ள வெட்டுக்காயம் எந்தப் போர்க்களத்தில் ஏற்பட்டது?'

சூழ்நிலையைப் புரிந்துகொள்ளாத யுதிஷ்டிரன், 'ராஜா எனக்கும் போர்க்களத்திற்கும் என்ன சம்பந்தம் உள்ளது? நான் என்ன படைவீரனா? நான் ஒரு பானை செய்யும் குயவன்தானே! என் தலையில் ஒரு தேங்காய் ஓடு விழுந்து காயப்படுத்திவிட்டது. அந்தக் காயம் பின்னாளில் தழும்பாக மாறிவிட்டது' என்று நடந்த உண்மையை அப்படியே சொன்னான்..

ராஜாவுக்குக் கடுமையான கோபம் வந்தது. இவனைப் போய் பெரிய வீரனென்று நினைத்து ஏமாந்தோமே என்று அவருக்கு அவமானமாகவும் இருந்தது. 'இந்த விஷயம் மற்றவர்களுக்குத் தெரிந்தால் அவர்கள் என்னை எவ்வளவு இளக்காரமாக நினைப்பார்கள்?' என்று நினைத்த ராஜா, யுதிஷ்டிரனிடம், 'உன்னுடைய இந்த விஷயம் மற்றவர்களுக்குத் தெரியும் முன்பாக இந்த நாட்டைவிட்டே ஓடிவிடு' என்று ஆணையிட்டார்.

குயவனுக்குத் தான் செய்த தவறு இப்போதுதான் புரிந்தது. உடனே அவன், 'ராஜா என் கைகளிலும் கால்களிலும் உள்ள வெட்டுக்காயங்களைப் பாருங்கள். இவை ஒரு போர்க்களத்தில் ஏற்பட்டவைதான்' என்று பொய் கூறினான்.

ராஜா அவன் வார்த்தைகளை நம்பவில்லை. 'பொய் சொல்லாதே! நீ பிறந்த குலம் போர்க்களத்தில் வருவதில்லை. ஆயிரம்தான் ஆனாலும் சிங்கக் குட்டிகளுடனே வளர்ந்தாலும், நரிக்குட்டி சிங்கக் குட்டியாகுமா? நீ அந்த நரிக்குட்டிபோலத் துள்ளாதே!' என்று அவனைப் பழித்துக் கூறினார்.

அவன், 'நரிக்குட்டி ஏன் துள்ளியது?' என்று ராஜாவிடம் கேட்க, ராஜா அந்தக் கதையினைக் கூறத் தொடங்கினார்.

3.1. நரிக்குட்டி சிங்கக் குட்டியாகுமா?

ஒரு பெரிய கானகத்தில் ஓர் ஆண்சிங்கமும் ஒரு பெண்சிங்கமும் இணைந்து வாழ்ந்துவந்தன. எப்போதும் இரண்டும் இணையாகவே சென்று வேட்டையாடிச் சாப்பிட்டு வந்தன.

அந்தச் சிங்கத் தம்பதியருக்கு இரண்டு குட்டிகள் பிறந்தன. அதனால், ஆண் சிங்கம் பெண் சிங்கத்தை ஓய்வெடுக்கச் சொல்லிவிட்டு தான் மட்டும் வேட்டைக்குச் சென்று பெண் சிங்கத்திற்கும் குட்டிகளுக்கும் இரைகளைக் கொண்டுவந்து கொடுத்தது.

ஒருநாள் அந்த ஆண் சிங்கத்துக்கு எந்த இரையும் அகப்படவில்லை. அன்று அதற்கு ஒரேயொரு நரிக்குட்டி மட்டும்தான் கிடைத்தது. அது அந்த நரிக்குட்டியைக் கொண்டுவந்து பெண் சிங்கத்திடம் கொடுத்தது.

பெண் சிங்கத்திற்கு அந்த நரிக்குட்டியின் மீது இரக்கம் ஏற்பட்டது. அது அந்த நரிக்குட்டியை உண்ணாமல் தன் சிங்கக்குட்டிகளோடு இணைத்து வளர்க்கத் தொடங்கியது.

சற்று வளர்ந்துவிட்ட அந்த மூன்று குட்டிகளும் ஒருநாள் காட்டிற்குள் வேட்டையாடச் சென்றன. வழியில் ஒரு பெரிய யானையைப் பார்த்ததும் நரிக்குட்டி பயந்து விட்டது. அது அங்கிருந்து ஓடியது. அதனைப் பார்த்த இரண்டு சிங்கக் குட்டிகளும் அதன் பின்னாலேயே ஓடிவந்து குகைக்குள் ஒளிந்துகொண்டன.

இதனைப் பார்த்த பெண் சிங்கம் நடந்ததைத் தன் குட்டிகளிடம் விசாரித்தது. 'யானையைப் பார்த்து இவன் பயந்துவிட்டான். அதனால் நாங்களும் இவன் பின்னாலேயே வந்துவிட்டோம்' என்றன.

பின்னர் சிங்கக் குட்டிகள் இரண்டும் நரியைப் பார்த்து ஏளனமாகச் சிரித்தன. உடனே நரிக்குக் கோபம் வந்துவிட்டது. உடனே பெண் சிங்கத்திடம், 'இவர்கள் ஏன் என்னைப் பார்த்துச் சிரிக்கிறார்கள்? நான் எந்த விதத்தில் இவர்களைவிடத் தாழ்ந்தவன்? கூழுக்கு மாங்காய் தோற்குமா? கொட்டினால் தேள். கொட்டாவிட்டால் பிள்ளைப் பூச்சியா? நான் இவர்களை வெல்வேன்' என்று கூறியது.

பெண் சிங்கம் நரியைத் தனியே அழைத்துச் சென்று, 'நீ சிங்கக் குட்டி அல்ல. நீ நரிக்குட்டி. யானையை வெல்லும் தீரமும் வீரமும் நரிக்கு எப்படி இருக்கும்? நரிக்குட்டிச் சிங்கக் குட்டிகளுடன் வளர்வதனா லேயே அது சிங்கக் குட்டியாகிவிடுமா? நீ நரி என்பதனை இவர்கள் அறிந்து கொள்வதற்கு முன்னர், நீ இங்கிருந்து ஓடிச் சென்று தப்பித்துக் கொள்' என்று எச்சரித்தது. உடனே அந்த நரிக்குட்டி அங்கிருந்து ஓடிவிட்டது.

'அதுபோலவே நீயும், இங்கு இருப்பவர்கள் யாரும் 'நீ போர்வீரன் அல்லன், ஒரு குயவன்' என்பதனை அறிந்துகொள்வதற்கு முன்பாக ஓடிவிடு' என்று எச்சரித்தார் ராஜா.

இப்படியாக கதை சொல்லி முடித்த குரங்கு, முதலையிடம் மேலும் 'பெண்கள் மனத்தில் இருப்பதை எவரும் எளிதில் தெரிந்துகொள்ள

முடியாது என்பதால் அவர்களின் அன்பை நம்பக்கூடாது’ என்றும் கூறியது.

‘ஏன் அப்படிச் சொல்கிறாய்?’ என்று கேட்ட முதலைக்குக் குரங்கு அந்தக் கதையினைச் சொல்லத் தொடங்கியது.

4. வேதியனை விலக்கி முடவனைச் சுமந்தவள்

தாரா நகரத்தில் சத்தியவிரதன் என்ற ஒரு வேதியன் தன் மனைவியோடு வாழ்ந்து வந்தான். அவன் மனைவி அக்கம் பக்கத்தில் இருப்போரிடம் சண்டையும் கலகமும் செய்துகொண்டிருந்தாள். அவளைத் திருத்த முடியாத அந்த வேதியன், அவளை அழைத்துக்கொண்டு வேறு நகரத்திற்குச் சென்றான்.

செல்லும் வழியில் அவளுக்குத் தண்ணீர்த் தாகம் எடுத்தது. அவள், ‘எனக்கு உடனே தண்ணீர்வேண்டும். தண்ணீர் இல்லையேல் நான் இந்தத் தாகத்தாலேயே இறந்துவிடுவேன்’ என்று கூறினாள்.

உடனே அந்த வேதியன் தண்ணீர் தேடிச் சென்றான். வெகுநேரம் கழித்தே அவனால் தண்ணீர்கொண்டு வரமுடிந்தது. அதற்குள் அவள் இறந்துவிட்டாள். வேதியன் அழுது புலம்பினான்.

அப்போது வானில், ‘உன் வயதில் இவளுக்குப் பாதியைக் கொடுத்தால் இவள் மீண்டும் உயிர்பெறுவாள்’ என்று ஓர் அசரீரி ஒலித்தது.

உடனே அவன் அவ்வாறே தருவதாகத் தன் மனத்தில் நினைத்துக் கொண்டான். அவள் உயிர்பெற்றாள். பின்னர் அவள் அவன் கொண்டு வந்த தண்ணீரைப் பருகினாள். பின்னர் அவர்கள் இருவரும் தொடர்ந்து நடந்து ஒரு நகரத்தினை அடைந்தனர்.

அங்கு ஓர் இடத்தில் அவளைத் தங்கவைத்துவிட்டுக் கடைக்குச் சென்றான் வேதியன். தனியாக இருந்த அவளிடம் ஒரு முடவன் தவழ்ந்து வந்தான். அவன் இனிமையாகப் பாடினான். அவன் பாட்டில் மயங்கிய இவள் அவனுடன் இணைந்தாள்.

திரும்பிவந்த வேதியன் தனது மனைவியின் அருகில் ஒரு முடவன் இருப்பதைப் பார்த்து, ‘இவன் யார்?’ என்று அவளிடம் விசாரித்தான்.

‘நான் தனியாக இருந்தபோது, இவனே எனக்குத் துணையாக இருந்தான்.’ என்றாள். வேதியனுக்கு முடவன் மீதும் தன் மனைவி

மீதும் எந்தச் சந்தேகமும் ஏற்படவில்லை. இதனைப் புரிந்துகொண்ட மனைவி, 'நாம் இவனுக்கு உணவளிப்போமா?' என்றாள். வேதியன் அதற்குச் சம்மதித்தான்.

பின்னர் இவர்கள் வேறு இடத்துக்குப் புறப்படும்போது, அவள், 'இவனை நம்முடனே வைத்துக்கொள்வோமா?' என்றாள். இவளையும் முடவனையும் நம்பியதால் வேதியன் அதற்கும் ஒப்புக்கொண்டான்.

'ஆனால், இவனால் நடக்க முடியாதே! இவனை எப்படி நம்முடன் அழைத்துச் செல்வது? என்று கேட்டான் வேதியன்.

அவள், 'நான் இவனை என் முதுகில் சுமந்து செல்வேன்' என்றாள். தன் மனைவியின் இரக்கக் குணத்தை நினைத்து மனம் மகிழ்ந்த அவன் அதற்கும் சம்மதித்தான்.

செல்லும் வழியில் வேதியன் ஒரு கிணற்றின் கரையில் படுத்து ஓய்வெடுத்தான். இதுதான் சமயம் என்று நினைத்த அவள் வேதியனை அந்தக் கிணற்றில் தள்ளிவிட்டாள். பின்னர் அந்த முடவனை ஒரு பெட்டிக்குள் அமரச்செய்து தன் தலையில் அவனைச் சுமந்துகொண்டு சென்றாள்.

வழியில் சென்ற காவலாளிகள், தலையில் பெட்டியுடன் செல்லும் அவளைக் கண்டவுடன் சந்தேகப்பட்டு, அவளை ராஜாவிடம் அழைத்துச் சென்றனர்.

தன்னை விசாரித்த ராஜாவிடம், 'இவர் என் கணவர். இவரால் நடக்க முடியாது. இவருக்கு நோயுள்ளது. மனைவி என்ற முறையில் இவரை நான்தானே பாதுகாக்கவேண்டும்!' என்றாள். இவளின் கற்புத் தன்மையைக் கண்டு கண்கலங்கிய ராஜா, அவளைத் தன் உடன்பிறந்தவளாகக் கருதி அவளையும் முடவனையும் அரண்மனையில் தங்கவைத்து உபசரித்தார்.

கிணற்றில் தள்ளி விடப்பட்ட வேதியன் நீரில் தத்தளித்துக் கொண்டிருந்தான். அப்போது வழிப்போக்கன் ஒருவன் தண்ணீர்த் தாகம் ஏற்பட்டதால் அருகில் இருக்கும் கிணற்றிலிருந்து தண்ணீர் பருக நினைத்துக் கிணற்றுக்குள் எட்டிப்பார்த்தான்.

அங்கு உயிருக்குப் போராடிக்கொண்டிருந்த வேதியனைக் கண்டு, அருகிலிருந்த ஆட்களை அழைத்து கிணற்றில் குதிக்கச் சொல்லிக் காப்பாற்றினான். பின்னர் வேதியன் தன் மனைவியையும் அந்த முடவனையும் தேடிச் சென்றான்.

அரண்மனை மாடத்திலிருந்து வீதியில் செல்லும் வேதியனைப் பார்த்த அவனது மனைவி, அரண்மனைக் காவலர்களிடம் சென்று, 'அதோ

அந்த வேதியன், என்னையும் முடமாகவுள்ள என் கணவரையும் கொல்ல வருகிறான்' என்று கூறினாள்.

அவர்கள் வேதியனைப் பிடித்து ராஜாவின் முன் நிறுத்தினர். ராஜா நீதிவிசாரணைக்கு உத்தரவிட்டார். வேதியனைத் தீர விசாரித்த நீதிபதி உண்மையை அறிந்துகொண்டு, ராஜாவிடம் கூறினார். ராஜா வேதியனை விடுவித்து, வேதியனின் மனைவியையும், முடவனையும் தண்டித்தார்.

'ஆதலால், பெண்களின் பேச்சினைப் புத்திசாலிகள் கேட்கத் தயங்குவர். அவர்களின் பேச்சினை நம்பினால், நந்தன ராஜாவும் வரருசியன் என்ற மந்திரியும் அவமானப்பட்டதுபோல நாமும் அவமானப்பட நேரிடும்' எனக் குரங்கு கூறியது.

'அவர்கள் எத்தகைய அவமானத்தை அடைந்தார்கள்?' என்று கேட்டது முதலை. குரங்கு அந்தக் கதையினைக் கூறத் தொடங்கியது.

5. குதிரையும் மொட்டையும்

வீரத்திலும் தீரத்திலும் மிகவும் சிறந்தவரான நந்தனராஜா தனது நாட்டை சீரும் சிறப்புமாக அரசாட்சி செய்து வந்தார். அவருக்கு வரருசியன் என்ற மந்திரி இருந்தார். ராணியும் மந்திரியின் மனைவியும் நெருங்கிய தோழிகள்.

ஒருநாள் மாலையில் அந்தப்புரத்தில் ராஜாவுக்கும் ராணிக்கும் இடையே மனக்கசப்பு ஏற்பட்டது. ராஜா எவ்வளவோ கூறியும் ராணி சமாதானமாகவில்லை.

'நான் என்ன செய்தால் நீ உன் கோபம் தணியும்?' என்று கேட்டார் ராஜா.

'நீங்கள் ஒரு குதிரையைப் போலக் கடிவாளம் கட்டிக்கொண்டு, என்னைச் சுமந்துகொண்டு குதிரையைப் போலவே கனைக்க வேண்டும்' என்றாள்.

வேறுவழி இல்லாததால் ராஜா, குதிரையின் கடிவாளத்தைத் தன் வாயில் கவ்விக்கொண்டு ராணியைத் தன்முதுகில் சுமந்து, குதிரையைப் போலவே கனைத்தார். ராணியின் கோபம் தணிந்தது.

இந்த நிகழ்வை ராணியின் தோழியாகிய மந்திரியின் மனைவி பார்த்துவிட்டாள். அன்று இரவு தன் வீட்டுக்குச் சென்ற அவள், தன் கணவரிடம் எந்தக் காரணமும் இல்லாமல் கோபித்துக்கொண்டாள்.

மந்திரி பலவாறு கூறியும் அவளின் கோபம் தணியவில்லை.

'நான் என்ன செய்தால் நீ உன் கோபம் தணியும்?' என்று கேட்டார் மந்திரி.

'நீங்கள் உங்கள் தலையினை மொட்டையடித்துக்கொண்டு என்னைச் சுற்றிவந்து என் காலில் விழுந்து வணங்கவேண்டும்!' என்றாள் அவள்.

வேறுவழி இல்லாததால் மந்திரி, தன் தலையினை மொட்டையடித்துக்கொண்டார். தன் மனைவியைச் சுற்றிவந்து அவள் காலில் விழுந்து வணங்கினார்.

மறுநாள் அரசவைக்கு வந்த மந்திரியைப் பார்த்த ராஜா, 'என்ன மந்திரியாரே! திடீரென்று மொட்டை போட்டுள்ளீர்?' என்றார்.

அதற்கு மந்திரி, 'ராஜா! தாங்கள் குதிரையைப் போலக் கனைத்ததால்தான் நான் திடீரென்று மொட்டைபோட வேண்டியதாயிற்று' என்றார்.

அரசவையில் இருந்தவர்களுக்கு ஏதும் புரியவில்லை. பின்னாளில் இதன் காரணத்தைத் தெரிந்துகொண்டவர்கள் மந்திரிக்குத் தலைமுடி வளரும் வரை அவரைக் கேலிசெய்தனர். குதிரை கனைக்கும் சப்தத்தைக் கேட்கும்போதெல்லாம் ராஜாவை நினைத்துச் சிரித்தனர்.

'ஆதலால், பெண்கள் இத்தகைய பேச்சுக்களைப் பேசும்போது ஆண்கள் மௌனமாக இருந்துவிடவேண்டும். மறுமொழி பேசினால், புலித் தோலைப் போர்த்திக்கொண்டிருந்த கழுதை போலத் துன்பமடைவான்' என்றது குரங்கு.

'கழுதை ஏன் புலித்தோலைப் போர்த்திக்கொண்டது?' என்று கேட்ட முதலைக்குக் குரங்கு அந்தக் கதையினைக் கூறத் தொடங்கியது.

6. புலித்தோல் போர்த்திய கழுதை

நர்மதை நதிக்கரையில் வாழ்ந்த வண்ணான் ஒருவன் கழுதை ஒன்றை வளர்த்து வந்தான். அவன் தொழில் சிறப்பாக நடைபெறாததால் வண்ணான் மிகவும் வறுமையில் வாடினான். அதனால் அவன் தன் கழுதைக்கும் சரிவர உணவுகொடுக்கவில்லை. அதனால் அந்தக் கழுதை உடல் இளைத்துக் கொண்டே வந்தது.

ஒருநாள் அவன் காட்டுக்கு அருகாமையில் சென்றுகொண்டிருக்கும் போது அங்கே ஒரு புலித்தோலினைக் கண்டெடுத்தான். அதனைப் பார்த்ததும் அவனுக்கு ஒரு யோசனை வந்தது.

அதனைக் கொண்டுவந்து தன் கழுதையின் மீது போர்த்தினான். இரவில் அதனை வெளியில் நடத்திச் சென்று அக்கம் பக்கத்தில் உள்ள தோட்டங்களில் அதனை அனுப்பிப் பயிர்களை மேயவைத்தான். தோட்டக் காவலர்கள் இதனைப் புலி என்று நினைத்துப் பயந்து ஓடினர். கழுதையும் எந்தத் தொந்தரவும் இன்றி தனது பசி தீர பயிர்களை ஆசையாகச் சாப்பிட்டு வந்தது.

இதுபோலவே நாள்தோறும் இரவில் தன் கழுதைக்குப் புலித் தோலைப் போர்த்திய அந்த வண்ணான், அதனைப் பக்கத்துக் கிராமங்களுக்கும் அழைத்துச் சென்று அங்குள்ள பயிர்களையும் மேயச்செய்தான். அங்கிருந்த இரவுக் காவல்காரர்களும் இந்தக் கழுதையைப் புலி என்று நம்பி விலகி ஓடினர்.

ஒருநாள் வழக்கம்போல அந்தக் கழுதை வயலில் மேய்ந்து கொண்டிருக்கும்போது, தூரத்தில் ஒரு பெண் கழுதையின் குரல் கேட்டது. உடனே புலித்தோலைப் போர்த்தியிருந்த இந்தக் கழுதையும் கத்தத் தொடங்கியது. பயந்து ஒதுங்கியிருந்த தோட்டக் காவலர்கள், இது புலி அல்ல, கழுதை என்பதனைப் புரிந்துகொண்டார்கள். அதன் மேலிருந்த புலித்தோலைப் பறித்துக்கொண்டு, கழுதையை அடித்து விரட்டினார்கள்.

‘ஆதலால், பெண்களுடன் வீணாகப் பேசக்கூடாது’ என்றது குரங்கு. முதலை தன் தவறினை உணர்ந்தது.

முதலைக்கு மேலும் அறிவுறுத்தும் வகையில், குரங்கு சொல்லியது: ‘முதலையே! நீ உன் மனைவியின் மீதுகொண்ட அன்பின் காரண மாகத்தான் என்னைக் கொல்ல வந்தாய். உன் மீது எந்தக் குற்றமும் இல்லை. அவள் மீது உனக்குள்ள விசுவாசத்தால்தானே நீ அவள் கூறிய காரியத்தில் இறங்கினாய். இத்தகைய மனநிலை சாதுக்களின் சேர்க்கையாலும் மாறாது. உன்னைப் போன்ற தீய மனம்கொண்ட வர்களுக்கு அறிவுரை கூறுவதும் பயனற்றதுதான்’ என்றது குரங்கு.

அப்போது கங்கைக் கரையில் நீந்தி வந்த ஒரு விலங்கு அந்த முதலையிடம், ‘முதலையே! அக்கரையில் உன் பெண் முதலை இறந்து கிடக்கிறாள்’ என்றது.

அந்தச் செய்தியைக் கேட்ட முதலை கலங்கியது. பின்னர், அந்த முதலை, ‘முன்பு நான் என் நண்பனுக்கு விரோதியானேன். இப்போது என் மனைவியின் உயிரையும் பறித்துவிட்டேன். எனக்கு மட்டும் ஏன் இப்படித் துன்பங்கள் தொடர்ந்து வருகின்றன? அவள் இல்லாத என் வீடு சுடுகாடாக மாறிவிடுமே!’ என்று புலம்பியது.

பின்னர் அது அந்தக் குரங்கிடம், 'நண்பா! நான் என்னுடைய தவறுகளுக்காக இங்கேயே நெருப்பினை வளர்த்து அதில் விழுந்து உயிரைவிடப்போகிறேன்' என்றது.

'நீ ஏன் உயிரைவிடவேண்டும்? உன்னைத் தவறு செய்யத் தூண்டியது அவள். அவள் இறந்ததற்காக நீ வருந்தவேண்டாம். அந்தப் பொல்லாதவள் இறந்ததற்காக நீ மகிழ்ச்சியடைய வேண்டும். ஆதலால், நீ உன் வீட்டிற்குச் செல்' என்றது குரங்கு.

குரங்கின் பேச்சினைக் கேட்டுத் தன் வீட்டிற்குச் சென்ற முதலைக்கு அங்கு ஓர் அதிர்ச்சி காத்திருந்தது. அந்த முதலையின் வீட்டிற்குள் வேறொரு பெரிய முதலை குடியேறிவிட்டது. இந்த முதலையை அது உள்ளேயே விடவில்லை. வேறுவழியின்றி வீதியில் நின்ற அந்த முதலைக்கு மீண்டும் தன் குரங்கு நண்பனின் நினைவுவந்தது.

உடனே கங்கையைக் கடந்து தன் குரங்கு நண்பனைக் காணவந்தது.

முதலையைப் பார்த்த அந்தக் குரங்கு, 'ஏய் நன்றிகெட்டவனே! மீண்டும் ஏன் இங்கு வந்தாய்?' என்று கோபமாகக் கேட்டது.

'நண்பா! உன்னைவிட்டால் எனக்கு யார் இருக்கிறார்கள்? என் வீட்டை வேறு ஒரு பெரிய முதலைக் கைப்பற்றிக்கொண்டது. இப்போது நான் என்ன செய்ய?' என்றது அந்த முதலை.

'உன்னைப் போன்ற முட்டாளுக்கு அறிவுரை கூறினால், வீடு உடையவன் வீடிழந்த கதையாகிவிடும்' என்றது குரங்கு.

'அது என்ன கதை?' என்று கேட்ட அந்த முதலைக்குக் குரங்கு அந்தக் கதையினைச் சொல்லத் தொடங்கியது.

7. குரங்குக் கை

ஒரு சிறிய காடு. அங்குள்ள ஒரு மரத்தில் இரண்டு தூக்கணாங் குருவிகள் கூடுகட்டி வாழ்ந்துவந்தன. அதே மரத்தில் ஒரு குரங்கும் வசித்து வந்தது. தூக்கணாங்குருவிகள் தன் கூட்டில் ஓய்வெடுக்கும்போது, அந்தக் குரங்கு மரக்கிளையில் சாய்ந்துகொண்டு ஓய்வெடுக்கும்.

இதனைப் பார்த்த ஆண் தூக்கணாங்குருவி, 'குரங்கே நீயும் எங்களைப் போல ஒரு கூடுகட்டிக்கொண்டு அதில் வாழலாமே! என்றது.

குரங்கு, 'எனக்குக் கூடுகட்டத் தெரியாது' என்றது.

‘கைகள் இல்லாத நாங்களே கூடுகட்டும்போது கைகள் இருக்கும் நீ ஏன் கூடுகட்டப் பழகிக்கொள்ளக் கூடாது?’ என்றது ஆண் தூக்கணாங் குருவி.

‘நான் எதைப் பழகவேண்டும் என்பது எனக்குத் தெரியும். நீ எனக்கு அறிவுரை கூறவேண்டாம்’ என்று குரங்கு கூறியது.

அப்போது பெண் தூக்கணாங்குருவி, ஆண் குருவியைப் பார்த்து, ‘உங்களுக்கு ஏன் இந்த வேலை? அந்தக் குரங்கு கூடுகட்டினால் என்ன, கட்டாவிட்டால் நமக்கு என்ன? நீங்கள் ஏன் அந்தக் குரங்குக்கு அறிவுரை கூறுகிறீர்கள். அந்தக் குரங்கு கோபப்பட்டு ஏதாவது செய்து விட்டால் நமக்குத்தானே தொல்லை. உங்களுக்கு அறிவே இல்லை!’ என்று திட்டி அடக்கியது.

ஒருநாள் அந்தக் காட்டில் பெரும் புயற்காற்று வீசியது. கனமழை பொழிந்தது. அந்த மரமே ஆடியது. இரண்டு தூக்கணாங் குருவிகளும் தன்கூட்டில் பத்திரமாக அமர்ந்துகொண்டு மழையை வேடிக்கை பார்த்துக்கொண்டிருந்தன.

அப்போது குரங்கு மட்டும் மழையில் நனைந்து, குளிரில் நடுங்கிய படியே அந்த மரத்திற்கு வந்தது. அதனைப் பார்த்த இரண்டு தூக்கணாங் குருவிகளும் இரக்கப்பட்டன.

பெண் தூக்கணாங்குருவி, ‘அந்தக் குரங்கிடம் ஏதும் பேசாமல் அமைதியாக இருங்கள்!’ என்று ஆண் குருவியிடம் சொன்னது.

ஆனால் ஆண் தூக்கணாங்குருவி அதைக் கேட்காமல், குரங்கைப் பார்த்து, ‘ஏய், குரங்கே! ஒரு கூடு கட்டிக்கொள் என்று நான் அன்றே உனக்கு அறிவுரை கூறினேன் அல்லவா? அப்போதே உன் கைகளால் கூடுகட்டப் பழகியிருந்தால், இன்று ஒரு கூட்டினைக் கட்டியிருப்பாய். எங்களைப் போல நீயும் மழையில் நனையாமல் நிம்மதியாக இருந்திருக்கலாம். நீ தான் என் பேச்சைக் கேட்கவில்லை. இப்போது அவஸ்தைப்படுகிறாய்!’ என்றது.

குரங்குக்கு அவமானமாக இருந்தது. ‘இந்தச் சின்னக் குருவி நமக்கே அறிவுரை கூறுகிறதா!’ என்று நினைத்துக் கோபப்பட்டது. ‘எனக்குக் கைகள் இருக்கிறது. அந்தக் கைகளுக்குக் கூடு கட்டத் தெரியாது. ஆனால், ஒரு கூட்டினைப் பிரித்துவிட அந்தக் கைகளுக்கு நன்றாகத் தெரியும்’ என்று கூறி, அந்தத் தூக்கணாங்குருவிகளின் கூட்டினைப் பிரித்துப் போட்டுவிட்டது.

அந்தக் குரங்கினைப் போலவே, இந்த இரண்டு தூக்கணாங்குருவிகளும் மழையில் நனைந்து, குளிரில் நடுங்கத் தொடங்கின.

'ஆதலால், நான் உனக்கு அறிவுரை கூறினால், எனக்கு அந்தத் தூக்கணாங்குருவிகளின் நிலைதான் ஏற்பட்டுவிடும்' என்று கூறியது குரங்கு.

முதலை, 'நண்பா! நான் முட்டாள்தான், குற்றவாளிதான். என்னை மன்னித்துவிடு. நான் உன்னுடைய பழைய நண்பன்தானே! நீ எனக்கு ஒரு யோசனையைக் கூறு. நான் எப்படி என் வீட்டைத் திரும்பப் பெறுவது?' என்று கேட்டது.

குரங்கு, 'நல்லவனுக்குக் கும்பிடும், சூரனுக்குப் பேதமும் காரியக் காரனுக்குத் தாளமும் ஈடானவனுக்குத் தண்டமும் செய்தாற்போலச் செய்யவேண்டும்' என்று ஒரு யோசனையைக் கூறியது.

'அது எப்படி? எனக்கு விளக்கமாகக் கூறு?' என்ற முதலைக்கு அந்தக் குரங்கு கதை ஒன்றினைக் கூறியது.

8. நரியின் புத்திசாலித்தனம்

ஒரு பெரிய மலையின் சரிவில் சதுரன் என்ற நரி வாழ்ந்து வந்தது. ஒருநாள் அது இரைதேடி அலைந்து கொண்டிருக்கும்போது, இறந்த ஒரு யானையின் உடலைக் கண்டது.

அந்த யானையின் தோலை உரிக்கும் அளவிற்கு அதன் கால்களில் வலு இல்லை. 'அடடா! இரை கிடைத்தும் அதனை உண்ண முடியாமல் இருக்கிறோமே!' என்று அது வருந்தியது. 'சரி, நமக்கு உடல் வலு இல்லையென்றால் என்ன, நாம் நமது புத்தியைப் பயன்படுத்துவோம்' என்று நினைத்து அக்கம் பக்கம் பார்த்துக்கொண்டிருந்தது.

அந்த வழியாக ஒரு சிங்கம் வந்தது. நரி, சிங்கத்தைப் பார்த்து வணங்கியது. 'எதற்காக இவன் நம்மை வணங்குகிறான்' என்று அந்தச் சிங்கம் யோசித்தது.

பின்னர் அந்தச் சிங்கம், 'நீ யார்?' என்றது அந்த நரியை விசாரித்தது.

நரி, 'நான் தங்களின் அடிமை. தாங்கள் அடித்துப்போட்ட இந்த யானையின் உடலுக்கு நான் காவலாக இருக்கிறேன்' என்றது.

'நான் இந்த யானையை வேட்டையாடவில்லை' என்றது சிங்கம்.

'இதனைத் தாங்கள் அடித்ததாக நினைத்துத்தான் நான் இதன் உடலைக் காவல்காக்கிறேன்' என்றது.

‘இதனை வேறு யாராவது வேட்டையாடியிருப்பார்கள். அல்லது இந்த யானை தானாகவே இறந்திருக்கும். எது எப்படியோ நான் இந்த யானையின் உடலை உண்ண மாட்டேன். நீ இதற்குக் காவல் இருக்க வேண்டாம். உனக்கு வேண்டுமானால், நீயே இந்த யானையின் உடலை உண்டுவிடு’ என்றது சிங்கம்.

‘ஆகா! தங்கள் தாராள குணத்தை எண்ணி நான் மகிழ்கிறேன். வலிமையுடையவர்கள் எப்போதும் எளியவர்களுக்கு உதவுகிறார்கள்’ என்று கூறி, அந்தச் சிங்கத்தை மீண்டும் வணங்கியது நரி.

சிறிது நேரத்திற்குப் பின்னர் அந்த வழியாக ஒரு புலி வந்தது. ‘ஆகா! இந்தப் புலி இந்த யானை உடலைத் தின்றுவிடுமே! இதனிடமிருந்து இந்த யானை உடலை எப்படிக் காப்பாற்றுவது?’ என்று யோசித்தது.

உடனே, அந்த நரி அந்தப் புலியிடம், ‘ஏய் புலியே! நீ ஏன் இங்கு வந்தாய்? திரும்பிச் சென்று விடு. இங்கு ஒரு சிங்கம் புலியைக் கொல்வதற்காகத் தேடிக்கொண்டிருக்கிறது’ என்றது.

‘ஏன் அது புலியைக் கொல்கிறது?’ என்று கேட்டது புலி.

‘அந்தச் சிங்கம் இந்த யானையை அடித்துக் கொன்றதாம். குளித்துவிட்டு வந்து இந்த யானையின் உடலை உண்ணலாம் என்று நினைத்துக் குளிக்கச்சென்றபோது, ஒரு புலி வந்து இந்த யானையின் உடலை உண்ண முயன்றதாம். அதைப் பார்த்துக் கோபம் கொண்ட சிங்கம் அந்தப் புலியை விரட்ட, அது தப்பியோடி விட்டதாம். அதனால், மீண்டும் அந்தப் புலி வந்தால் என்னிடம் கூறு என்று சொல்லிவிட்டு அந்தச் சிங்கம் இந்தப் பக்கமாகச் சென்றுள்ளது. ஆதலால், நீ இங்கு இருக்காதே, அது உன் உயிரைப் பறித்துவிடும்’ என்று நரி அந்தப் புலியை எச்சரித்தது.

‘யானையைச் சாப்பிட வந்த புலி நான் அல்ல. அது வேறு புலியாயிருக்கும்!’ என்றது புலி.

‘இருந்தாலும், கோபத்திலிருக்கும் அந்தச் சிங்கத்திற்கு நான் விளக்கிக் கூறமுடியாது’ என்றது நரி. நரி கூறியதில் நியாயம் இருந்ததால் அந்தப் புலி திரும்பிச் சென்றுவிட்டது.

அடுத்து அந்த வழியாக ஒரு குரங்கு வந்தது. அதனைக் கண்ட நரி, ‘முதலில் வந்த சிங்கத்தை நாம் வணங்கி அனுப்பிவைத்தோம். இரண்டாவதாக வந்த புலியை எச்சரித்து அனுப்பிவைத்தோம். இப்போது மூன்றாவதாக வரும் இந்தக் குரங்கினைக்கொண்டு இந்த யானையின் தோலைக் கிழிப்போம். குரங்கு சைவம்தானே! அதனால், இது இந்த யானையின் உடலில் பங்கு கேட்காது’ என்று நினைத்தது.

அந்தக் குரங்கைப் பார்த்து, 'நண்பா! என்ன உன்னை இந்தப் பக்கம் பார்க்கவே முடியவில்லை? எனக்கு சிங்கம் ஒரு வேலையைக் கொடுத் துள்ளது. இந்த யானையின் உடலை நான் பாதுகாக்க வேண்டுமாம். அது குளிக்கச் சென்றுள்ளது. அது திரும்பிவருவதற்குள் நான் இந்த யானையின் உடலைச் சிறிது சுவைக்க விரும்புகிறேன். உனக்குத்தான் திறமையான கைகளும் அவற்றில் கூர்மையான நகங்களும் இருக்கின்றன. எனக்கு உதவிசெய்யேன். இந்த யானையின் தோலைச் சற்று உரித்துக் கொடு' என்றது. குரங்கு தன் கைகளால் அந்த யானையின் தோலை சிறிது உரித்தது. பின்னர் சென்றுவிட்டது. நரி யானையை உண்ணத் தொடங்கியது.

அப்போது வேறு ஒரு நரி வந்தது. அதனைப் பார்த்த இந்த நரி, 'அட, நான்காவது ஆளாக நம் இனமே வருகிறதே! இதை ஏமாற்ற முடியாதே!' என்று நினைத்த அந்த நரி, அதன் மீது பாய்ந்து சண்டையிட்டு அதனை விரட்டியடித்தது. பின்னர் யாருடைய குறுக்கீடும் இல்லாமல் தானே அந்த யானையின் உடலைச் சில நாட்களில் உண்டு முடித்தது.

'ஆதலால் நீ உன் வீட்டில் புகுந்துகொண்ட அந்தப் பெரிய முதலையை வீண் வம்புக்கு இழுத்து அதனைக் கொல்லவேண்டும்.' என்றது.

'ஆஹா! உன்னைப் போல் நண்பன் கிடைக்க நான் அதிர்ஷ்டம் செய்திருக்க வேண்டும்1' என்று முதலை மகிழ்ச்சியாகக் கூறியது.

'அது உண்மைதான்! எல்லா வசதிகளும் இருந்தாலும் நல்ல நண்பன் இல்லாவிட்டால் சித்திராங்கனனைப் போலத் துன்பத்தை அனுபவிக்க வேண்டிவரும்' என்று குரங்கு அந்த முதலையை எச்சரித்தது.

'சித்திராங்கன் என்ன துன்பத்தை அனுபவித்தான்?' என்று முதலை விசாரிக்க, குரங்கு அந்தக் கதையினைச் சொல்லத் தொடங்கியது.

9. சொந்த இடமே சுகம் தரும்

அயோத்தியா நகரத்தில் சித்திராங்கன் என்ற நாய் வாழ்ந்து வந்தது. அதற்குச் சரியான எஜமானர் கிடைக்காமல், அனாதையாகத் தெருவில் சுற்றித் திரிந்தது. அதற்கு யாரும் உணவு தரவில்லை. நாள்தோறும் பசியில் வாடி, அலைந்துகொண்டிருந்தது.

ஒருநாள் அந்த நாய், 'நாம் ஏன் உணவுகிடைக்காத இந்த நகரத்தில் அலைந்து கொண்டிருக்கவேண்டும்? நாம் வேறு ஒரு நகரத்திற்குச் சென்றுவிடலாமே! என்று நினைத்தது.

தன்னுடைய சக நண்பர்களிடம் கூறிவிட்டு, அங்கிருந்து புறப்பட்டு அருகில் உள்ள வேறொரு நகரத்திற்குச் சென்றது.

அங்கு ஒரு வீட்டில் சென்று தஞ்சம் புகுந்தது. அந்த வீட்டிலிருந்த எஜமானி அம்மா இந்த நாயைத் தன் வீட்டிற்குள்ளேயே வைத்துக் கொண்டு, அதனைத் தன் பிள்ளைபோல வளர்த்து வந்தாள். அந்த நாய்க்கு நல்ல உணவும் மதிப்பும் இருந்துவந்தது.

ஒருநாள் அந்த நாய் தன் எஜமானி அம்மாவுக்குத் தெரியாமல் வீட்டை விட்டு வெளியே வந்து, தெருவில் நின்றது.

அந்தத் தெருவில் வாழும் பிற நாய்கள் அந்த நாயைக் கண்டதும் விரட்டிக் கடிக்கத் தொடங்கின. இரத்தக் காயத்தோடு அந்த நாய் மீண்டும் அயோத்தியா நகருக்கே திரும்பிவந்தது.

அந்த நாயின் நண்பர்கள், 'என்ன நண்பா! புதிய நகரம் எப்படி இருந்தது?' என்று விசாரித்தன.

அதற்கு அந்த நாய், 'அந்த நகரம் செழிப்பாக இருக்கிறது. அந்த நகரத்துப் பெண்கள் இரக்க குணமுள்ளவர்களாக இருக்கிறார்கள். ஆனால், அங்கிருக்கும் நம் இனத்தவர்கள்தான் சரியில்லை. அதனால் தான் நான் திரும்ப இங்கேயே வந்துவிட்டேன்' என்றது.

'ஆதலால், எப்போதும் சொந்த இடத்தில் இருப்பதுதான் சுகம்' என்ற குரங்கு, 'நீ உடனே புறப்பட்டு உனது வீட்டுக்குச் செல். அந்தப் பெரிய முதலையுடன் போராடு. வெற்றிபெற்றால் நீ உன் வீட்டைப் பெறுவாய். தோல்வியடைந்தால் நீ வீரசொர்க்கமடைவாய்' என்று கூறியது.

முதலை தன் வீட்டிற்குச் சென்றது. அந்தப் பெரிய முதலையுடன் போரிட்டு, வென்றது. தன் வீட்டிலேயே வாழ்நாள் முழுவதும் தங்கியிருந்தது.

ஐந்தாம் தந்திரம் - அசம்பிரேக்ஷ்ய காரித்வம்

நான்காம் தந்திரம் முடிந்ததும் ஐந்தாம் தந்திரமான அசம்பிரேக்ஷ்ய காரித்வம் அதாவது எவற்றையும் சிந்திக்காமல் செய்தல் என்பதில் ஒரு நெடுங்கதைத் தொடரை சொல்லத் தொடங்கினார் பண்டிதர் விஷ்ணுசர்மா.

'எவற்றையும் சிந்தித்துச் செய்பவர்களே புத்திசாலிகள். அவர்கள், யாரோ செய்த தீய செயல்களைப் பார்த்தோ அல்லது கேள்விப்பட்டோ அதே செயலைத் தாமும் செய்ய மாட்டார்கள். அவ்வாறு செய்யும் அறிவற்றவர்கள், மணிபத்திரன் செய்ததை அறிந்து தானும் அதுபோலச் செய்து, கொலைப்பட்ட வெள்ளறிவன் என்னும் நாவிதனைப் (முடிதிருத்துநர்) போலாவார்கள்' என்றார் பண்டிதர்.

'மணிபத்திரன் என்ன செய்தார்?' என்று கேட்ட அந்த மூன்று இளவரசர்களுக்கும், 'எவற்றையும் சிந்திக்காமல் செய்வதால் ஏற்படும் துன்பங்கள்' பற்றிய ஒரு நெடுங்கதையினைப் பண்டிதர் விஷ்ணுசர்மா கூறத் தொடங்கினார்.

சிந்திக்காமல் செயல்படுதல்

அவரசக் கண்ணதாய பட்டணபுரி என்ற ஒரு நகரத்தில் மணிபத்திரன் என்பவர் வாழ்ந்து வந்தார். சிறந்த பக்திமானும், நல்லொழுக்கமும் கொண்டு திகழ்ந்த மணிபத்திரன் மிகுந்த வறுமையில் வாடினார்.

இதனால் அவர் மனம் உடைந்து போனார். 'இப்படியே வறுமையில் கிடந்து உழன்றால் என்றாவது ஒருநாள் நாம் இறக்கவேண்டியதுதான். அதனால் இனியும் நாம் பட்டினி கிடந்து துன்பப்படவேண்டாம். தற்கொலை செய்துகொள்வோம்' என்று முடிவெடுத்தார்.

அன்று இரவு அவர் தூங்கிக்கொண்டிருக்கும்போது அவருக்கு ஒரு கனவு வந்தது. அந்தக் கனவில் பதுமநிதி என்னும் தேவன் ஓர் ஆவிபோலத் தோன்றினார்.

'மணிபத்திரா! உன் ஒழுக்கமும் பக்தியும் என்னைக் கவர்ந்தன. இனி நீ வறுமையில் வாடவேண்டாம். நாளை உன்னைப் பார்க்க நான் வருவேன். நீ என் தலையில் அடித்தால் நான் ஒரு பொற்குவியலாக மாறிவிடுவேன். நீ அந்தப் பொற்குவியலைக் கொண்டு உன் வறுமையைப் போக்கிக்கொள்' என்று கூறி மறைந்தார்.

திடுக்கிட்டு விழித்த மணிபத்திரன் சிந்தித்தார். 'கனவு பலிக்குமா? பதுமநிதி நாளை நேரில் வருவாரா?' என்று யோசித்தார். விடியும் வரை அவர் தூங்கவில்லை.

காலையில் மணிபத்திரன் தனது வீட்டின் கதவினைத் திறந்தபோது, வாசலில் பதுமநிதி நிற்பதைக் கண்டார். உடனே அருகில் இருந்த ஒரு தடியை எடுத்த மணிபத்திரன், அந்தப் பதுமநிதியின் தலையில் ஓங்கி அடித்தார். உடனே பதுமநிதி மறைந்தது. பொற்குவியல் தோன்றியது.

இந்த விஷயத்தை மணிபத்திரனின் பக்கத்து வீட்டில் வசித்துவந்த வெள்ளறிவன் என்ற நாவிதன் தெரிந்துகொண்டான். மணிபத்திரன் பெரும் பொற்குவியலோடு வீட்டுக்குள் செல்வதைப் பார்த்து விட்ட வெள்ளறிவன் மணிபத்திரனிடம் அந்தப் பொற்குவியல் எப்படிக்

கிடைத்ததென்று விசாரித்தான். மணிபத்திரன் தன் கனவு ரகசியத்தை அவனுக்குக் கூறி, அவன் கைகளில் சில பொற்காசுகளையும் கொடுத்து, 'இந்த விஷயத்தை நீ யாரிடமும் கூறிவிடாதே!' என்று எச்சரித்து அனுப்பினார்.

தன் வீட்டிற்கு வந்த வெள்ளறிவன், 'யாரிடமும் நாம் இதைப் பற்றிக் கூறவேண்டாம். ஆனால், மணிபத்திரன் செய்ததுபோலவே நாமும் செய்து பார்த்தால் என்ன?' என்று நினைத்தான். 'அதை எப்படிச் செய்வது?' என்று யோசித்தான். 'நாமும் விடியற்பொழுதில் ஒரு பெரிய துறவியை அழைத்துவந்து, நம் வீட்டின் வாசலில் நிறுத்தி அவரின் தலையில் ஒரு தடியால் அடித்தால் நமக்கும் ஒரு பொற்குவியல் கிடைக்குமே!' என்று திட்டமிட்டான் வெள்ளறிவன்.

காலையில் எழுந்த வெள்ளறிவன் ஒரு துறவிக் கூட்டத்தைத் தேடிச் சென்றான். அவர்கள் அந்த நகருக்கு வெளியே ஒரு குழுவாகத் தங்கியிருந்தனர்.

அந்தத் துறவிகளுள் ஒரு முதிய துறவியைத் தேர்ந்தெடுத்து, அவரிடம் சென்ற வெள்ளறிவன், 'சுவாமி! தாங்கள் எல்லோருக்கும் அருளுப தேசங்கள் கூறிவருகிறீர்கள். ஆனால், இதுநாள் வரையில் எனக்கு எந்த உபதேசமும் கூறவில்லை. தவிர, தாங்கள் எனது வீட்டிற்கும் இதுவரை வந்து யாசிக்கவில்லை. தங்களைப் போன்றோரின் திருப்பாதங்கள் என் வீட்டு வாசலில் பட்டாலே நான் புண்ணியனாகிவிடுவேன். தயவு கூர்ந்து தாங்கள் என் வீட்டுக்கு வரவேண்டும்!' என்று வஞ்சகமாகப் பேசினான்.

வெள்ளறிவனின் பொய்யான வார்த்தைகளை நம்பிய அந்த முதிய துறவி அவன் வீட்டிற்கு வரச் சம்மதித்தார். மனம் மகிழ்ந்த வெள்ளறிவன் அவரை அழைத்துக்கொண்டு தன் வீட்டிற்குச் சென்றான்.

அந்த முதிய துறவியைத் தன் வீட்டு வாசலில் நிறுத்திவிட்டு, வீட்டினுள் நுழைந்த அவன் ஓர் உலக்கையைக் கொண்டுவந்தான். அந்த உலக்கையால் முதிய துறவியின் தலையில் ஓங்கி அடித்தான். துறவி வலியால் துடித்து அலறியபடி, மயங்கி விழுந்தார். வெள்ளறிவன், அந்தத் துறவியின் அருகில் ஏதாவது பொற்காசுகள் தோன்றுகிறதா என்று பார்த்துக் கொண்டிருந்தான்.

துறவியின் அலறல் சத்தம் கேட்ட அக்கம் பக்கத்து மக்கள் வெள்ளறி வனின் வீட்டிற்கு விரைந்து வந்தனர். அங்கே நடந்ததைப் புரிந்து கொண்டு துறவியை அடித்துக் காயப்படுத்திய வெள்ளறிவனை பிடித்துக் கட்டி அவனை ஊர்த்தலைவரிடம் கொண்டு சென்று ஒப்படைத்தனர்.

ஊர்த்தலைவர் விசாரிக்க, வெள்ளறிவன் நடந்த உண்மையைக் கூறினான். மணிபத்திரனைக் காட்டிக்கொடுத்தான்.

ஊர்த்தலைவர் அடுத்து மணிபத்திரனை அழைத்து விசாரித்தார். யாரும் தனது கனவில் வரவில்லையென்றும், பொற்குவியல் ஏதும் கிடைக்கவில்லையென்றும் கூறிய மணிபத்திரன், வெள்ளறிவன் கூறியது முழுவதும் பொய் என்று மறுத்தார்.

நல்லொழுக்கம் கொண்டவனான மணிபத்திரன் கூறியதுதான் நிஜமென்று கருதிய, ஊர்த்தலைவர் துறவியைத் தாக்கிய குற்றத்திற்காக, அந்த நாவிதன் வெள்ளறிவனைக் கழுவில் ஏற்றிக் கொல்லுமாறு ஆணையிட்டார்.

பின்னர் அந்த ஊர்த்தலைவர், ‘முன்பு இப்படித்தான் இந்த நாவிதனைப் போலவே, ஒரு பார்ப்பனப் பெண் சற்றும் யோசிக்காமல் செய்த ஒரு காரியத்தால் பெரிய துன்பத்தை அனுபவித்தாள்.’ என்றார்.

‘அப்படி பார்ப்பணப் பெண் யோசிக்காமல் செய்த காரியம்தான் என்ன?’ என்று கேட்ட மணிபத்திரனுக்கு, ஊர்த்தலைவர் அந்தக் கதையினைச் சொல்லத் தொடங்கினார்.

1. பிள்ளையைக் காத்த கீரிப்பிள்ளை

உஜ்ஜயினிபுரம் என்னும் நகரத்தில் ஓர் அந்தணத் தம்பதியினர் வாழ்ந்துவந்தனர். அத் தம்பதியருக்குக் குழந்தை இல்லை. அவர்கள் தங்கள் வீட்டில் ஒரு கீரிப்பிள்ளையைத் தமது பிள்ளையைப்போல வளர்த்து வந்தனர். ஓராண்டு கழிந்தபின்னர் அத் தம்பதியருக்கு ஓர் ஆண்குழந்தை பிறந்தது.

குழந்தை பிறந்த பின்பும் அந்தணனின் மனைவி கீரிப்பிள்ளையின் மேல் கொண்ட தனது பாசத்தை குறைத்துக் கொள்ளவில்லை. இருவரையுமே தன்னுடைய குழந்தைகளாகவே கருதி அன்புடன் வளர்த்து வந்தாள்.

ஒருநாள் அந்தணர் வெளியில் சென்றிருந்தார். அவர்களது கைக்குழந்தை தொட்டிலில் தூங்கிக் கொண்டிருந்தது. அந்தணரின் மனைவி தண்ணீர் கொண்டு வருவதற்காக குடத்தை எடுத்துக்கொண்டு குளக்கரைக்குப் புறப்பட்டவள் குழந்தைக்குக் காவலாகக் கீரிப்பிள்ளையை விட்டுச் சென்றாள்.

அவள் தண்ணீர் எடுத்துக்கொண்டு திரும்பி வந்தபோது, வீட்டின் வாயிற்படியில் கீரிப்பிள்ளை வாய் எல்லாம் ரத்தம் வடிய நின்று கொண்டிருந்தது. அதனைப் பார்த்தவுடன் அவள் பதறினாள்.

'கீரிப்பிள்ளை தன் குழந்தையைக் கடித்துக் குதறிக் கொன்று விட்டுத்தான் இப்படி வாயில் இரத்தம் வடிய நிற்கிறது' என்று நினைத்தாள். உடனே கோபப்பட்டுத் தன் இடுப்பில் இருந்த தண்ணீர்க் குடத்தினைக் கீரிப்பிள்ளையின் மீது போட்டாள். அது தலை நசுங்கி இறந்துபோனது.

பின்னர் அவள் வீட்டினுள் ஓடோடிச் சென்று குழந்தையைப் பார்த்த போது, குழந்தை எந்தப் பாதிப்புமின்றி அமைதியாக தொட்டிலில் தூங்கிக்கொண்டிருந்தது. தொட்டிலின் அருகே ஒரு நாகப்பாம்பு மட்டும் இறந்து கிடந்தது. அதன் உடல் கிழிபட்டு இரத்தம் சிதறியிருந்தது.

அந்தணப் பெண் நடந்ததைப் புரிந்து கொண்டாள். தொட்டிலில் கிடந்த குழந்தையைத் தீண்ட வந்த நாகப்பாம்பை கீரிப்பிள்ளை தடுத்து சண்டையிட்டு, அதனைக் கடித்துக் கொன்றிருக்கிறது என்று உணர்ந்து கொண்டாள்.

'அடடா! தன் குழந்தையைக் காப்பாற்றிய கீரிப்பிள்ளையை கொஞ்சமும் யோசிக்காமல் கோபத்தில் கொன்றுவிட்டோமே' என்று நினைந்து மனம் வருந்தினாள்.

தன் கணவர் வந்ததும் நடந்தவற்றைக் கூறினாள். 'அடி பாதகி! நம் குழந்தையைக் காப்பாற்றி நமக்கு நன்மை செய்த கீரிப்பிள்ளையைக் அவசரப்பட்டு யோசிக்காமல் கொன்றுவிட்டாயே!' என்று கடுமையாகக் கோபப்பட்டார். பின்னர் அவர், 'நீ செய்த இந்தச் செயல் பேராசைக் காரன் தலையில் சக்கரம் சுழன்றதைப் போல் உள்ளது' என்றார்.

'தலையில் ஏன் சக்கரம் சுழல வேண்டும்?' என்று கேட்டாள் மனைவி. கணவர் அந்தக் கதையைக் கூறத் தொடங்கினார்.

2. குபேரனின் சாபம்

அமராவதி என்ற நகரத்தில் நான்கு வேதியர்கள் வாழ்ந்துவந்தனர். அவர்கள் வறுமையில் உழன்று துன்புற்றிருந்தனர். எனவே ' பொருள் கிடைக்கக் கூடிய ஓர் இடத்திற்குச் செல்லலாம்' என்று அந்த நால்வரும் முடிவுசெய்தனர்.

அந்த நேரத்தில், 'க்ஷிப்பிரா நதிக்கரையில் பைரவாநந்தி என்ற ஒரு யோகி ஒருவர் உள்ளார். அவர் மிகவும் வல்லமை மிக்கவர். அவரிடம் சென்றால் எல்லாம் கிடைக்கும்' என்று கேள்விப்பட்டனர்.

வேதியர் நால்வரும் அவரைத் தேடிச் சென்றனர். யோகியைக் கண்டு வணங்கினர். அவரிடம், 'சுவாமி! நாங்கள் நால்வரும் வறுமையில் உள்ளோம். நீங்கள்தான் எங்களுக்குப் பெரும் பொருள் கிடைக்க வழிகாட்டவேண்டும். அவ்வாறு தாங்கள் வழிகாட்டவில்லையெனில் நாங்கள் நால்வரும் இங்கேயே உயிரை விட்டுவிடுவோம்!' என்று கூறினர்.

அந்த யோகி, அந்த நால்வர் தலையிலும் ஒவ்வொரு திரிச்சீலையை (விளக்கில் இடும் திரி) வைத்தார். 'நீங்கள் நால்வரும் இமயமலையை நோக்கிச் செல்லுங்கள். உங்கள் தலையில் உள்ள திரிச்சீலை எங்கு கீழே விழுகிறதோ அங்கு உங்களுக்குரிய பொருள் கிடைக்கும்' என்று கூறி அவர்களை அனுப்பிவைத்தார்.

அவர்கள் இமயமலையை நோக்கிச் செல்லும்போது ஓர் ஆறு குறுக்கிட்டது. அதனைக் கடந்தார்கள். அப்போது ஒருவனின் தலையிலிருந்த திரிச்சீலை கீழே விழுந்துவிட்டது.

உடனே, அவன் அந்த இடத்தைத் தோண்டிப் பார்த்தான். அங்கே அவனுக்குத் தாமிரப் புதையல் கிடைத்தது.

அவன் மற்ற மூவரிடமும் 'நண்பர்களே! இந்தத் தாமிரப் புதையலில் தங்களுக்கு வேண்டியனவற்றை எடுத்துக்கொள்ளுங்கள்.' என்றான்.

அவர்கள், 'அட மூடனே! இந்தத் தாமிரத்தை நீயே வைத்துக்கொள். எங்கள் தலையில் உள்ள திரிச்சீலை இன்னமும் விழவில்லை. அது விழும் இடத்தில் பொற்புதையல் கிடைக்கலாம். நாங்கள் முன்னேறி நடக்கிறோம்.' என்று கூறி, அவனை அங்கேயே விட்டுச் சென்றனர்.

அவர்கள் வெகுதூரம் சென்ற பின்னர், இரண்டாமவனின் தலையிலிருந்த திரிச்சீலை கீழே விழுந்தது. உடனே, அவன் அந்த இடத்தைத் தோண்டிப் பார்த்தான். அங்கே அவனுக்கு வெள்ளிப் புதையல் கிடைத்தது.

அவன் மற்ற இருவரிடமும் 'நண்பர்களே! இந்த வெள்ளிப் புதையலில் உங்களுக்கு வேண்டியனவற்றை எடுத்துக் கொள்ளுங்கள்.' என்றான்.

அவர்கள், 'அட முட்டாளே! இந்த வெள்ளியை நீயே வைத்துக்கொள். எங்கள் தலையில் உள்ள திரிச்சீலை இன்னமும் விழவில்லையே! நாங்கள் முன்னேறி நடக்கிறோம்' என்று கூறி, அவனை அங்கேயே விட்டுச் சென்றனர்.

அதிகத் தூரம் அவர்கள் சென்ற பின்னர், மூன்றாமவனின் தலையிலிருந்த திரிச்சீலை கீழே விழுந்தது. உடனே, அவன் அந்த இடத்தைத் தோண்டிப் பார்த்தான். அங்கே அவனுக்குப் பொற்புதையல் கிடைத்தது.

அவன் மற்றவனிடம் 'நண்பனே! நான் சொல்வதைக் கேள். நீ இதற்கு மேலும் தனியாகச் செல்லவேண்டாம். நமக்கு இது போதும். இந்தப் பொற்புதையலில் உனக்கு வேண்டியனவற்றை எடுத்துக் கொள்.' என்றான்.

மற்றவன், 'அட மூடனே! இந்தப் பொற்புதையலை நீயே வைத்துக் கொள். எங்கள் தலையில் உள்ள திரிச்சீலை இன்னமும் விழவில்லையே! எனக்கு வைரப் புதையல் கிடைக்கக் கூடும். நான் முன்னேறி நடக்கிறேன்' என்று கூறி, அவனை அங்கேயே விட்டு மேற்கொண்டு முன்னேறிச் சென்றான்.

நான்காமவன் நடந்துகொண்டே இருந்தான். அவன் தலையில் இருந்த திரிச்சீலை கீழே விழவேயில்லை. அவனுக்குத் தாகமும் பசியும் எடுக்க அவன் தள்ளாடியபடியே நடந்தான். வழியில் ஒருவனைப் பார்த்தான். அவன் உடலில் இரத்தம் கொட்டிக்கொண்டிருந்தது. அவன் தலையில் ஒரு சக்கரம் சுழன்றுகொண்டிருந்தது.

உடனே, இந்த நான்காமவன் அவனைப் பார்த்து, 'நீ யார்? உனக்கு என்னவாயிற்று? உன் தலையில் ஏன் இந்தச் சக்கரம் சுழன்று கொண்டிருக்கிறது?' என்று கேட்டான்.

அவன் கேட்டு முடித்த உடனே, எதிராளியின் தலையில் சுழன்று கொண்டிருந்த அந்தச் சக்கரம் இந்த நான்காமவன் தலைக்கு வந்து விட்டது. 'ஐயோ! இது என்ன கொடுமை?' என்று அலறினான் நான்காமவன்.

அதற்கு எதிராளி, 'இது குபேரன் கொடுக்கும் சாபம். பேராசையால் இங்கு வருபவர்களின் தலையில் சக்கரத்தைச் சுமத்திச் சுழலச் செய்வான்!' என்றான்.

'இந்தச் சாபத்திற்கு என்ன பரிகாரம்?' என்று நான்காமவன் கேட்டான்.

'நீ என்னைக் கேட்டதுபோல யாராவது உன்னிடம் வந்து, 'என்ன உன் தலையில் சக்கரம் சுழல்கிறதே?' என்று கேட்டால், அப்போது இந்தச் சக்கரம் அவர்களின் தலைக்குச் சென்றுவிடும்.' என்றான்.

'அது வரை?' என்றான் நான்காமவன்.

'பசி, தாகத்தால் வருந்தவேண்டியதுதான். பேராசைக்கு அதுதான் தண்டனை!' என்றான்.

இந்த நான்காமவனைத் தேடிக்கொண்டு மூன்றாமவன் வந்தான். நான்காமவனின் தலையில் சக்கரம் சுழல்வதைப் பார்த்துத் துக்கப் பட்டான். அவனது பரிதாபத்துக்குரிய நிலையைப் பார்த்து,

‘பேராசையால்தான் உனக்கு இந்தத் துன்பம் நேர்ந்தது. இந்த உனது செயல் பிள்ளைவரம் கேட்கச் சென்ற பெண், தன் கணவனைப் பறிகொடுத்தது போல உள்ளது. சில மூடர்களுக்கு கல்விப் பயிற்சி சிறிதளவு கிடைத்தாலும் பிடிவாதத்தால் அவர்கள் பிறர் சொல்வதைக் கேட்காமல் இறந்த சிங்கத்தை உயிர்ப்பித்துத் துன்பமடைவார்கள்’ என்றான்.

‘இறந்த சிங்கத்தை அவர்கள் ஏன் உயிர்ப்பித்தார்கள்?’ என்று கேட்ட தலைச் சக்கரக்காரனுக்குப் பொற்புதையல் பெற்றவன் அந்தக் கதையினைச் சொல்லத் தொடங்கினான்.

3. வித்தை கர்வம்

துளசாபுரம் என்ற ஒரு பழைய ஊரில் நான்கு மாணவர்கள் மாய மந்திரக் கலையினைக் கற்றுக் கொண்டிருந்தனர். அவர்களுள் மூவர் மட்டும் அனைத்து வித்தைகளையும் பூரணமாகக் கற்றுத் தேர்ந்தனர். நான்காமவன் மட்டும் மாயமந்திரக் கலையை சரிவரக் கற்காமல் அரைகுறைக் கல்வியுடனே இருந்தான்.

இந்த நால்வரும் தங்கள் கற்ற மந்திர வித்தைகளை அந்நாட்டு ராஜாவிடம் செய்து காட்டி, அவரை மகிழ்வித்து, செல்வம் பெறலாம் என்று திட்டமிட்டனர். அப்போது அவர்களில் ஒருவன், ‘நாம் மூவர் மட்டும்தான் மந்திர வித்தைகளை முழுமையாகக் கற்றுத் தேர்ந்த வர்கள். நான்காமவன் அரைகுறைக் கல்வியாளந்தானே? எனவே ராஜாவிடம் பெறும் பொருள்களை நாம் மூவர் மட்டும்தான் பங்கிட்டுக் கொள்ளவேண்டும்’ என்றான்.

அதற்கு மற்றவன் சொன்னான்: ‘நமது நான்காவது நண்பன் வித்தைகளில் தேர்ச்சிபெறவில்லை என்றாலும் அவன் நம்முடன் இணைந்து பயின்றவன். நல்லவன். அவனுக்கும் நாம் பங்கு கொடுத்து விடலாம்’ என்றான்.

பின்னர் மூவரும் அதற்கு உடன்பட்டு, நான்காமவனையும் அழைத்துக் கொண்டு மன்னனைக் காணப் புறப்பட்டார்கள். அவ்வாறு அவர்கள் செல்லும் வழியில் சிங்கம் ஒன்று இறந்து கிடப்பதைப் பார்த்தார்கள். அதனைப் பார்த்த ஒருவன், ‘ஐயோ பாவம்! சிங்கம் இறந்துள்ளதே! நாம் கற்ற வித்தையால் இந்தச் சிங்கத்தைப் பிழைக்கவைப்போமா?’ என்று கேட்டான். உடனே வித்தை முழுவதும் கற்காத நான்காமவன், ‘ஐயோ! வேண்டாம் நண்பர்களே! அது பிழைத்துக்கொண்டால் அது நம்மைத் தாக்கிவிடும்’ என்றான்.

அவன் கூறியதைக் கேட்காத அந்த மூவரும் அந்தச் சிங்கத்தை எழுப்பத் தங்கள் வித்தையைப் பயன்படுத்தத் தயாரானார்கள்.

நான்காமவன் ஓடிச் சென்று ஒரு மரத்தில் ஏறிக்கொண்டான். மூவரும் தங்கள் மந்திரப் பிரயோகத்தினால் சிங்கத்தைப் பிழைக்க வைத்தார்கள். சிங்கம் உயிர் பெற்று எழுந்தது. தன் எதிரே இருந்த மூவரையும் தாக்கிக் கொன்றது.

'ஆதலால், கல்வியை விட அறிவே சிறந்தது. கற்றவர்கள் பிறர் கூறுவதைக் கேட்பதில்லை. அதனால் அவர்கள் கற்ற கல்வியே அவர்களுக்கு ஆபத்தாக அமைந்துவிடுகிறது' என்றான் பொற்புதையல் பெற்றவன்.

'ஆமாம்! புத்தியே சிறந்தது என்பது உண்மைதான். முன்பு, ஆயிரம் புத்தி மல்லாந்ததையும் நூறு புத்தி தொங்கியதையும் ஒரு புத்தி நீரில் விளையாடியதையும் நீ அறிவாயோ? என்று கேட்டான் தலைச் சக்கரக்காரன்.

'எனக்குத் தெரியாதே! என்ன கதை அது?' என்று கேட்ட பொற்புதையல் காரனுக்கு அந்தக் கதையினைக் கூறத் தொடங்கினான் தலைச் சக்கரக்காரன்.

4. புத்தியைப் பயன்படுத்து!

மகதநாட்டில் ஒரு குளம் இருந்தது. அந்தக் குளத்தில் இரண்டு மீன்கள் வாழ்ந்துவந்தன. அவற்றில் ஒன்றின் பெயர் ஆயிரம் அறிவன். மற்றொன்றின் பெயர் நூறு அறிவன்.

அதே குளத்தில் ஓரறிவன் என்ற தவளையும் வாழ்ந்தது. தவளை அந்த இரண்டு மீன்களுடனும் மிகுந்த நட்புடன் இருந்தது.

ஒருநாள் அந்தக் குளத்திற்கு அருகில் வந்த ஒரு மீனவன், 'நாளை வந்து இந்தக் குளத்தில் உள்ள மீன்களைப் பிடித்துச் செல்வோம்.' என்று கூறிக்கொண்டே சென்றான்.

அவனுடையப் பேச்சினைக் கவனித்த தவளை உடனே தாவிச் சென்று நண்பர்களான அந்த இரண்டு மீன்களிடமும் தகவலைக் கூறியது. மீன்கள் யோசித்தன.

ஆயிரம் அறிவன் மீன் சொல்லியது: 'அந்த மீனவன் வரும்போது விரைந்து சென்று தப்பிக்க என்னால் முடியும். எனவே பின்னர் பார்த்துக் கொள்ளலாம்!' என்றது.

நூறு அறிவன் மீனோ, 'ஆமாம்! காலம் காலமாக நாம் வசிக்கும் இடத்தைக் கைவிட்டு விலகுவது சரியல்ல! மீனவன் வரட்டும். பார்ப்போம்!' என்றது.

'சரி, அப்படியானால் நான் போகிறேன்!' என்று சொல்லி விட்டுத் தவளை அன்றே வேறு இடத்திற்குச் சென்றுவிட்டது.

மறுநாள் மீனவன் வந்தான். குளத்தில் வலையை வீசினான். அந்த இரண்டு மீன்களும் வலையில் அகப்பட்டுக் கொண்டன.

மீனவன் அந்த மீன்களைக் கொண்டுசெல்லும்போது, அந்தத் தவளை தன்னுடைய பெண் தவளையிடம், 'அதோபார் ஆயிரம் புத்தியுள்ள மீன் அந்த வலைக்குள் மல்லாந்து கிடக்கிறது. நூறு புத்தியுள்ள மீன் அந்த வலைக்குள் தொங்கிக்கொண்டுள்ளது. ஒரு புத்தியுள்ள நானோ இனி அந்தக் குளத்தில் விளையாடுவேன்' என்றது.

'ஆதலால், புத்தி இருப்பது மட்டும் பெரிதல்ல, இருக்கும் புத்தியைச் சரியாகப் பயன்படுத்த வேண்டும்' என்றான் தலைச் சக்கரக்காரன்.

'அது சரி! ஆனால் உனக்கு ஏற்பட்ட இந்தத் துன்பம், பாட்டுப் பாடி அடிபட்ட கழுதைக்கு ஏற்பட்டது போலவே இருக்கிறது!' என்றான் பொற்புதையல் பெற்றவன்.

'பாடிய கழுதை ஏன் அடிவாங்கியது?' - தலைச் சக்கரக்காரன் கேட்க, பொற்புதையல் பெற்றவன் அந்தக் கதையினைக் கதையினைச் சொல்லத் தொடங்கினான்.

5. இசைபாடி அடிவாங்கிய கழுதை

ஓர் ஊருக்கு வெளியே நெடுஞ்செவியல் என்ற கழுதையும் சுமதி என்ற நரியும் நண்பர்களாக வாழ்ந்து வந்தனர். இருவரும் இணைந்து சென்று உண்பதும் உறங்குவதுமாக இருந்தனர்.

இரவில் அவர்கள் ஊருக்குள் வருவதும் அங்குள்ள உணவுகளை உண்பதும் பின்னர் அங்கு இருப்போருக்கு எந்தவித இடையூறும் செய்யாமல் ஊருக்கு வெளியே சென்றுவிடுவதுமாக அவர்களின் வாழ்க்கை கழிந்துவந்தது.

ஒருநாள் இரவில் வழக்கம் போல இவ்விருவரும் நன்றாகச் சாப்பிட்டு விட்டு, ஊருக்கு மத்தியில் அமர்ந்திருந்தன. அப்போது கழுதை, 'எனக்குப் பொழுதுபோகவில்லை. நான் ஒரு பாட்டுப் பாட்டுமா? என்று நரியிடம் கேட்டது.

அதற்கு நரி, 'நாம் இந்த ஊருக்குள் வருவதும் போவதும் யாருக்கும் தெரியாது. அதுமட்டுமல்லாமல் இந்த இரவில் நீ பாடினால், ஊராரின் தூக்கம் கலைந்துவிடும். நம்மை அடித்து விரட்டுவார்கள்!' என்று எச்சரித்தது.

ஆனால், கழுதை நரியின் பேச்சினைக் கேட்கவில்லை. அது தன்னுடைய பெரிய வாயைத் திறந்து பெருங்குரலில் கத்திப் பாடியது. இதைக் கண்டு நரி ஓடி ஒளிந்துகொண்டது. கழுதையின் கத்தலைக் கேட்டுப் பதறி எழுந்த ஊரார், 'இது நமது தூக்கத்தைக் கெடுப்பதற் காகவே வந்துள்ளது' என்று கோபப்பட்டு, கழுதையை நன்கு அடித்து உதைத்து விரட்டினர்.

'நான் அப்போதே சொன்னேன். கேட்டாயா?' என்று கேலி செய்தது நரி.

'ஆதலால், நண்பர்களின் பேச்சினைக் கேட்க வேண்டும். இல்லா விட்டால் இந்தக் கழுதையின் கதிதான் ஏற்படும்' என்றான் பொற்புதையல் பெற்றவன்.

'ஆமாம்! நல்ல சொல்லைக் கேட்காதவர்கள், அந்த நெசவாளி மந்தரனைப் போல இறக்க வேண்டியதுதான்' என்றான் தலைச் சக்கரக்காரன்.

'நெசவாளி ஏன் இறந்தான்?' என்று கேட்ட பொற்புதையல் பெற்றவனுக்கு, தலைச் சக்கரக்காரன் கதையினைக் கூறத் தொடங்கினான்.

6. உருமாறி உயிரிழந்தவன்

நாராயண நகரத்தில் மந்தரன் என்ற ஒரு நெசவாளி தன் மனைவியோடு வாழ்ந்து வந்தான். அவன் தனது கைத்தறியில் பல வண்ணங்களில் பலவிதத் துணிகளை நெய்து, விற்று வந்தான்.

ஒருநாள் அவனது தறி உடைந்துவிட்டது. அதனைச் சீர்செய்வதற்கு அவனுக்குப் புதிய மரம் தேவைப்பட்டது. நெசவாளி மந்தரன் மரத்தைத் தேடிக் காட்டுக்குச் சென்றான்.

காட்டினில் சுற்றிச் சுற்றி வந்து பல மரங்களைப் பார்த்தும் அவனுக்குத் திருப்தியாகவில்லை. எந்த மரமும் அவனுடைய தறிக்குத் தகுந்ததாக இல்லை. இப்படியே வெகுநேரம் அலைந்த பின்னர், ஒரு வாகை மரத்தைப் பார்த்தான். அது நல்ல செங்குத்தாக உறுதியாக அவனுடைய தறிக்கு ஏற்றதாக இருந்தது. மந்தரன் அந்த மரத்தை வெட்டத் தொடங்கினான்.

அப்போது, 'வெட்டாதே!' என்று ஒரு குரல் மரத்தின் மேல் இருந்து கேட்டது. மந்தரன் நிமிர்ந்து பார்த்தான். ஒரு யட்சன் அந்த மரக்கிளையில் அமர்ந்திருந்தான்.

அவன், 'நான் இந்த மரத்தில் பல ஆண்டுகளாக வசித்து வருகிறேன். எனவே இந்த மரத்தை வெட்டாதே! அதற்குப் பதிலாக உனக்குத் தேவையானதைக் கேள். நான் தருகிறேன்!' என்றான்.

உடனே, மந்தரன், 'எது கேட்டாலும் தருவாயா?' என்றான்.

'தருகிறேன்.' என்று உறுதியளித்தான் யட்சன்.

'நான் என் மனைவியிடம் ஆலோசித்துவிட்டு நாளை வருகிறேன்' என்று கூறிவிட்டு வீட்டிற்கு வரும் வழியில், தன் நண்பனான ஒரு நாவிதனைப் (முடிதிருத்துநர்) பார்த்தான்.

அவனிடம் காட்டில் நடந்தவற்றைக் கூறினான். அவன், 'நீ நாளை யட்சனிடம் என்ன வரம் கேட்கப்போகிறாய்?' என்றான்.

'அது தான் ஒரே குழப்பமாக உள்ளது?' என்றான் மந்தரன்.

'சரி, நீ இந்த ராஜ்ஜியத்தையே அவனிடம் கேள்!' என்றான் நாவிதன்.

வீட்டிற்கு வந்த மந்தரன், காட்டில் நடந்தவற்றையும் நாவிதன் கூறியதையும் தன் மனைவியிடம் சொன்னான். அவள் சற்று யோசித்து விட்டு, இந்த ராஜ்ஜியத்தைக் கேட்டல் நமக்குக் கேடுதான் வரும். நீங்கள் அந்த யட்சனிடம் செல்வமும் நிலமும் கேளுங்கள்!' என்றாள்.

மறுநாள் மந்தரன் காட்டினை நோக்கிச் சென்றுகொண்டிருந்தான். அவன் மனம் அலைபாயத் தொடங்கியது. நாவிதன் கூறியதோ, தன் மனைவி சொன்னதோ அவனுக்குச் சரியாகப் படவில்லை. 'நாமே அந்த யட்சனாக மாறிவிட்டால் எல்லாம் நமக்குச் சொந்தமாகிவிடும்!' என்று நினைத்தான்.

வாகை மரத்தினடியில் சென்ற மந்தரன், 'யட்சனே! நான் உன்னைப் போல யட்சனாக உருவம் மாறவேண்டும். நான் நினைத்ததெல்லாம் நடக்கவேண்டும். இந்த வரங்களை எனக்குத் தா!' என்று கேட்டான்.

யட்சன், 'நீ கேட்டபடியே உனக்கு வரங்கள் தருகிறேன்.' என்றான்.

மந்தரனின் உருவம் யட்சனைப் போல மாறிவிட்டது. மந்தரன் அந்த ராட்சஸ உருவத்துடனேயே தனது வீட்டிற்குத் திரும்பிக் கொண்டிருந்தான்.

அவனைக் கண்ட ஊரார், 'யாரோ அரக்கன் நமது ஊரை அழிக்க வருகிறான்!' என்று நினைத்து அவனை வழிமறித்துத் தாக்கிக் கொன்றனர்.

'ஆதலால், வீணான ஆசை விபரீதமாகிவிடும். வலியவர்கள் வீண் ஆசைகொள்ளமாட்டார்கள்' என்றான் தலைச் சக்கரக்காரன்.

'ஆமாம்! வீண் ஆசைகொண்டால் கிருபணனைப் போலக் கேடு அடைவார்கள்!' என்றான் பொற்புதையல் பெற்றவன்.

'கிருபணன் அடைந்த கேடு என்ன?' என்று கேட்டான் தலைச் சக்கரக்காரன். அவனுக்குக் கதை சொல்லத் தொடங்கினான் பொற்புதையல் பெற்றவன்.

7. உள்ளதை உதைத்து அழித்தவன்

பண்டாபுரத்தில் கிருபணசருமன் என்ற வேதியன் ஒருவன் இருந்தான். அவன் உஞ்சவிருத்தி செய்து (யாசகம் பெறுதல்) பிழைத்து வந்தான்.

அவனிடம் உள்ள, சொத்து என்று பார்த்தால் அது அவனது பழைய மண்பாண்டங்கள்தான். ஊரார் அவனுக்கு அளிக்கும் அரிசியைப் பெற்றுவந்து, தானே அந்த மண்பாண்டங்களில் இட்டுச் சமைத்து, சாப்பிட்டு வந்தான். இரவில் அந்த மண்பாண்டங்களைக் கழுவிக் கவிழ்த்திவிட்டு அவற்றின் அருகிலேயே படுத்துக்கொள்வான்.

ஒருநாள் இரவு அவனுக்குத் தூக்கம் வரவில்லை.

'இப்படியேதான் நாம் வாழ்க்கையைக் கழிக்க வேண்டி வருமோ? நான் எப்போது பணக்காரனாவேன்?' என்று நினைத்தவன், தனது முன்னேற்றத்தைப்பற்றி யோசித்து மனத்துக்குள்ளேயே கற்பனை செய்யத் தொடங்கினான். 'முதல் வேலையாக நாளை காட்டுக்குச் சென்று அங்கு மேய்ந்துகொண்டிருக்கும் குதிரைக் குட்டிகளில் இரண்டினைப் பிடித்து இங்கு கொண்டுவரவேண்டும்' என்று திட்டமிட்டான்.

'நான் நாளை குதிரைக் குட்டிகளை வீட்டுக்குக் கொண்டுவருவேன். பின் அவற்றை நன்றாக வளர்த்துவிடுவேன். அந்தக் குதிரைகள் குட்டிகளைப் பெற்றெடுக்கும். இந்தக் குட்டிகள் வளர்ந்து அவைகளும் பல குட்டிகளைப் போடும். இப்படியே குதிரைகள் ஏராளமாகப் பெருகிவிடும். அவைகளை விற்று விற்று நான் பெரிய செல்வந்தனாகி விடுவேன். பிறகு ஓர் அழகான பெண்ணைப் பார்த்துத் திருமணம் செய்துகொள்வேன். அதன் பிறகு எங்களுக்கு ஓர் அழகான குழந்தை பிறக்கும். அதனைப் பாசமாக வளர்ப்போம். ஒருநாள் குழந்தை அழும் போது அதைக் கவனிக்காமல் மனைவி வேறு வேலைகளில் இருப்பாள். அப்போது நான், 'அடியே! குழந்தை அழுகிறதே

தெரியவில்லையா? வந்து குழந்தையைத் தூக்கு' என்று அவளை அதட்டுவேன். அவள், 'எனக்கு வேலை இருக்கிறது! என்று கூறுவாள். அழும் குழந்தையைத் தூக்க வரவே மாட்டாள். உடனே, நான் கோபப்பட்டு எழுந்து சென்று, எனது காலைத் தூக்கி இப்படி அவளை ஓங்கி உதைப்பேன்'

என்று நினைத்துக்கொண்டே அந்த வேதியன் தன் காலை நிஜமாகவே ஓங்கி உதைக்க, அந்த உதையில் அவன் காலுக்கு அருகில் வைத்திருந்த அவனுடைய ஒரே சொத்தான அந்த மண்பாண்டங்கள் உருண்டு உடைந்து சுக்கு நூறாக சிதறிப் போயின.

'ஆதலால், வீண் கற்பனை செய்தால் கேடுதான்' என்றான் பொற் புதையல் பெற்றவன். பின் அவன் தலைச் சக்கரக்காரனைப் பார்த்து, 'உன் மீது என்ன குற்றம் உள்ளது? உன் உள்ளம் கொண்ட பேராசை தானே. சந்திரசேனன் ராஜாவுக்கு ஏற்பட்ட நிலைதான் உனக்கும் ஏற்பட்டுள்ளது' என்றான்.

'சந்திரசேனன் ராஜாவுக்கு என்ன ஆனது?' என்று கேட்ட தலைச் சக்கரக்காரனுக்குப் பொற்புதையல் பெற்றவன் அந்தக் கதையினைக் கூறத் தொடங்கினான்.

8. குலப் பகையைக் குளத்தில் தீர்த்த குரங்கு

அயோத்தியா நகரத்தினை சந்திரசேனன் என்ற ராஜா ஆண்டுவந்தார். அவருக்கு ஒரு மகன். அவர் தன் மகனோடு விளையாட ஒரு குரங்கினைக் கொண்டுவரச் சொன்னார்.

அரண்மனைக்கு வந்த குரங்கு, இளவரசருக்குக் குதித்துக் கூத்தாடி, குட்டிக்கரணம் போட்டு விளையாட்டுக் காட்டியது. அந்தக் குரங்குக்கு இளவரசர் 'வலிமுகன்' என்று பெயரிட்டார். அதற்குத் துணையாகச் சில குரங்குகளையும் ராஜா அரண்மனைக்குக் கொண்டுவரச் சொன்னார்.

நாட்கள் கழிந்தன. குரங்குகள் உண்டு கொழுத்து வளர்ந்தன. அவற்றின் குட்டிகளால் அரண்மனையில் குரங்குக் கூட்டம் பெருகியது.

ஒருமுறை அரண்மனையில் பணிபுரியும் சமையற்காரர்களுக்கும் மற்ற வேலையாட்களுக்கும், இடையே சண்டை வந்துவிட்டது. சண்டை பெரியதாகி சமையல்காரர்கள் அரண்மனையைவிட்டு வெளியேறப் போவதாகப் பேசிக்கொண்டனர்.

இதனைக் கேட்டுக் கொண்டிருந்த குரங்குகள், இதனால் 'தங்களுக்கு உணவுத் தட்டுப்பாடு ஏற்படுமோ?' என்று நினைத்தன.

வலிமுகன் குரங்கு, மற்ற குரங்குகளிடம், 'இனி நாம் இங்கு இருக்க வேண்டாம். காட்டுக்குத் திரும்பிப் போய்விடுவோம்' என்றது.

ஆனால், பலவகையான உணவுகளைச் சுவைத்து ருசி கண்டிருந்த மற்ற குரங்குகள், 'இந்த அரண்மனையைவிட மிகவும் நல்ல இடம் எங்கு கிடைக்கும்? எதுவானாலும் கடைசிவரை இங்கேயே இருப்போம்.' என்றன.

வலிமுகன் குரங்கு தன்னுடைய குடும்பத்தை அழைத்துக்கொண்டு காட்டிற்குச் சென்றது. மற்ற குரங்குகள் அரண்மனையிலேயே தங்கியிருந்தன.

சிறிது நாட்களுக்குப் பிறகு மீண்டும் அரண்மனையில் பணிபுரிபவர் களுக்கும் சமையற்காரர்களுக்கும் இடையே சண்டை வந்தது. எடுபிடியாளன் ஒரு குண்டாந்தடியை எடுத்துச் சமையற்காரன் மீது வீசினான். சமையற்காரன் ஒரு கொள்ளிக்கட்டையை எடுத்து எடுபிடியாளின் மீது வீசினான்.

அது தவறுதலாகக் குதிரை லாயத்தில் விழுந்தது. லாயம் தீப்பற்றியது. குதிரைகள் படுகாயம் அடைந்தன. ராஜா வைத்தியரை அழைத்து, குதிரைகளுக்கு வைத்தியம் அளித்துக் காப்பாற்றுமாறு கூறினார்.

குதிரைகளைச் சோதித்த வைத்தியர், 'மகாராஜா! குதிரைகளின் காயங் களுக்குக் குரங்கு எண்ணெயைத் தடவவேண்டும். அதைச் செய்தால் குதிரைகள் விரைவிலேயே குணமாகிவிடும்! எனவே எண்ணெய்க்குத் தேவையான குரங்குகளை காட்டுக்குச் சென்று பிடித்து வருமாறு தாங்கள்தான் வீரர்களிடம் கட்டளையிட வேண்டும்!' என்றார்.

அதற்கு சந்திரசேனன் ராஜா, 'ஏன் காட்டுக்குப் போகவேண்டும்? நம் அரண்மனையில்தான் குரங்குகள் அதிகமாக இருக்கின்றனவே!' என்றார்.

சேவகர்கள், அரண்மனையில் இருந்த அனைத்துக் குரங்குகளையும் கொன்று குரங்கு எண்ணெயைத் தயாரித்தனர்.

பின்னர் இதனை அறிந்த வலிமுகன் குரங்கு, தனது இனத்தவர்களைக் கொன்றதற்காக சந்திரசேனன் ராஜாவைப் பழிவாங்க நினைத்தது. காட்டில் அலைந்துகொண்டிருந்த வலிமுகன் ஒரு தாமரைக் குளத்தினைப் பார்த்தது. அதில் தண்ணீர் குடிக்க நினைத்தது. ஆனால், அந்தக் குளம் சலனம் இல்லாமல் இருந்ததால், அதில் இறங்க வலிமுகன் பயந்தது.

பின், ஒரு தாமரைத் தண்டை எடுத்து, அதை மிக மெதுவாகக் குளத்திற்குள் வைத்துத் தண்ணீரை உறிஞ்சிப் பருகியது. அப்போது அந்தக் குளத்துக்குள்ளிருந்து ஒரு பூதம் வெளியே வந்தது. வலிமுகன் பயந்துவிட்டது. பூதம் வலிமுகனைப் பார்த்து, 'இதுவரை இந்தக் குளத்தில் நீர் அருந்தியவர்கள் யாரும் உயிர் தப்பியதில்லை. ஆனால், நீ மட்டும் உயிர் தப்பினாய்' என்றது.

வலிமுகன், 'எப்படி?' என்று கேட்டது.

அதற்குப் பூதம், 'நீ எந்த ஓசையையும் எழுப்பாமல், என்னைத் தொந்தரவு செய்யாமல் இந்தக் குளத்தில் நீர் அருந்தியதால், நான் உன்னுடைய செயலைப் பாராட்டி உன்னைக் கொல்லாமல் விட்டு விட்டேன்' என்றது. வலிமுகன், 'மிக்க நன்றி.' என்றது.

அந்தப் பூதம் வலிமுகனுக்கு ஒரு வைரமாலையைப் பரிசாகத் தந்தது. அதனைப் பெற்றுக்கொண்ட வலிமுகன், 'நீ எவ்வளவு வலிமை யானவன்?' என்று கேட்டது.

அதற்கு அந்தப் பூதம், 'இந்தக் குளத்தில் ஆயிரம் பேர் ஒரே சமயத்தில் இறங்கினாலும் அவர்கள் அனைவரையும் உள்ளிழுத்துக் கொல்வேன்!' என்றது.

வைரமாலையை அணிந்துகொண்ட வலிமுகன் சற்று யோசித்தது. இந்தப் பூதத்தால் தன் குலத்தை அழித்த ராஜாவைப் பலிவாங்கத் திட்டமிட்டது.

மறுநாள் அது ராஜாவைச் சந்திக்க அரண்மனைக்குச் சென்றது. தன் வைரமாலையைக் கையில் வைத்துக்கொண்டது. 'ராஜா! தாங்களே எனக்கு உணவு அளித்து வளர்த்தவர். ஆதலால், இந்த வைரமாலையைத் தங்களுக்குத் தர விரும்புகிறேன். பெற்றுக்கொள்ளுங்கள்!' என்றது.

அதனை வாங்கிப் பார்த்த ராஜா, 'இது உனக்கு எப்படிக் கிடைத்தது?' என்றார்.

உடனே, வலிமுகன் 'ராஜா, காட்டில் ஓர் அதிசயக் குளம் உள்ளது. விடியல் பொழுதில் அந்தக் குளத்தில் இறங்கிக் குளிப்பவர்களுக்கு இது போன்று வைரமாலை கிடைக்கிறது!' என்று தந்திரமாகப் பேசியது.

வைரமாலைக்கு ஆசைப்பட்ட ராஜா, அன்றே தன்னுடைய அனைத்துப் படைவீரர்களையும் அழைத்துக்கொண்டு காட்டுக்குச் சென்று முகாமிட்டார்.

விடியல் பொழுதில் தன்னுடைய வீரர்களுடன் அந்தக் குளத்தில் இறங்கச் சென்றார். அப்போது வலிமுகன் குரங்கு ராஜாவைத் தடுத்து, 'ராஜா! தாங்களும் நானும் இவர்களுக்குப் பின்னர் குளத்தில் இறங்குவோம். முதலில் படைவீரர்கள் அனைவரும் குளத்தில் இறங்கி வைரமாலையைப் பெற்று வரட்டும்' என்றது.

ராஜா, படைவீரர்கள் அனைவரையும் அந்தக் குளத்தில் இறங்கச் சொன்னார். படைவீரர்கள் பெருத்த கூச்சலை எழுப்பிக்கொண்டு குளத்தில் பாய்ந்தனர். ஒருவரும் குளத்தைவிட்டு எழவில்லை. குளத்தில் யாரும் இல்லை. ராஜா பயந்துவிட்டார். வலிமுகன் அருகில் இருந்த ஒரு மரத்தில் ஏறிக்கொண்டது.

அங்கிருந்தபடியே வலிமுகன், 'ராஜா! தாங்கள் என் குலத்தை அழித்தீர்கள். நான் உங்கள் படையினரை அழித்தேன். நான் உங்களை அந்தக் குளத்திற்குள் இறங்கவிடவில்லை. அது ஏன் என்று உங்களுக்குப் புரிகிறதா?' என்று கேட்டது.

ராஜா விழித்தார். வலிமுகன், 'நான் உங்களைப் போன்றவன் அல்ல, நான் நன்றியுள்ளவன்' என்று கூறியது.

'வைரமாலைக்கு ஆசைப்பட்டுப் படையினரை மொத்தமாகப் பலிகொடுத்து விட்டோமே!' என்று வருந்திய ராஜா, தனியாக அரண்மனைக்குத் திரும்பினார்.

'ஆதலால், ஒருவருக்குத் துன்பம் விளைவித்தால் நாமும் அதற்குச் சமமான துன்பத்தை அனுபவிக்க வேண்டி வரும். பேராசை பெருநஷ்டம்' என்றான் பொற்புதையல் பெற்றவன்.

'நண்பனை ஆபத்திலிருந்து காப்பவனே உண்மை நண்பன். நீ என் நண்பன்தானே? நீ என்னைக் காப்பாற்றக் கூடாதா?' என்று கேட்டான் தலைச் சக்கரக்காரன்.

அதற்கு, பொற்புதையல் பெற்றவன் 'நீ கேட்பது, ராட்சஸனைப் பிடித்த திருடனுக்கு இறுதியில் குரங்கு அகப்பட்டுக்கொண்ட கதையாக இருக்கிறதே!' என்றான்.

'திருடன் ராட்சஸனைப் பிடித்தானா?' என்று கேட்ட தலைச் சக்கரக் காரனுக்குப் பொற்புதையல் பெற்றவன் அந்தக் கதையினைச் சொல்லத் தொடங்கினான்.

9. விழுதை விட்டு வாலைப் பிடித்தவன்

மதுரை மாநகரை பத்திரசேனன் என்ற ராஜா ஆண்டு வந்தார். அவருக்கு ரத்தினாவதி என்ற அழகிய மகள் இருந்தாள். அவளை எப்படியாவது தூக்கிச் சென்றுவிடவேண்டும் என்று ஒரு ராட்சஸன் காத்துக் கொண்டிருந்தான்.

அவன் நாள்தோறும் அந்தப்புரத்தைக் கண்காணித்து வந்தான். இதனை அறிந்த ரத்தினாவதி, தன் தோழியிடம், 'இந்த ராட்சஸனின் தொல்லை நாளுக்கு நாள் அதிகமாகிக்கொண்டே போகிறதே! இவனை எப்படித் தடுப்பது? சக்தி வாய்ந்த சந்நியாசியையோ, பெரும் மந்திர வாதியையோ அழைத்து வந்து சீக்கிரத்திலேயே இவனுக்கு ஒரு முடிவு கட்டவேண்டும்!' என்று பேசிக் கொண்டாள்.

இதனை அறிந்த ராட்சஸன், 'இவர்கள் நம்மைவிட வலியவனை அழைத்துவந்து, நம்மைப் பிடித்துச் சிறையில் அடைத்துவிடு வார்களோ' என்று நினைத்துப் பயந்தான். உடனே, அவன் அரண் மனையில் இருந்த குதிரை லாயத்தில் சென்று ஒளிந்துகொண்டான்.

அங்கிருந்த குதிரைகளைவிட ஓர் அழகான குதிரையாகத் தன்னுடைய உருவத்தை மாற்றிக் கொண்டான்.

இந்தச் சமயத்தில் திருடன் ஒருவன், அரண்மனைக் குதிரை லாயத்தில் புகுந்து குதிரைகளைத் திருடவேண்டும் என்று நீண்ட நாட்களாகத் திட்டமிட்டுக் கொண்டிருந்தான். அதன்படி அவன் ஒருநாள் இரவு அரண்மனை லாயத்திற்குள் புகுந்தான். அங்கிருக்கும் குதிரைகளில் அழகான ஒரு குதிரையை மட்டும் திருடிச் சென்றான். அவன் திருடிய அந்த அழகான குதிரைதான் அந்த ராட்சஸன்.

அந்தக் குதிரை திமிறிக்கொண்டு குதித்து சண்டித்தனம் செய்தது. திருடனால் அந்தக் குதிரையை அடக்கமுடியவில்லை. அது இவனைக் கீழே தள்ளிவிட்டு, ஓர் ஆலமரத்திற்குப் பின்னால் சென்று ஒளிந்து கொண்டது.

'இது ஏதோ மாயக் குதிரைபோலத் தெரிகிறது. நாம் இதனிடமிருந்து தப்பிவிடுவோம்' என்று நினைத்த திருடன், விழுதுகளைப் பிடித்து மரத்தில் ஏறினான்.

இவன் விழுதுகளைப் பிடித்ததும், 'அந்த விழுதுகளை எடுத்துவந்து, இவன் நம்மை அடிக்கப் போகிறான்' என்று நினைத்த அந்தக் குதிரை அந்த மரத்தைவிட்டு விலகி, மீண்டும் ஓடியது.

திருடன் அமர்ந்திருந்த கிளைக்கு மேலிருந்த கிளையில் ஒரு குரங்கு ஓய்வெடுத்துக்கொண்டிருந்தது. அது 'அட ராட்சஸா! இந்த மனிதனுக்குப் பயந்து இப்படி ஓடுகிறாயே!' என்றது. உடனே, 'இது குதிரை இல்லையா? ராட்சஸனா?' என்று பதறிய திருடன், விழுதினை விட்டுவிட்டு, தனக்கு அருகில் தொங்கிக்கொண்டிருந்த குரங்கின் வாலைப் பிடித்துக்கொண்டான். வலியால் துடித்த குரங்கு கீழே விழுந்தது.

'ஆதலால், 'அந்தக் குரங்கின் நிலை எனக்கு வேண்டாம்' என்று நினைக்கிறேன்' என்றான் பொற்புதையல் பெற்றவன்.

'அப்படிச் சொல்லாதே நண்பா! இறைவன் மனது வைத்தால் எதுவும் நடக்கும். அவர் விரும்பினால் எல்லோரும் தப்புவர். அவர் கோபப் பட்டால் எல்லோரும் அழிவர். குருடன், கூனன், முக்கண்ணி ஆகியோருக்கு என்ன நடந்தது என்று உனக்குத் தெரியுமா?' என்று கேட்டான் தலைச் சக்கரக்காரன்.

'அந்த மூவருக்கும் என்ன நடந்தது?' - பொற்புதையல் பெற்றவன் ஆவலுடன் கேட்க, தலைச் சக்கரக்காரன் அந்தக் கதையினைச் சொல்லத் தொடங்கினான்.

10. பாம்புக்கறி செய்த மாயம்

மதுபுரம் என்னும் நாட்டை ஆண்டுவந்த மதுசூதனன் என்ற ராஜாவுக்குக் குழந்தை இல்லை. அதனால் அவர் மிகுந்த வருத்தத்தில் இருந்தார்.

தனது மனைவியுடன் பல கோயில்களுக்கும் சென்று ஆண்டவனை மனமுருகப் பிரார்த்தித்துக்கொண்டார்.

'இறைவா! இந்த ராஜ்ஜியத்தை எனக்குப் பிறகு ஆள்வதற்கு ஓர் ஆண்வாரிசு பிறக்க அருள் செய்!' என்று துதித்தார்.

அவரது பிரார்த்தனை நிறைவேறியது. விரைவிலேயே அவருக்கு ஓர் பெண் குழந்தை பிறந்தது. ஆனால் அது மூன்று கண்களோடு பிறந்தது.

ராஜா அதைக் கண்டு மீண்டும் வருத்தமடைந்தார். உடனே, அவர் அரண்மனை சோதிடரை அழைத்து, 'இந்தப் பெண் குழந்தையை என்ன செய்யலாம்?' என்று கேட்டார்.

'ராஜா! தங்கள் கேள்விக்கு நான் உடனே பதில் கூறினால், நான் சண்டகருமன் போலாவேனே!' என்றார் சோதிடர்.

'யார் அந்த சண்டகருமன்?' என்று ராஜா கேட்டார்.

அந்தச் சோதிடர் சண்டகருமனின் கதையினை ராஜாவுக்குக் கூறத் தொடங்கினார்.

10.1. ராட்சஸனின் தர்மம்

சண்டகருமன் என்பவன் ராட்சதர்களின் தலைவன். அவன் தண்ட காரணியத்தில் வாழ்ந்தான். அவன் ஒருநாள் தன்னுடைய பணியாளனின் தோளில் ஏறிக்கொண்டு செல்லும்போது, வழியில் ஓர் அந்தணனைப் பார்த்தான்.

அவனை உண்ண நினைத்த சண்டகருமன், 'ஏய் அந்தணனே! நான் உனக்கு தருமம் செய்ய ஆசைப்படுகிறேன். நீ இங்கேயே இரு. நான் குளித்துவிட்டு வருகிறேன். குளித்த ஈரம் என் உடலில் காய்வதற்குள் வந்து நான் உனக்குத் தருமம் தருவேன்' என்று கூறிச் சென்றான்.

அந்தணனுக்கு பயமாக இருந்தது. 'இவனைப் பார்த்தால் தருமம் செய்பவனைப் போலத் தெரியவில்லையே! இவன் குளித்துவிட்டு வந்து, ஈரம் காய்வதற்குள் நம்மை உண்டு விடுவானோ?' என்று நினைத்த அந்தணன் ஓடிவிட்டான்.

குளித்துவிட்டுவந்த ராட்சஸன் அந்த அந்தணனைத் தேடினான். அவனைக் காணவில்லை. 'அடடா! கைக்கு எட்டியது வாய்க்கு எட்ட வில்லையே. என் உடலில் ஈரம் காய்கிறதே! அதற்குள் எப்படி அவனைக் கண்டுபிடிப்பது?' என்று யோசித்தான்.

'ராஜா! எதனையும் திட்டமிட்டு ஆராய்ந்து செய்யவேண்டும். இல்லா விட்டால் அந்த ராட்சஸனைப்போல இழக்கவேண்டிவரும்!' என்று கூறிய சோதிடன், பின்னர் ஆழ்ந்து யோசித்துச் சொன்னான்.

'ராஜா! இந்தப் பெண்குழந்தையை வெயில்படாமல் காத்து வாருங்கள். இவள் பருவம் அடைந்தவுடன், 'இவளை மணப்பவருக்குப் பெருஞ் செல்வம் அளிக்கப்படும்' என்று அறிவிப்பு கொடுங்கள். பலர் வருவர். அவர்களுள், ஒருவனைத் தேர்ந்தெடுத்து இவளுக்கு மணம்முடியுங்கள்' என்றார் சோதிடர்.

காலம் விரைந்தது. இளவரசி பருவம் அடைந்தாள். சோதிடர் சொன்னது போலவே ராஜா அறிவிப்பு செய்தார். பலர் வந்தனர். ராஜா அவர்களுள் ஒரு குருடனைத் தேர்ந்தெடுத்தார். பெருஞ்செல்வம் கொடுத்து அவனுக்குத் தனது மகளை மணம் செய்து கொடுத்தார்.

ராஜாவின் மருமகனான அந்தக் குருடனுக்கு ஒரு நண்பன் இருந்தான். அவன் கூனன். அவனைப் பார்த்ததும் இளவரசி அவன்மீது காதல் கொண்டாள். பின்னர் இருவரும் சேர்ந்து அந்தக் குருடனைக் கொல்லத் திட்டமிட்டனர்.

கூனன் ஒரு பாம்பினைப் பிடித்து வந்தான். அவள் அந்தப் பாம்பினைச் சமைத்தாள். குருடனுக்கு மட்டும் அதனைப் பரிமாறினாள்.

குருடன் பாம்புக்கறியை உண்டான். ஆனால், குருடன் இறக்கவில்லை. அதிர்ஷ்டவசமாக பாம்புக் கறியைச் சாப்பிட்டதால் குருடனுக்குக் கண்பார்வை கிடைத்து விட்டது.

ஆனாலும் குருடன் தனக்குப் பார்வை வந்ததை யாரிடமும் சொல்லவில்லை. அவன், தனது மனைவி மற்றும் கூனனின் நடத்தையைக் கண்காணித்தான். இருவரது போக்கும் பிடிக்காமல் கூனனைத் தூக்கி தனது மனைவியின் மீது எறிந்தான். இதனால் கூனனுக்குக் கூன் நிமிர்ந்துவிட்டது. இளவரசியின் மூன்றாவது கண் மறைந்துவிட்டது.

'இது எல்லாம் யாரால் நடந்தது?' என்று கேட்டான் தலைச் சக்கரக்காரன்.

பொற்புதையல் பெற்றவன், 'யாரால்?' என்று திருப்பிக் கேட்டான்.

'இறைவன் நினைத்தால் எதுவும் நிகழும். இப்படித்தான் ஒரு வேதியனும் உயிர்ப்பிழைத்தான்' என்றான் தலைச் சக்கரக்காரன்.

'எப்படி உயிர்ப்பிழைத்தான்?' என்று பொற்புதையல் பெற்றவன் கேட்க, தலைச் சக்கரக்காரன் அந்தக் கதையினைச் சொல்லத் தொடங்கினான்.

11. தாயே தெய்வம்

நாசிக நாட்டில் தத்தன் என்பவன் புண்ணியத் தலங்களுக்கு யாத்திரை செல்ல விரும்பினான். அவன் தன் தாயிடம் சென்று அனுமதிபெற்றான். அவனுக்கு அனுமதியளித்த அவன் தாய், அவனுக்கு ஒரு புத்திமதியையும் கூறினாள்.

'மகனே! நீ எங்கு சென்றாலும் தனியாகச் செல்லக்கூடாது. ஆதலால், நான் தரும் இந்தப் பானையை உன்னுடன் எடுத்துச்செல். எப்போதும் இதனை உன் அருகிலேயே வைத்துக்கொள்!' என்று கூறி ஒரு பானையை மூடிக் கொடுத்தனுப்பினாள்.

தாய் கொடுத்த பானையைப் பெற்றுக் கொண்டு புறப்பட்ட தத்தன், அந்தப் பானைக்குள் என்ன இருக்கிறது என்பதனைப் பார்க்கவில்லை.

வெகுதூரம் பிரயாணம் செய்த தத்தன், செல்லும் வழியில் ஒரு மரத்தினடியில் சற்று ஓய்வெடுப்பதற்காகப் படுத்தான். தனது தாயார்

கொடுத்த பானையை தலைப்பகுதியில் வைத்துக்கொண்டு தூங்கினான்.

தத்தன் திடீரென பானை உருளும் சப்தம் கேட்டு விழித்தான். அவன் அருகில் ஒரு பாம்பு உயிருக்குப் போராடிக் கொண்டிருந்தது. அதன் தலையை ஒரு நண்டு வலுவாகப் பிடித்துக்கொண்டிருந்தது. பானை உடைந்து அதிலிருந்து தண்ணீர் வெளிவந்துகொண்டிருந்தது.

நடந்தது என்னவென்று தத்தன் புரிந்து கொண்டான். அவன் தூங்கும் போது ஒரு பாம்பு அங்கு வந்துள்ளது. அது ஏதாவது உணவு இருக்கிறதா என்று அந்தப் பானைக்குள் தன் தலையினை நுழைத்துள்ளது. அவன் தாய் அந்தப் பானைக்குள் பாதி அளவுக்குத் தண்ணீரையும் அதனுள் ஒரு நண்டையும் போட்டுக் கொடுத்துள்ளாள். பானைக்குள்ளிருந்த நண்டு, பாம்பின் தலையைப் பார்த்ததும் நன்றாகப் பிடித்துக்கொண்டு கிழித்துக் குதறியிருக்கிறது.

அந்த நண்டு அப்படிச் செய்திருக்கா விட்டால் அடுத்து பாம்பு தன்னைத்தான் தீண்டியிருக்கும். தனது உயிர் போயிருக்கும். தன் தாய் கொடுத்தனுப்பிய இந்த நண்டுப்பானையால்தான் இப்போது தனது உயிர் தப்பியது என்று நினைத்து தத்தன் மகிழ்ந்து போனான். ‘இனி, எதற்காக எந்தக் கோயிலுக்கும் செல்லவேண்டும்? தாயே தெய்வம்! அவள் இருக்கும் இல்லமே தனது கோயில்!’ என்று நினைத்தது, தத்தன் வீடுதிரும்பினான்.

இவ்வாறு கூறிய தலைச் சக்கரக்காரனின் வார்த்தைகள் அனைத்தும் உண்மையே என்று ஒப்புக்கொண்ட பொற்புதையல் பெற்றவன், ‘மந்திரம், தீர்த்தம், பெரியோர், சோதிடன், மருத்துவன், குரு ஆகியோரிடம் யார் எப்படி நடந்து கொள்கிறார்களோ அதற்கேற்பவே அவர்கள் நன்மையும் அடைவார்கள்’ என்று கூறித் தலைச் சக்கரக்காரனைத் தன் வீட்டிற்கு அழைத்துச் சென்றான்.

இவ்வாறாக, ஆறுமாதத்திற்குள் ஐம்பத்து ஐந்து கதைகளின் வழியாக ஐந்து தந்திரங்களை அந்த மூன்று இளவரசர்களுக்கும் கற்றுக் கொடுத்தது அவர்களைப் புத்திசாலிகளாக மாற்றிய பண்டிதர் விஷ்ணு சர்மாவின் பஞ்சதந்திரம் முற்றுப் பெற்றது.

www.ingramcontent.com/pod-product-compliance
Lightning Source LLC
LaVergne TN
LVHW100838051026
849519LV00006B/2340
* 9 7 8 9 3 8 4 1 4 9 5 0 5 *